CHA VÀ CON LÍNH TRẬN

CHA VÀ CON LÍNH TRẬN

Tập truyện ký Trần Khởi

Bìa: Nguyễn Thành (Thiết kế theo bìa gốc)

Trình bày: **Nguyễn Thành**

Nhân Ảnh Tái Bản **2019**

ISBN: **9781989705438**

CHA VÀ CON LÍNH TRẬN

Tập truyện ký

TRẦN KHỞI

NHÀ XUẤT BẢN
NHÂN ẢNH

LỜI GIỚI THIỆU

Tác giả cuốn sách này là một cựu chiến binh thuộc Quân báo Trinh sát Kỹ thuật Sư đoàn bộ binh 3 Sao vàng Anh hùng. Một Sư đoàn ra đời trên đất Bình Định vào thời điểm năm 1965, khi quân Mỹ đổ bộ ồ ạt vào chiến trường miền Nam Việt Nam.

10 năm Sư đoàn bộ binh 3 Sao vàng đã đụng độ với tất cả các sắc lính. Thủy quân lục chiến Mỹ, Nam Hàn, Biệt động quân, lính dù Ngụy. Đặc biệt là Sư đoàn 22 quân lực Việt Nam Cộng Hòa. Hơn hai vạn liệt sỹ của Sư đoàn 3 anh hùng đã nằm lại trên chiến trường để cuối cùng vào tháng 4 năm 1975, Sư đoàn 22 Ngụy tan rã trên mặt trận Bình Khê nơi con đường 19 huyết mạch nối chiến trường Tây Nguyên với Duyên Hải miền Trung bị cắt đứt.

Cuốn sách không mô tả kỹ về những trận đánh lớn, những chiến dịch lớn mà tập trung khai thác những kỷ niệm với đồng đội, với người dân trên suốt chặng đường chinh chiến mà tác giả đã trải qua.

Hơn 26 câu chuyện hết sức quý giá và cảm động, phản ánh chân thật, hùng hồn, sinh động cuộc sống chiến đấu và tình cảm của cha con Trần Khởi, của đồng đội và nhân dân nơi anh đã sống, là những mảnh vỡ lấp lánh giúp chúng ta hình dung ra một con người, một thế hệ, có thể coi đó là thế hệ vàng của dân tộc. Cậu thanh niên Trần Khởi cũng như hầu hết thanh niên hồi đó đã từ chối giảng đường của các trường Đại học trong và ngoài nước để lên đường vào mặt trận đánh Mỹ. Cha của anh làm một sỹ quan cao cấp, phó chủ nhiệm chính trị binh trạm cũng đã đồng tình với sự lựa chọn của con, trong một dịp tạt qua nhà đã đem theo anh vào chiến trường.

Nhưng cuộc sống chiến đấu trên tuyến đường Trường Sơn đã không làm anh thanh niên Trần Khởi thỏa mãn, cuối cùng anh đã lặng lẽ bỏ đơn vị, trốn cha để vào sâu hơn, hy vọng có thể trực tiếp đối đầu với lính viễn chinh Mỹ, trả thù cho quê hương anh bị bom Mỹ tàn phá. Và một may mắn lớn, như một duyên phận đã đến với anh. Trên con đường trốn cha vào chiến trường, anh đã gặp một người cha thứ hai, là tư lệnh Huỳnh Hữu Anh, Sư đoàn trưởng Sư đoàn 3 Sao vàng.

Chiến trường Bình Định, nơi Sư đoàn Sao vàng hoạt động đã trở thành quê hương, gia đình thứ hai của anh. Anh gắn bó máu thịt với nó, đổ máu vì nó. Máu là ân nghĩa, là tình cốt nhục của những người lính với Dân, với Nước.

Có thể coi truyện ký "Cha con - lính trận" của Trần Khởi là một tự truyện của tác giả. Ở đó, ký ức như những mảnh vỡ được chắp nối để rồi, khi gấp trang sách lại ta có thể thấy được chân dung hoàn chỉnh về một người lính và cao hơn, chân dung của một thế hệ, một vùng đất mà tác giả, vừa là người làm chứng vừa là người can dự.

Là một cựu chiến binh đã từng tham gia nhiều chiến dịch, nhiều trận đánh lớn của Sư đoàn 3 Sao vàng, tôi rất cảm động khi được đọc tập ký này. Tác giả không có ý định làm văn chương, nhưng nhiều trang trong tập ký này đã đạt tới và động lại những giá trị đích thực của Văn học, Văn chương, xét cho cùng, vẫn là giá trị truyền cảm hứng cho người đọc. Ở khía cạnh này tác giả của tập sách, cựu chiến binh Trần Khởi đã làm được điều đó.

Xin trân trọng giới thiệu "Cha và con – lính trận" với bạn đọc.

Nhà văn: **Nguyễn Trí Huân**

Phó Chủ tịch Hội Nhà Văn Việt Nam

Tác giả: **Trần Khởi** (Bút danh Cửu Long Giang)

- Quê quán: Phong Thủy - Lệ Thủy - Quảng Bình
- Chiến sĩ công binh trên tuyến đường Hồ Chí Minh 1967 - 1968.
- Sống và hoạt động tại chiến trường miền Nam 1968 - 1975
- Nguyên Quân báo Trinh sát Kỹ thuật Sư đoàn 3 Sao Vàng.
- Nguyên giáo viên văn Trường cấp 3 Lệ Thủy.
- Hội viên Hội Văn học Nghệ thuật Quảng Bình.
- Số điện thoại tác giả: 08.15886412

Tác phẩm đã xuất bản:

• Chuyện tình của lính (Tập truyện ký - NXB Trẻ - 1982)
• Chim cu xanh và đá mồ côi (Tập thơ - NXB HNV - 2008)
• Cha và con lính trận (Tập truyện ký - NXB HNV - 2019)

Và rất nhiều tác phẩm được in trên các Tạp chí Trung ương và địa phương.

CHA VÀ CON

Ông chủ tịch xã Phong Thủy chằm hăm đọc lá đơn tình nguyện của tôi hồi lâu, nhíu mày, chậm rãi đặt chiếc kính xuống bàn làm việc. Đoạn, rót nước mời tôi:

- Cậu uống đi!

Ông nhấp một ngụm trà, ra chiều suy nghĩ. Tôi lo lắng nhìn vào nét mặt ông, theo dõi từng cử động. Nín thở hồi hộp đợi chờ. Lát sau, ông ngẩng mặt lên, vẫn không đả động gì lá đơn của tôi, nói thêm:

- Ông cụ nhà cậu, ngày mô đi?

- Dạ, ngày mốt ạ! Tôi khẽ khàng đáp.

Ông nói tiếp:

- Cậu cho tôi gửi lời hỏi thăm ông cụ, nhé?

Rồi, ông đi qua đi lại mấy vòng quanh cái bàn làm việc, đầu khẽ gật lên gật xuống ra chiều tâm đắc với ý nghĩ của mình. Vẫn giọng đều đều, ông nói tiếp, không biết là nói với chính ông, hay nói với tôi:

- Ông cụ cách mạng thật, định đưa cả gia đình đi đánh Mỹ chắc?

Ông ta lại ngồi xuống ghế, đưa mắt nhìn tôi hồi lâu, có vẻ cân nhắc ghê lắm. Tôi càng lo lắng và hồi hộp hơn, mắt dõi theo từng cử chỉ của ông. Tim thon thót đập trong ngực. Mãi sau, ông lựa lời nói tiếp:

- Tôi hoan nghênh đơn tình nguyện của cậu! Khát vọng của cậu đúng vào thời điểm cả nước đang lên đường đánh Mỹ. Ông dừng lại, hạ giọng nói nhỏ, nhưng vẻ mặt dứt khoát - Theo tôi, cậu nên ở nhà. Hoàn cảnh gia đình neo đơn lắm! Cha chú đều ra mặt trận cả!..

Tôi như vừa bị giội một gáo nước lạnh lên đầu. Bao nhiêu hy vọng, bao nhiêu dự định, giờ tan biến trước con người dịu hiền mà cứng cỏi này. Nhưng tôi cố nén tiếng thở dài. Làm ra vẻ người lớn, tôi nài nỉ ông:

- Thưa chú, cháu đã lớn, đã đủ lông đủ cánh. Xin chú cho cháu đi! Bây giờ mà không ra trận, đợi lúc nào nữa, chú?

Ông nói nhẹ, nhưng động tác xua tay dứt khoát:

- Đành là vậy! Thanh niên sống có lý tưởng là phải như thế. Như Lê Mã Lương đã nói: "Cuộc đời đẹp nhất là trên trận chiến chống quân thù". Chú hoan nghênh tinh thần của cháu!.. Ông dừng một giây, cố vận dụng lý lẽ để giữ tôi lại - Nước ta hiện tại cũng có nhiều mặt trận. Trong đó, học tập cũng là một mặt trận. Hiện tại, cậu đã có giấy báo đi học nước ngoài!..

Quả thật, tôi đã có giấy báo đi học nước ngoài từ tuần trước. Ai cũng mong có cái giấy như tôi. Bởi lúc này, ung dung lên tàu ra nước ngoài, được nhà nước lo cho ăn học, tránh xa nơi bom rơi đạn nổ, thì còn gì bằng!

Nhưng với tôi, tâm hồn đã ở ngoài mặt trận cả rồi. Tôi quyết phải được ra đi. Tôi tiến đến bên ông, cố lấy sự dịu dàng thuyết phục ông:

- Thưa chú! Thống nhất nước nhà, cháu sẽ về học lại! Cháu hứa với chú như thế!

Ông nhìn tôi như nhìn đứa cháu khờ dại, khẽ mỉm cười. Một cái cười nhân hậu pha lẫn hiểu biết:

- Nhưng, đơn vị nào tuyển cậu?

Tôi nhanh nhẩu:

- Thưa, ba cháu tuyển còn ai nữa!

Ông cười ngất. Cười rất to. Có vẻ khoái trá nữa. Đoạn, ông đi vào phía trong, xầm xì to nhỏ với ai đó, rồi quay ra:

- Thôi được! Chú cho cháu đi! Ông ngừng nửa giây, nói tiếp - Nhưng cháu phải làm rạng danh quê hương và gia đình…

- Dạ, cháu hứa! Cháu hứa!..

Tôi sướng rơn lên! Người lâng lâng như mọc cánh. Tôi chộp lấy lá đơn trên bàn và chạy ào ra sân. Nhưng ông đã gọi giật lại. Tôi trố mắt lo lắng, sợ ông đổi ý.

- Khoan đã! Ông nói - Chưa xong đâu! Còn phải đóng dấu nữa!..

Vừa chậm rãi đóng dấu vào đơn, ông vừa hỏi:

- Nghe các thầy giáo ở Trường cấp 3 kháo nhau, cậu mới làm bài thơ "*Lên đường*" hay lắm à? Cậu đọc cho tớ nghe! Ông chuyển giọng thân mật.

Tôi gãi đầu:

- Dạ thưa! Cháu quên cả rồi!..

Nói thật, lúc đó tôi muốn bay lên nhà, để khoe với lũ bạn. Còn lòng dạ đâu thơ với phú. Nhưng ông ta vẫn giục:

- Thôi, cậu đọc một đoạn cũng được!

Ông chuyển sang nài nỉ, trông cũng tội. Tôi đứng lặng một lúc lâu, tận hưởng sự khoái cảm được người khác van xin, rồi ngập ngừng đọc:

"...Miền Nam ơi, chúng con đã lên đường
Trở về bên mẹ, mẹ yêu thương
Như trăm dòng máu về tim lớn
Xa cách giờ đây nối nhịp đường...
Con đã xếp những bài văn bài toán
Để lên đường soạn đủ chiến công
Hướng pháo quay nòng nhớ bài vật lý
Đạp xác quân thù thay thế điểm 5..."

Lúc đầu tôi đọc lí nhí, càng về sau tôi đọc to, rõ hùng hồn. Máu nóng trong người trào lên. Tôi như nghe đất dưới chân mình rùng rùng chuyển động. Tôi đọc chưa hết đoạn, thì ông vỗ tay cười, rồi ôm chầm lấy tôi:

- Hay! Hay lắm! Một bài thơ thấm đẫm chủ nghĩa anh hùng cách mạng. Một quyết tâm, ý chí, nghị lực sắt đá của cả dân tộc đánh Mỹ. Ông nắm chặt tay tôi, nói thêm - Chúc người lính trẻ lên đường sức khỏe! Quê hương đang đợi chiến công của chú!

Tôi khấp khởi, như thể mình đã là người lính thực thụ. Chính ông Chủ tịch xã đã chuyển xưng hô từ *cháu* sang *chú* đó sao! Ông đã coi tôi là chú bộ đội rồi mà! Tôi chào ông một cách tự tin và đầy lòng biết ơn, rồi phóng như bay lên nhà. Tôi cảm thấy mọi cái xung quanh mình đẹp đẽ và thân thiết biết bao nhiêu. Dòng Kiến Giang trong xanh dịu dàng quá đỗi. Những ngã đường quê gập ghềnh bước chân trâu quen thuộc, giờ nâng bước chân tôi lâng lâng. Những bờ tre, khóm chuối, những bến nước mòn bước chân tuổi thơ, đang rì rào bài ca chúc tôi lên đường...

Lũ bạn được tin tôi đi lính, chúng kéo đến đầy nhà như ong vỡ tổ. Ai nấy mang vẻ mặt khâm phục, tự hào. Lời chúc mừng, nói cười huyên thuyên, quên cả tiếng máy bay rít trên đầu, và tiếng bom nổ phía xa xa. Nhiều đứa vui. Có đứa buồn. Tôi cũng ngậm ngùi. Từ đây, lớp không còn đứa vui nhộn mà liều lĩnh như tôi. Dám trộm cả rá trứng vịt lộn đem ra Mũi Viết cho cả lũ ngồi xơi. Hoặc lội sang sông vặt trộm ổi, đu đủ chín nhà họ, đem về chia cho lũ bạn. Hay một mình liều lĩnh đánh bọn choai choai làng bên, để bảo vệ mấy bạn nữ trong lớp bị chúng trêu ghẹo.

Khi bọn bạn ra về hết, cái Mai bạn học cùng lớp, buồn buồn nán lại, rồi bất ngờ giúi vào tay tôi tập truyện "*Sống như anh*" của Trần Đình Vân. Tôi như ngọng lưỡi, chưa nói gì, Mai đã ù té chạy. Tôi kịp nghe những tiếng khóc thút thít hờn dỗi con gái, rớt lại trước ngõ nhà mình...

*

Cha con tôi lên đường, đúng vào ngày 25 Tháng 8 năm 1967, dịp máy bay giặc mỹ đánh phá quê hương Lệ Thủy tôi ác liệt chưa từng có. Làng Quy Hậu chết mười ba người. Trên dòng Kiến Giang, một nhóm học sinh trường tôi qua đò, bị bắn chết ba đứa. Ngay cạnh nách nhà tôi, bom ném chết một lúc mười hai người nữa. Cảnh tiêu điều xơ xác bao trùm lấy làng quê yêu dấu. Tôi chia tay mẹ và các em với bữa cơm đạm bạc, trong căn hầm chữ A chật chội. Trên nền đất bên ngoài, rền vang tiếng bom bi nổ chát chúa. Mẹ tôi thút thít khóc. Cái Thương, thằng Quang khóc như mưa. Tôi nuốt thầm nước mắt, nói với chúng:

- Mai mốt anh bắt chim rừng về cho bọn em!..

Tôi nói an ủi, chúng nó mới chịu nín cho. Nhưng mẹ tôi bần thần, nước mắt rấn rấn. Có lẽ không chịu được cảnh chia tay chồng và con trai lớn lúc này, bà định chui ra khỏi hầm. Ba tôi đẩy mẹ tôi vào, trấn an:

- Thôi, để con đi an tâm! Cả nước còn lo đánh giặc. Nhà mình, cha chú đều đi lính, thì con cũng phải ra trận…

Chiếc xe *Gát* ì ạch, lắc lư cõng cha con tôi mò mẫm đi trên Đường 15, chạy phía miền tây Quảng Bình. Để lại đằng sau tôi bộn bề cảm xúc. Nửa nhớ bạn bè, trường lớp. Nửa thương mẹ, thương em gian khó nơi quê nhà đồng sâu ruộng trũng neo đơn. Lần đầu tiên xa nhà, lại đi vào nơi đạn lửa, một cái gì dâng đầy khó tả trong lòng, vô hà vô hạn. Tôi như còn nghe thấy tiếng khóc sụt sùi của mẹ tôi và bàn tay run run của bà cầm nắm nhang thắp lên bàn thờ, cầu xin tổ tiên ông bà cho cha con tôi sức gối mạnh chân. Và cả tiếng thằng em út còi cọc nói trong nước mắt: "Nhớ bắt chim rừng về cho em, anh nhá?". Rồi cả tiếng thằng Hải xù, bạn cùng lớp: "Nhớ diệt nhiều Mỹ vào!" Tôi nhớ vùng đất quê tôi, nơi có dòng Kiến Giang hiền hòa, xanh trong, chở những con thuyền giấy tuổi thơ rong ruổi. Nhớ Mũi Viết những đêm trăng thơ mộng, cả lũ ngồi tán dóc. Nhớ Cột Mồ, nơi diễn ra những trận đánh giặc giả ác liệt của lũ trẻ chúng tôi. Và nhớ đồng Trong, đồng Ngoài, cuối mùa đi mót lúa. Nhớ tiếng hát chị Châu Loan, chị Tuyết, chị Dinh, anh Sỹ Cừ (Đoàn dân ca Bình Trị Thiên), hát hôm tiễn cha con lên đường...

Chưa bao giờ ngồi xe, tôi nôn hết mật xanh mật vàng. Cảm giác tôi như viên bi của tuổi thơ, lăn lông lốc trên thùng xe. Lăn theo con đường binh nghiệp của ba tôi. Tôi miên man nghĩ, tuổi "hoa niên" của tôi mở ra và đóng lại quá ngắn ngủi. Đó là chuỗi ngày long đong vất vả, cha tôi đã sớm khoác lên người tôi chiếc áo xanh của lính. Từ thuở còn nằm trong bào thai mẹ, tôi đã đọc được ý nghĩ của ông: "Con ơi, mau trưởng thành lớn khôn, để ngày mai cùng cha đi đánh giặc!" Khi mới cất tiếng khóc chào đời, trong vùng địch tạm chiếm, mẹ tôi phải cạo trọc đầu, để đánh lừa bọn Tây đồn, năm lần bảy lượt cõng tôi lên chiến khu Bang Rợn tìm cha tôi. Hòa bình lập lại, đơn vị ông từ Hạ Lào trở về đóng quân ở Hương Khê, Hà Tĩnh. Ông cho người đón mẹ con tôi ra. Hai mẹ con dắt dìu nhau đi theo tiếng gọi của ông và trở thành người lính tí hon từ đó. Mới bảy, tám tuổi đầu, nhưng tôi đã vượt suối băng rừng, đeo chiếc ba lô cóc nhỏ xíu bên mình, cùng các chú bộ đội, hành quân vào nam ra bắc. Một lần đơn vị vượt đèo Ngang, một người lính đang cõng tôi nói với ba tôi: "Thủ trưởng cho đơn vị nghỉ chút, cháu sốt nặng…" Đến mùa thu năm 1957, hai mẹ con được "giải ngũ". Và bây giờ…

Đến Cộn, một vùng đồi dân Đồng Hới và các cơ quan tỉnh lên sơ tán, ông dẫn tôi vào thăm ông Nguyễn Tư Thoan - Bí thư tỉnh ủy Quảng Bình, ở đồi Mỹ Cương. Những căn nhà khu Tỉnh ủy đóng, được xếp rải rác như bàn cờ, để tránh tổn thất một lúc khi bom đạn địch ném xuống. Nhưng cũng không tránh hết được rủi ro. Có lần, bom ném trúng khu Tỉnh đoàn, nơi chú ruột tôi công tác. Bom phá trụi tất cả. Trên nền đất, những hố bom sâu hoắm, to đùng nằm trố mắt. Chú tôi xoa đầu động viên tôi:

- Cháu hãy noi gương truyền thống cách mạng gia đình. Nơi cháu đến, chính là môi trường thử thách, rèn luyện cháu nên người...

Ông Nguyễn Tư Thoan kéo ba tôi ra ngoài hiên, nói nhỏ:

- Cháu còn bé quá! Lại chưa được huấn luyện một ngày nào nữa. Suy nghĩ một lúc ông gợi ý - Hay anh gửi cháu lại đơn vị Tỉnh đội của anh Trần Sự, để huấn luyện một thời gian, rồi vào sau cũng được?

Tôi ngồi lắng nghe, rồi chạy ra ôm chặt lấy ông Thoan:

- Chú phải cho cháu đi đánh Mỹ!

Ông Thoan lắc đầu cười. Ba tôi cũng cười. Trong bữa ăn, ông Thoan gắp thức ăn đầy bát tôi, bảo:

- Ăn nhiều vào, cháu! Trong ấy khổ lắm, không có những thứ thế này đâu!

Tôi nhớ, đang ăn, mọi người bỏ bát đũa, chạy xuống hầm. Bởi tiếng kẻng báo động khua giục giã, máy bay địch đang đến gần…

*

Từ Binh trạm 15, đóng ở xã Cự Nẫm, miền tây huyện Bố Trạch, nhận thêm quân lương, cha con tôi lội suối băng rừng, đi trong mưa bom bão đạn của quân thù, ròng rã suốt mấy ngày đêm. Vượt qua cửa rừng, qua Cổng Trời, đèo Mụ Dạ, ngầm Ta Lê, đèo Phù La Nhích, thì đến binh trạm 32 đoàn 559. Đó là con đường xế sang nước bạn Lào, nằm ở phía Tây Trường Sơn. Nằm trong cụm trọng điểm ác liệt nhất mà địch tập trung đánh phá

24/24. Đó là cua chữ A, ngầm Phù La Nhích, Ta Lê, Cốc Mạc, đèo Văng Mu. Giờ đây, tôi trở thành người lính thực thụ, quân phục xanh màu cỏ. Tôi cảm giác mình đã trưởng thành, chẳng còn ngây ngô như buổi ban đầu. Nhất là đoạn đi qua Cổng Trời, bom rít trên đầu, mảnh đạn chiu chíu, tôi vẫn đứng ngắm cảnh, miệng lẩm nhẩm câu thơ. Lại khóc thét khi thấy vắt rừng bám lên người hút máu. Cả đôi khi, nghe thấy chim kêu vượn hú, lòng nhớ nhà khôn xiết.

Chúng tôi vào nghỉ ở một ngôi nhà hầm. Mãi, thấy ba tôi vẫn chần chừ, tôi càu nhàu giục:

- Đi thôi ba! Sao ở đây lâu vậy?

Ông cười cười:

- Đi đâu nữa, mà đi?

Tôi nghi ngờ, hỏi lại:

- Vậy cha con mình ở đây à?

Ông gật đầu, rồi nhìn tôi không xúc động. Tôi bĩu môi thất vọng:

- Sao ba bảo con đi đánh Mỹ, đánh tận dưới đồng bằng cơ mà?

Lúc đó, Đại tá Vũ Xuân Chiêm, chủ nhiệm chính trị Binh trạm 32, nãy giờ ngồi chằm hăm trên bàn giấy, ngước mắt nhìn tôi, cười:

- Ở đây cũng đánh Mỹ chứ, cháu! Ông quay sang nói với ba tôi - Anh cho cháu sang bên Ban tuyên huấn Binh trạm, ở đó cha con lại gần nhau...

Tôi có chút chán nản, vì không ngờ đi đánh Mỹ, lại hóa ra ở nơi rừng sâu heo hút này, liền nài nỉ đại tá Chiêm:

- Thưa thủ trưởng, cho tôi ra chiến đấu!

Ông vẫn im lặng, không nói gì. Có lẽ ông thừa biết, những người lính trẻ đều mong muốn như vậy.

Vài ngày sau, ba tôi quay về, xìa tấm giấy ra trước mặt tôi, nói:

- Con được phân về đơn vị chiến đấu C2, giữ cao điểm Văng Mu!..

Tôi nhảy cẫng lên, ôm chặt lấy ba tôi. Hơi nóng của ông truyền sang tôi rừng rực. Tôi biết, trong giờ phút trọng đại này, lòng ông không khỏi bùi ngùi lo lắng. Bởi ông đã quyết định ném đứa con còn thơ ngây vụng dại, mới mười bảy, mười tám tuổi đầu, chưa có một ngày huấn luyện quân ngũ, ra vùng "Tử Địa", cao điểm Văng Mu ác liệt nhất. Nơi mà bọn địch thường gọi "Yết hầu đại lộ Hồ Chí Minh". Nơi mà đồng đội, đồng chí của ông ngày đêm ngã xuống, để giành giật từng tấc đất, từng lối mòn, từng con đường, cho xe ra tiền tuyến...

Tôi được phân về tổ trinh sát của đại đội. Nhiệm vụ của bọn tôi là trực chiến trạm Barie phía bắc đèo. Chúng tôi phải nắm chắc tình hình xe qua xe về. Nếu có tiếng súng báo tắc đường, thì chúng tôi kịp thời xử lý. Đèo Văng Mu trước đây cao ngợp mắt, cây cối um tùm, sau này máy bay địch phát hiện, đánh phá ngày đêm. Cảm giác quả đồi ngày một nhỏ lại, con đường qua đèo ngày một cao thêm. Từ dưới chân đèo nhìn lên, quả đồi lở loét, trơ trọi đỏ lòm. Trên đỉnh đèo lưa thưa vài thân cây bị bom phát trụi, chỉ còn gốc lởm chởm. Khói lửa ngút trời. Những chiếc dù pháo sáng của địch thả xuống ban đêm, giờ như những đàn cò trắng đậu kín cả đồi. Chẳng ai thèm nhặt.

Đường đi qua đèo độc đạo, đủ một chiều xe đi, lại khúc khuỷu quanh co. Chỉ cần lơi tay một chút, lơ mắt nhìn một chút, là xe lao xuống vực. Những đoàn xe qua đèo, nếu bị địch phát hiện, đánh cháy chiếc đầu, thì cả đoàn dồn ứ lại. Không có lối rẽ, đành đưa lưng ra hứng bom hứng đạn, và được anh em công binh cho ăn mìn, để lưu thông đường. Vực sâu và rộng dài như thế, nhưng chẳng còn đủ chỗ để chứa hàng trăm xe cháy xe hỏng, nên nó chất đống, chồm cao khỏi mặt đường.

Vắt cơm nơi cao điểm này đều có trộn bụi đất, gang sắt bom đạn quân thù, và máu xương của đồng đội đồng chí. Thằng Hùng quê ở Thanh Hóa, bị một miếng cơm có mảnh bom, xơi tái luôn hai chiếc răng. Rồi thằng Quân, thằng Trọng, thằng Tấn, chết khi trên đường đi bới cơm cho lũ chúng tôi. Đại đội chết dần chết mòn. Số lính cũ còn lại, chỉ còn sáu thằng có mặt trên cung đường, may mắn trong đó có tôi...

Mùa mưa ở Trung Lào thật kinh khủng. Mưa thối trời thối đất. Mưa ròng rã suốt ngày suốt đêm. Mưa tuần này vắt sang tuần khác. Lưỡi mưa như lưỡi xẻng, liếm không thôi vào ta luy đường. Lại thêm bom đạn thù trút xuống, con đường thoi thóp, ngắc ngoải. Đường qua đèo sụt lở chỗ này đến chỗ khác.

Đơn vị tức tốc thành lập tổ "đánh mìn cảm tử" để thông đường. Tôi xung phong vào tổ đó. Một thời gian, đã trở thành "Kiện tướng đánh mìn cấp một". Tôi đánh một lúc mười lăm quả liền. Đánh xong, lũ chúng tôi lại hối hả san lấp đường, và không quên chĩa súng lên trời bắn ba phát, làm hiệu lệnh cho xe qua. Trên đèo, không có hầm tránh đạn. Cũng không thể làm được hầm. Bởi làm giờ này, thì giờ sau bom lại lấp. Thôi, đành may rủi với tấm lưng trần quả đồi hứng bom đạn. Thể xác, tâm hồn mỗi người lính ở đây, hòa với linh hồn, với đất đai con đường...

Phía nam đèo, trung đội 2 dũng cảm kiên cường bám trụ, làm cầu cho xe qua. Vì mùa mưa, nước ngầm lên cao. Có ngày họ phải làm đến năm sáu lần. Làm xong, bom lại đánh. Họ lại làm. Những tên phi công Mỹ và những chiến sỹ công binh anh hùng C2, chẳng lạ lẫm gì nhau. Họ thi gan nhau, trừng trừng nhìn nhau, gờm nhau như các võ sĩ trên sàn đấu. Chỉ có hơn ba ngày đêm, mà trung đội bị máy bay địch nuốt hơn một nửa quân số. Quần áo, giày mũ chẳng kịp khô, cứ mặc ướt suốt mùa, rồi cũng quen dần. Sên vắt như những binh đoàn ra trận, hễ động chúng xông lên ào ào. Vắt chui vào tai, vào mũi, rúc cả vào màn, ngủ chung với lũ chúng tôi.

Thấy tôi được đi báo cáo kinh nghiệm đánh mìn cấp một, Thiệp, bí thư chi đoàn, chẳng mấy ưa. Một bữa tôi ra mặt đường, hắn ta lục lọi ba lô tôi, tìm được bài thơ "*Gác đêm*" tôi viết tặng Mai, người bạn gái cùng lớp. Hắn quy tư tưởng "tiểu tư sản", và đề nghị chi bộ hoãn kết nạp Đảng của tôi. Bài thơ có đoạn thế này:

"... Đêm khuya trong phiên gác
Người lính trẻ tương tư
Một nỗi buồn man mác
Lòng sướt mướt dòng mưa...

... Súng trong tay làm thinh
Đi vòng quanh lán trại
Anh mơ ngày về lại
Trăng soi rọi bóng hình..."

Được tin, tôi chẳng quan tâm lắm. Vì lúc đó, nói

thật, tôi chưa hiểu mấy về Đảng. Tôi chỉ biết công tác tốt là được. Nhưng nhiều lúc nghĩ lại, tôi cảm thấy chua chát, đắng cay. Đúng như thằng bạn Phạm Xuân Thâu dặn tôi trước lúc lên đường: "Ở đâu cũng vậy! Đời là đố kỵ, ghen tuông và hiềm khích!" Tôi chủ quan, cứ nghĩ, mọi người đã chẳng tiếc máu xương. Tất cả cho tiền tuyến. Tất cả cho miền Nam ruột thịt. Ai sức hơi đâu mà đố kỵ ghen tuông... Ấy thế mà ngược lại. Phạm Xuân Thâu nói đúng thật!

Tôi được gặp ba tôi, tại hội diễn văn nghệ Binh trạm 32 (gần ngầm Ta Lê). Ông mừng rơn, khi thấy thằng con ông chững chạc, lớn khôn trong lửa đạn chiến tranh.

Những chiến sỹ từ "Cánh Cửa Thép Văng Mu" mang về cho hội diễn những lời ca tiếng hát với sắc màu mới. Những tiết mục đó đều do tôi tự sáng tác. Mọi người rất thích vở hài kịch "*Đèo Văng Mu*". Câu chuyện dí dỏm kể lại một buổi giao ban tại Lầu Năm Góc. Trong phòng có Tổng thống NichXơn và tướng Oét Molen. NichXơn đang chăm chú nghe Oét giảng giải thuyết trình về đường mòn Hồ Chí Minh, y chỉ lên bản đồ và dùng bút vòng lại cao điểm Văng Mu. NichXơn gật gù rồi ra lệnh: "Phải tìm cách bóp nghẹt yết hầu đại lộ Hồ Chí Minh!". Y nắm chặt tay đưa thẳng lên trời. Bỗng Lưu Đơn - Tham mưu trưởng không lực Hoa Kỳ, xòe hai cánh tay, làm động tác như máy bay chao liệng mấy vòng, rồi hạ ngay trước mặt hai người. Ông ta hớt hãi báo cáo: "Tuy chúng ta đánh phá ác liệt, nhưng xe Việt cộng vẫn liên tục đi qua cao điểm ngày đêm. Đánh sập cầu này, họ lại bắc cầu khác. Súng phòng không của Việt cộng bắn lên như mưa! Máy bay của ta bị rơi rụng nhiều. NichXơn tức giận: "Phải trực 24/24 giờ! Phải dùng B52, bom khoan trên một ngàn bảng! Phải thả bom từ trường, cây nhiệt đới và chất độc hóa học!" NichXơn đập tay xuống bàn: "Phải phá tan "Cánh Cửa Thép Văng Mu!" ... Chuông điện thoại réo gắt, Oét Molen nghe một hồi lâu, rồi bảo: "Thưa Tổng thống, Cục tình báo cho biết, máy bay trinh thám và "cây nhiệt đới" thu được cả tiếng xe và tiếng hát của Việt cộng trên cao điểm Văng Mu! NichXơn bực bội, giậm chân: "Chúng hát những gì?" Oét molen thưa: - Chúng hát:

"Cầu phao bắc qua sông
Ta nối mạch máu giao thông
Vượt lên sóng dữ dâng tràn mênh mông
Dù đạn bom ta vượt qua
Quyết mở đường cho xe qua

NichXơn quăng mình xuống ghế, nói lẩm bẩm: "Tướng Giáp giỏi thật! Thật khó nuốt trôi trọng điểm Văng Mu này! Khó nuốt trôi một dân tộc anh hùng!.."

Tôi quá bất ngờ, khi vừa diễn xong vở hài kịch, chúng tôi chưa kịp xuống, thì ông Đồng Sỹ Nguyên, Chính ủy Đoàn 559, đẩy ba tôi lên sân khấu. Hai cha con tôi ôm chầm lấy nhau trong tiếng vỗ tay như nổ tung hội trường. Chúng tôi cảm động rơi nước mắt. Có thể không khí hội diễn náo nhiệt ngay giữa trận mạc, tạo tinh thần lạc quan trong chiến đấu. Cũng có thể nội dung vở hài kịch dí dỏm, lạc quan mà vô cùng sâu sắc của người lính trên cao điểm bom, đã làm cho tâm hồn ai nấy rung động. Lúc đó, tôi cảm thấy hơi ấm tình cha con, tình đồng chí, đồng đội, hòa quyện vào nhau...

Sau buổi diễn, ông có nói tới chuyện bài thơ rắc rối đó. Ông nhắc nhở, dặn dò như một lời bình: "Vì mới chân ướt chân ráo, vừa rời ghế nhà trường, thuộc thành phần tiểu tư sản, nên cái nhìn của tác giả trong bài thơ, đối với cuộc kháng chiến của dân tộc còn bị hạn chế. Tâm trạng người viết còn bi quan…" Tôi hỏi ba tôi: "Con vừa vào lính nhớ nhà, nhớ bạn bè, viết vậy không được sao ba?" Ông nói ngay: "Không được! Không được! Con thấy cả dân tộc đang ra trận, lớp cha trước lớp con sau, mang theo niềm tin chiến thắng!.."

Tôi có chút bẽn lẽn, cụt hứng vì bị lời phê bình khéo của cha tôi. Bỗng lúc đó, Đào, một nữ chiến sĩ xinh đẹp trong tốp múa đoàn văn công Binh trạm, sang thăm ông cụ nhà tôi. Đào nói cười xởi lởi, xưng ba tôi bằng "cha", làm tôi đến phát thẹn. Sau này, tôi mới biết, ba tôi nhận Đào làm con nuôi. Cô nàng nhìn tôi tủm tỉm cười, quay sang nói với ba tôi:

- Anh ấy sáng tác hay, cha hè? Cha cho anh ấy ở lại Đoàn văn công Binh trạm thôi...

Ba tôi cười, rồi xầm xì với Đào:

- Thì con nói với nó coi?

Mấy ngày ở đó, tôi thấy ông tất bật như nhà có đám ma. Ông đi đi về về làm tôi đến suốt ruột. Sáng hôm sau, ông dẫn tôi đến thăm Tổng kho AX43, một tổng kho lớn của đoàn 559. Và nghe phong phanh, người ta định chuyển ông về làm Chính ủy Tổng kho này. Kho được làm bởi một loạt nhà cỡ lớn, nửa nổi nửa chìm. Trong các nhà chất đầy súng đạn và lương thực, thực phẩm. Xung quanh được ngụy trang bằng rừng tre, rừng vầu. Chúng đang bị vàng úa, vì địch rải chất độc hóa học. Ông Tư lệnh kho nhìn tôi, rồi dí dỏm:

- Coi chừng, chứ máy bay Mỹ làm thịt luôn cả hai cha con đó!

Ông cụ nhà tôi cười, nói với Tư lệnh:

- Tuy có vất vả về khâu vận chuyển, nhưng ta phải quyết làm kho chìm. Phải tìm nhiều bãi để phân tán hàng hóa, tránh thiệt hại...

Bất ngờ, một loạt bom tọa độ xé tan núi rừng. Hai cha con nằm đè lên nhau. Cây cối, đất đá đổ rào rào. Tre nứa nổ lép tép. Lửa cháy lan vào khu kho. Tôi và ông cụ cùng anh em tổng kho lao vào giập lửa, cứu hàng, cứu những đồng chí bị bom lấp.

Đến chiều, ông lại dẫn tôi đến thăm tiểu đoàn xe vận tải. Những chiếc *Zin Ba Cầu* rúc đầu vào rừng săng lẻ, nằm nín thở để chuẩn bị cho "trận đánh" đêm nay. Những người lính lái xe trẻ măng. Mặt lem luốc, áo quần nhếch nhác, bám đầy bụi đất, dầu mỡ, đang hối hả kiểm tra xe. Một người đang nằm dưới gầm xe thò đầu ra ngoài cười:

- Chào thủ trưởng!

Ông cụ vấn và đốt một điếu thuốc *bọ,* thứ thuốc lá quê tôi, cúi xuống cho vào mồm anh ta:

- Đêm qua mấy chuyến?

Anh ta bò ra khỏi gầm xe, nói nhỏ nhẹ:

- Một thôi, thủ trưởng ạ! Địch đánh rát suốt đêm, vượt qua trọng điểm thì trời gần sáng. Tiểu đoàn bị cháy năm xe, hai xe bị sa lầy, tám đồng chí hy sinh, bốn đồng chí bị thương nặng...

Ông cụ lặng một lúc, rồi nói:

- Bằng mọi giá, đêm nay, phải đi hai chuyến. Tất cả các binh trạm, tiểu đoàn công binh và pháo cao xạ, đã chuyển chỉ huy sở ra sát trọng điểm rồi. Đêm nay pháo binh sẽ hỗ trợ tối đa cho các đồng chí!

Ông nói vậy, nhưng tôi hiểu hơn ai hết. Quanh trọng điểm Văng Mu chỉ lác đác vài khẩu 37, 12ly7 phun vòi rồng lên. Bom nện xuống, là miệng câm như hến. Người lái xe đứng nghiêm, giơ tay kiểu nhà binh, báo cáo: "Rõ!" Ông cụ đến cạnh một anh lính trẻ khác, đang ngồi dựa vào gốc cây. Khuôn mặt có vẻ buồn buồn, anh ta đang nuốt vội miếng cơm để chuẩn bị lên đường. Ông nhét vào túi anh ta gói thuốc lá "Điện Biên", và hỏi:

- Đồng chí có linh cảm gì về chuyến đi đêm nay, sao?

Anh ta đứng bật dậy cười, nói nhồm nhoàm:

- Thôi, cho em bắt tay tạm biệt thủ trưởng, chứ ngày mai không còn gặp lại đâu!

Nghe anh ta nói, tôi nổi da gà. Họ đi vào cái chết nhẹ nhàng và đơn giản vậy sao? Ông cụ xoa đầu anh ta, nói:

- Lạc quan lên chứ!

Cậu ta cười khà khà, chìa cái răng khểnh duyên dáng ra ngoài:

- Thì em đang lạc quan đây, thủ trưởng ạ!

Hai bàn tay anh ta cầm chặt lấy tay ông cụ tôi.

Hôm sau, tôi lại nghe ông tiểu đoàn trưởng báo cáo với ba tôi:

- Cái cậu lính trẻ, hôm bắt tay thủ trưởng ấy, hy sinh tại trọng điểm Văng Mu rồi, lúc 3 giờ sáng! Bom đánh trúng xe, chẳng tìm được xác...

Ông cụ chau mày, rồi lặng đi. Trong chiến tranh, có những linh tính lạ lùng như vậy. Tôi bùi ngùi, nhìn đôi bàn tay cha tôi, như ngỡ thấy ở đấy còn lưu hơi ấm cái bắt tay của anh ta lúc chiều hôm qua…

*

Tính ra, đã tám tháng ròng rã, nay tôi mới có dịp gặp lại ba tôi, mới thấy được hình dáng, giọng nói, nụ cười của ông. Công việc cứ chồng chất theo năm tháng, làm tôi quên luôn ông. Trong giấc mơ cũng chỉ là chuyện thông xe, thông đường mà thôi. Ông chẳng mấy khi nhắc đến chuyện nhà. Có lẽ ông cũng như tôi, sợ nhớ nhà rồi bỏ quên nhiệm vụ. Tám tháng như hàng thế kỷ, tôi nếm đủ mùi gian lao cực khổ trên cao điểm Văng Mu này. Có thể nói, tôi khổ gấp vạn lần cuộc sống của ông, vì đó là công việc trực tiếp tay chân giữa trận địa ác liệt. Nhưng ông khổ hơn tôi vạn lần về trí não, để chỉ huy, đấu trí cùng quân thù hàng ngày, của một Phó Chủ nhiệm chính trị Binh trạm, trên một tuyến đường chiến lược...

Từ đó, tôi say sưa công tác, ngày đêm lăn lội trên mặt đường. Tôi quen dần hoàn cảnh sống. Chính hoàn cảnh nơi cao điểm Văng Mu ác liệt, đã rèn luyện tôi dạn dày với bom đạn chiến tranh.

Nhưng rồi, khát vọng được trực tiếp đánh Mỹ, lại thức dậy trong tôi. Đêm đêm những binh đoàn rầm rập ra trận, làm tim tôi như lửa đốt…

Một đêm tháng tám năm 1968, dưới căn hầm chữ A, tôi nói khẽ vào tai Cừ, trung đội trưởng của tôi:

- Mày hẵng để tau đi! Tau trốn vào Nam đánh Mỹ...

Cừ hốt hoảng:

- Mày mà đi, đơn vị và cả ông cụ của mày, kỷ luật tau đó.

Chiều Cừ, tôi để lại mấy dòng thư cho ông cụ, và không quên dặn Cừ bỏ dưới gối nằm của tôi. Bức thư chỉ vỏn vẹn mấy dòng:

"Ba thương yêu của con!

Con có lỗi với ba nhiều. Ba đừng buồn đừng lo...

Con đường vào Nam đầy gian lao thử thách, nhưng con đi đúng đường ba đã chọn.

Chúc ba mạnh khỏe công tác tốt!

Hôn ba"

Văng Mu, ngày 27/08/1968

*

Tôi ra đi, để lại đằng sau biết bao nhiêu sự nghiệp đã gieo trồng sắp đến mùa thu hoạch. Đại đội được trên đề nghị phong tặng danh hiệu anh hùng. Thôi chào C2, mới chưa đầy một năm, mà bom đạn thù gậm nhấm gần hết. Chào đồng đội, đồng chí những ngày sống chết bên nhau. Chào Văng Mu bất khuất kiên cường. Tôi bùi ngùi ngước nhìn lên cao điểm, những cuộn khói vo tròn, đùn lên như nấm...

Vượt qua sông Sê Pôn, băng qua Mường Phìn, tôi thấy mấy anh lính Giải phóng, giải mấy tên tù binh Mỹ đi ra. Tôi hỏi, các anh ấy chỉ đường giao liên và nói trạm ở cũng gần. Tôi mừng lắm!

Ông trưởng trạm nhìn tôi, rồi chau mày, hỏi:

- Cậu ở đoạn nào?

Tôi nói liều:

- Đoạn ZX - Phi trường mười, Khu 5!

Tôi nói thế, bởi khi đi ngang qua Sê Pôn, có nghe lỏm mấy anh lính công binh ở đó nói, đoàn đó mới vào cách đây hai ngày. Họ đi đường giao liên. Ông ta lục lọi giấy tờ một hồi lâu, rồi hất đầu hỏi tôi:

- Sao không có giấy tờ của đơn vị bàn giao lại?

Tôi thất vọng, nhưng cố bào chữa:

- Có lẽ họ quên. Tôi bị sốt, nằm lại đằng sau. Anh cho em đuổi kịp đơn vị!

Cũng may, gặp thằng Lý, bạn học cùng trường, đang công tác ở trạm này. Nó can thiệp nên ông thả cho tôi. Ông hất hàm, chỉ tay vào một tốp lính của ta, đang lôi thôi lếch thếch đi ra, nói:

- Cậu xem kìa! Họ đào ngũ đi ra, cậu lại đòi đi vào! Thôi ở lại trạm, lại có cậu Lý đây quen biết!..

Tôi nài nỉ:

- Anh để cho em đi!

Cuối cùng, ông cũng chiều tôi. Ông viết cho tôi một tờ giấy đi đường, phía cuối có dòng chữ: "Bệnh binh, ưu tiên không mang lương thực, thực phẩm" Tôi mừng hết chỗ nói. Rồi cứ thế, đêm nghỉ ngày đi. Đến Binh trạm 44 thuộc Đoàn 559, tôi thấy một đoàn lính ăn mặc chỉnh tề, trong đó có một người cao to, đeo súng K54, chống gậy. Có cả một người mang túi cứu thương, tiến vào trạm. Tôi đoán non đoán già, bộ dạng này có lẽ họ vào sâu lắm! Đánh dưới thành phố chắc? Ước chi mình được cùng đi với họ, thì hay biết mấy!

Tôi đến bên ông, đánh liều xin đi. Đang nằm trên võng, ông bật dậy, xoa đầu tôi và cười nhân hậu:

- Vào đó khổ lắm! Chú chịu nổi không?

Tôi nói ngay, chắc nịch:

- Thưa thủ trưởng, em chịu được!

Mấy người công vụ thấy người lạ, cứ bám riết lấy

tôi. Nghĩ ngợi một lúc, rồi ông hỏi:

- Em có giấy tờ gì mang theo không?

Cũng may, trong ba lô còn bản lý lịch. Ông xem đi xem lại, rồi nhíu mày:

- Ba em là cán bộ ở đây, sao em không ở lại với ông ấy?

Tôi nói luôn:

- Thưa chú, cháu muốn vào Nam đánh Mỹ!

Ông quay sang người ngồi cạnh bên:

- Chú điện ra Binh trạm 32, cho tôi được gặp Phó Chủ nhiệm chính trị Binh Trạm!..

Tôi chột dạ:

- Ấy chết! Chú đừng điện cho ba cháu! Ông ấy không cho cháu đi đâu!

Ông cười hỉ hả, nói:

- Thôi được! Sáng mai cậu đi theo tôi!

Mừng húm, tôi quay về lán, dọn đồ đạc, lòng phơi phới. Bỗng nhiên, gặp bà o của tôi một cách tình cờ. O đang công tác tại binh trạm này. Gặp tôi, o xởi lởi, mừng ra mặt, nhưng cũng nhiếc mắng tôi xối xả:

- Mày là thằng vô tổ chức, vô kỷ luật! Mày làm mất mặt ba mày! Mày là thằng đào ngũ!

Tôi cự nự:

- Cháu vào Nam đánh Mỹ, có đào ngũ đâu!

Chẳng lay chuyển được tôi, o chạy sang lán bên, nhờ ông thủ trưởng kia can thiệp:

- Thưa thủ trưởng! O chỉ tay về phía tôi - Thằng đó là cháu của em! Ba nó là Phó Chủ nhiệm chính trị Binh trạm 32!

Ông cắt lời:

- Tôi biết cả rồi!

O hạ giọng, tìm cách lấy lòng ông:

- Thủ trưởng Đồng Sỹ Nguyên nhờ trạm chuyển lời hỏi thăm đến thủ trưởng! Và em nhờ thủ trưởng, đừng dẫn cháu vào trong ấy!

Ông xua tay:

- Tôi có dẫn đâu! Mà đó là nguyện vọng thiết tha của tầng lớp thanh niên đánh Mỹ!

Hai người trò chuyện một hồi lâu. O ra về. Ông buồn buồn ngồi lặng suy tư, rồi kéo tay tôi cùng ngồi xuống võng:

- Thôi, em nên ở lại với ông cụ, kẻo ông ấy buồn!

Tôi òa khóc tấm tức. Tôi khóc như đứa trẻ bị đòn oan! Mọi cái trong tôi sụp đổ hết. Trời trên đầu cũng đổ sập. Đất dưới chân cũng tan ra. Bốn phía rừng tối sầm. Mọi hy vọng tiêu tan. Tôi gục xuống dưới gốc cây...

Chợt, trong giây phút tuyệt vọng, tôi thoáng nghe ông nói nhỏ, như mở đường cho tôi:

- Nếu em quyết tâm, thì tôi đợi ở đường dây Giải Phóng!..

Tôi buồn, nhưng dẫu sao vẫn còn hy vọng. Ở với o tôi được hai hôm, tôi tìm cách chuồn tiếp. Vào đến đường dây Giải phóng, thì gặp ông. Bởi ông nán lại nói chuyện thời sự với anh em binh trạm đó.

Sau phút ngạc nhiên, ông cười và ôm chặt tôi vào lòng. Một cái ôm ghì rất khó tả. Hình như ông cũng không tin là tôi có mặt ở đây. Hình như ý chí đi vào của tôi là định mệnh. Hình như cuộc gặp lại của chúng tôi, là sắp xếp ở đấng cao xanh. Quả thế. Bắt đầu từ giờ phút thiêng liêng ấy, ông nhận tôi làm con nuôi. Hẳn nhiên, tôi gọi ông bằng cha nuôi. Cũng từ đó, tôi biết ông với cái tên Huỳnh Hữu Anh, và một loạt biệt danh khác: Tám, Tài, Quang. Ông là Tư lệnh Sư đoàn 3 Sao Vàng.

Quê ông ở Phù Cát, Bình Định. Bà Long, vợ ông, quê ở Quảng Ngãi. Hai ông bà tập kết ra Bắc, sinh được bốn người con trai, ông đều cho vào lính. Những đêm trên cánh võng, hai cha con đều bồi hồi trăn trở. Tôi biết ông lo lắng nhiều, lo vì con đường ra mặt trận còn xa lắc xa lơ, lo cho những trận đánh Sư đoàn của ông sắp tới, lo cho tôi, lo cho gánh nặng của một người cha nuôi. Còn tôi, cảm thấy hạnh phúc vô cùng. Tôi thầm cảm ơn ông bà tổ tiên đã cho tôi gặp nhiều may mắn. Tôi cảm ơn cuộc chiến tranh vĩ đại của dân tộc đã cho tôi thêm một người cha thứ hai. Cả ba người cùng trên một trận tuyến đánh Mỹ. Nhiều lúc tôi lại nhớ người cha đẻ tôi ngoài đó. Chắc giờ này, ông cụ lo và nhớ tôi nhiều. Nhưng rồi tôi tin ông sẽ hiểu khát vọng của tôi, hiểu truyền thống của gia đình cách mạng mà các chú các o của tôi, đều được ông dẫn đi bộ đội từ khi còn mười bốn, mười lăm tuổi...

Ba tháng trời ròng rã, cha con tôi lội suối băng rừng, vượt qua mưa bom bão đạn, đói rét ốm đau, cuối cùng thì chân bén đất Khu 5. Trên đường vào đây, tôi chứng kiến những điều mà người ta thường kể. Bộ đội đói rét ốm đau, mặt xanh lè xanh lét, nằm nhan nhản bên đường. Họ như những chiếc lá vàng nằm sấp xuống mặt đất. Hèn chi ngày ấy, nhà thơ Quang Dũng đã viết:

"*Anh bạn dãi dầu không bước nữa*
Gục bên súng mũ bỏ quên đời"

Một anh lính nằm co quắp, tội nghiệp, chìa bàn tay run run:

- Đồng chí ơi! Cho tôi ít gạo! Cho tôi ít nước!

Nói xong, anh ta lăn đùng ra đất, mắt từ từ nhắm lại. Đi lên một quãng nữa, một chiếc võng dù mắc toòng teng qua suối. Đầu võng gác một khẩu súng AK đã rỉ. Thoạt nhìn, tôi rùng mình, dựng tóc gáy: một bộ xương người! Đi một quãng nữa, thấy một người lính nằm trên võng rên hừ hừ. Một người khác lê từng bước chân nặng nhọc, rồi cúi xuống cắn vào đầu anh ta. Tôi thốt hỏi:

- Đồng chí làm gì vậy?

Người kia thở dốc, thều thào:

- Anh ấy bảo tôi cắn vào đầu, cho dễ chịu...

Ông cụ nhà tôi thở dài, bảo tôi lấy ít gạo, thực phẩm đưa sang cho họ. Cô Hồng, y sỹ đi theo đoàn, bất ngờ níu cha tôi lại, chỉ về phía xa:

- Thủ trưởng ơi! Ai giống người nhà của em!

Cả đoàn tức thì nhìn lui. Một người lính gầy rạc, đầu trọc lóc, đang lom khom nhóm bếp. Hồng lao đến ôm chầm lấy người đó, khóc như mưa. Người đó mếu máo khuỵu xuống. Cả đoàn đến sững sờ. Thì ra anh kia là người yêu của Hồng. Cả hai đều ở Kinh Bắc, cùng học một trường. Anh ta chia tay Hồng vào Nam. Được vài tháng, Hồng vào lính, và được phiên chế về quân Bộ Tổng tham mưu. Sau đó Hồng xin vào Nam, và được làm công vụ cho cha nuôi tôi.

Được ông cụ cho ở lại săn sóc anh ta, Hồng mừng hết chỗ nói. Không ngờ giữa hàng vạn người đi lại trên con đường giao liên, hai người yêu nhau được gặp nhau. Trong hoàn cảnh cũng rất thương tâm.

Bỗng, một người bận đồ đen chạy xồng xộc vào trạm, nói gấp với Trạm trưởng:

- Báo cáo thủ trưởng! Vườn sắn dự phòng của binh trạm ta, bị bộ đội hành quân đi qua nhổ sạch rồi!

Ông Trạm trưởng chau mày:

- Thế vệ binh gác vườn ở đâu?

- Dạ!.. Bị họ trói cả hai người vào gốc cây. Họ còn để lại mảnh giấy này!

Anh ta cho tay vào túi áo, lôi tờ giấy trải lên bàn. Chúng tôi chụm đầu đọc: "*Chúng tôi thuộc đoàn N3, đang trên đường hành quân ra mặt trận. Đói quá làm liều... Mong các đồng chí hết sức thông cảm!..*"

Chào thân ái!

Ông cụ nhà tôi trầm ngâm, quay sang nói với ông trạm trưởng:

- Đường xe còn lâu mới vào được! Bộ đội ta đói đạn, đói gạo lắm rồi! Bằng mọi cách phải đánh địch, để có súng có đạn mà dùng. Phải tự túc phát nương làm rẫy, và tìm cách xuống đồng bằng mua gạo, thực phẩm. Ông thở dài nói, như nói một mình - Một bát gạo, một bát máu!..

Dọc bờ sông Côn, địch càn dữ. Tiếng súng con nổ đì đẹt, chốc chốc có một vài phát pháo hiệu bắn lên từ bờ sông. Chúng tôi tìm cách cắt đường, mò lên các nương rẫy của đồng bào dân tộc. Rẫy nương không bóng người. Những triền ngô, nương lúa đang thì ngậm sữa, và cả những chòi canh bị máy bay trực thăng địch quăng quật, ngã rạp như có trận bão lớn vừa đi qua. Bỗng một người đầu trần, mặt mày phờ phạc, áo quần rách bươm dính đầy máu, máu chảy xuống nhuộm cả khẩu súng đeo trước ngực, có lẽ người từ trạm đến đón đoàn. Anh ta hổn hển thở, nói:

- Báo cáo! Trạm cử hai đồng chí đi. Dọc đường chạm địch tại Trà My, một đồng chí hy sinh! Trạm tiếp tế cho đoàn mấy lon gạo. Địch bắn thủng bao đựng... Anh ta giơ chiếc bao lép kẹp, lỗ chỗ vài vết đạn, lắc lắc cho vào mũ. Lắc mãi, chỉ còn vài nhúm…

Dạo này địch càn riết. Sư đoàn Không vận số 1, đứa con cưng của quân đội Hoa Kỳ, cùng Sư đoàn Mãnh Hổ, Sư đoàn Rồng Xanh của Nam Triều Tiên, tràn lên núi tìm diệt Cộng sản. Chúng đổ quân nhan nhản khắp các đỉnh đồi. Chúng kéo theo các trận địa pháo cỡ lớn. Máy bay trực thăng như chuồn chuồn râm ran trời đất. Vào đây, đường tìm đến trạm giao liên khó hơn ngoài kia nhiều. Địch đổ quân chặn các đường giao liên, đánh phá vào trạm. Trạm phải đi sơ tán. Có trạm phải tìm mất cả tuần lễ.

Tôi và cha tôi vừa đánh địch vừa xuyên rừng mở lối. Đến lúc này, đoàn của tôi thực sự bị đói rét, ốm đau sờ đến gáy. Nó sờ đến cả ông cụ nhà tôi. Đoàn có đến 6 công vụ, thì đã có 4 bị sốt rét nặng, buộc phải để lại phía sau. Thương ông cụ, nên nó chỉ dành cho ông có vài ngày sốt. Còn tôi là con nít, nó tha cho. Mấy ngày đó, cha con tôi ăn dè xẻn. Ngày một bữa cơm trộn sắn, người được lưng bát, còn một bữa toàn sắn. Thức ăn chủ yếu là chuối rừng chấm muối. Tính từ ngày gặp ông đến An Lão Bình Định, vừa tròn ba tháng 10 ngày. Ông chưa dám dẫn tôi vào ra mắt Sư đoàn bộ. Bởi lẽ, dạo này Sư bộ bị địch đánh phá liên miên, người ta nghi có điệp báo. Ông dặn tôi:

- Con ở lại trạm thu dung, vài bữa ba cho người ra đón.

Tôi hơi buồn, nhưng không nài nỉ ông nữa. Vì chân tôi sưng vù lên và lá lách cũng bắt đầu sưng.

Tuy mới chân ướt chân ráo vào đây, nhưng ngay chiều hôm đó, tôi mới thực sự được thấy Mỹ, và hơn thế được đánh Mỹ. Phần nào đáp ứng được khát vọng của tôi. Nắng trưa rọi vào căn nhà lá tuềnh toàng của anh em đơn vị thu dung. Lũ ve rừng đang tấu lên những bản nhạc chói gắt, hối hả. Tôi đang thiêm thiếp, bỗng giật mình. Tiếng đại bác nổ ùng oành bao lấy nơi tôi ở. Tiếng máy bay trực thăng xềnh xệch. Cây cối xung quanh ào ào như đưa võng. Thằng Bờm, người dân tộc hô:

- Máy bay! Chạ...ạy!..

Mấy đứa xách súng vọt ra ngoài. Tôi vẫn điềm tĩnh lấy khẩu AK của ai đó để lại, lên đạn roảng roắc. Tôi cứ ngỡ bình thường như trên đường mòn Hồ Chí Minh, nào ngờ nhìn lên, thấy chiếc máy bay trực thăng của địch đứng ngay lù lù trên đầu. Cánh quạt xoáy gió như bão. Thằng Mỹ ngồi ở cửa máy bay mặt đỏ lòm, cầm loa gọi. Có lẽ chúng đã ghi âm sẵn tiếng Việt, chỉ bật máy là tiếng loa phóng thanh phát ra:

- Hỡi các chiến binh Việt cộng! Các bạn đã bị bao vây! Các bạn hãy đầu hàng! Quốc gia sẽ trọng dụng!..

Tràng loa như phát ở chốn không người. Ngoài

tiếng vù vù của cánh quạt trực thăng, mặt đất lặng ngắt.

Chẳng thấy hồi âm, chúng bắt đầu thả thang trèo xuống.

Sau một phút hốt hoảng, tôi định thần. Nép sát vào gốc cây, tôi đưa súng lên ngắm. Tôi nhắm trúng vào thằng Mỹ tay cầm chiếc loa, tương một loạt liên thanh. Nó như một cái bao tải cát, rơi bịch xuống đất!

Chiếc trực thăng chồng chềnh nửa giây, rồi vọt lên cao, kéo theo cái thang dài ngoẵng. Bọn chúng bắn như mưa, căn lán bên cạnh cháy rần rật. Tôi xách súng chạy ra bìa rừng. Nhưng rồi phải quay lại, vì chưa lấy được ba lô. Tôi lần bước đến chỗ cũ, cố tìm lại mấy quyển sách quý mà bạn bè tặng tôi trước lúc lên đường. Nhìn vô, thấy bọn Mỹ đứng lố nhô đầy nhà. Tôi kê khẩu AK lên một tảng đá, nhằm đúng thằng Mỹ đen nổ một loạt. Hắn ngã vật xuống đất. Bọn chúng gào lên: Vixi! Vixi! Đạn AR15 và súng phóng lựu M79 cứ vây riết lấy tôi. Tôi cắm cổ chạy như ma đuổi. Miệng mũi tranh nhau thở. Về sau nhớ lại, tôi nghĩ rằng, chỉ có tuổi trẻ khờ dại mới liều lĩnh như thế. Thực ra, bọn địch bị bất ngờ. Bốn phía không một bóng đối phương. Chỉ sót lại một thằng tôi nhỏ bé, chúng không phát hiện...

Ra đến bìa rừng, tôi định tìm đường lên cứ, thì thấy giữa bãi cỏ tranh, bọn Mỹ đứng đông đen. Tôi đang loay hoay, bỗng gặp một người thanh niên da đen sạm, ở trần, đeo khẩu AK trước ngực. Anh ta hỏi dồn:

- Mới ngoài Bắc vô, hả? Con ông Tài hả?

Tôi gật đầu. Anh ta bảo:

- Thủ trưởng bảo tôi đi tìm cậu! Rồi anh ta cầm tay tôi, giục - Đi!

Tôi vẫn như bò con không sợ khái, chần chừ bảo:

- Đánh đã!

Anh ta ngăn lại:

- Không được đâu! Nó đông lắm!..

Tôi bảo:

- Bắn rồi chạy, sợ đếch gì!

Nghe tôi nói cứng, anh ta đồng tình. Cả hai anh em bò đến, nhằm vào lũ Mỹ đứng trên gò đất. Nhất tề xả hai loạt AK, rồi bỏ chạy. Địch bị bất ngờ, lăn rạp cả xuống. Và giây sau định thần, đạn địch sàn sạt đuổi theo. Nhưng đạn hình như có mắt, chúng tránh găm vào người chúng tôi...

Chúng tôi cắt rừng, tìm đường lên Ban chỉ huy Sư đoàn.

Ba tôi giục uống sữa, ông xoa đầu tôi cười:

- Nghe con đánh Mỹ giỏi, ba mừng!

Xong, ông cầm điện thoại điện cho ai đó. Một chốc thấy một người bận bộ đồ đen, cầm sang cho tôi một tấm bằng "DŨNG SỸ DIỆT MỸ CẤP 3" và nói:

- Cấp trên chúc mừng chiến công ban đầu của đồng chí!

Tôi đứng như phỗng, rồi cười hỏi ba tôi:

- Bao giờ con được xuống đồng bằng đánh Mỹ, hả ba?

Ông cười:

- Ở rừng, còn đánh chẳng hết nữa là...

Tôi được chuyển về đại đội trinh sát của sư đoàn. Đại đội có một trung đội tóc dài, chuyên nằm vùng, đánh địch rất giỏi. Các cô dưới ấy nghe tôi về đơn vị, nháo nhào cả lên. Thư các cô gửi lên như bươm bướm. Họ còn rủ rê tôi về dưới đó: "Tụi em nhớ anh lắm đó! Nhớ mau mà về, không tụi em ốm hết cho coi!"

Đang buồn, thì đại đội phó Hoàng rủ tôi đi săn máy bay trực thăng địch dọc sông Kim Sơn. Hoàng quê ở Phú Cát, Bình Định. Đó là một tay gan lỳ có tiếng, đã diệt nhiều trực thăng địch. Và sớm được đề nghị phong tặng danh hiệu anh hùng. Được Hoàng rủ, tôi mê ly, đồng ý ngay.

Hoàng bày cho tôi cách lấy rơm, bện thành những con nộm người, rồi lấy những tấm áo rách mặc vào cho nó. Đem cắm dọc bờ sông Kim Sơn. Tôi làm theo, như một trò chơi thú vị. Không có gì sướng hơn, khi trò chơi của mình dụ được địch vào bẫy.

Máy bay trực thăng địch quần lượn, nghiêng ngó nhìn những con nộm rơm sinh động của chúng tôi. Hẳn chúng tưởng bộ đội ta đi mang gạo. Chúng bắn một hồi, rồi sà xuống bắc loa kêu gọi. Tôi và Hoàng nín thở chờ đợi giai đoạn kế tiếp trong quy trình địch đánh bằng trực thăng. Quả thế, sau đó, chúng kẹp AR15 theo thang trèo xuống, để bắt sống Việt cộng.

Hoàng và tôi nằm sát gò đất cạnh bờ sông. Tôi run run vì lần đầu tiên mới được biết cách đánh khôn ngoan và táo bạo này. Hoàng nói trong tiếng máy bay gầm thét:

- Đồng chí nhắm vào mấy thằng Mỹ, còn tôi đánh chiếc máy bay! Lúc nào tôi hô, thì cùng bắn!

Chiếc trực thăng xuống thấp dần, triền lau ven sông bị cánh quạt máy bay quay ngã rạp. Những con nộm người lắc lư như say rượu. Áo của tôi bị gió cuốn bay tốc lên. Khi càng máy bay gần chạm đất, bọn Mỹ xô đẩy nhau nhảy ra. Hoàng hô: "Bắn!" Tôi bắn như mưa vào lũ Mỹ. Hai thằng địch ngã vật xuống sông. Một thằng chạy lại máy bay, định leo lên. Nhưng chẳng kịp nữa, chiếc máy bay bị Hoàng vặt lông, lửa cháy ngút trời. Lũ máy bay phía trên điên tiết, nhưng chẳng dám bắn xuống.

Diệt được thằng Mỹ còn lại, tôi và Hoàng biến vô rừng. Rừng là của bộ đội ta mà! *Rừng che bộ đội, rừng vây quân thù!..* Tôi mỉm cười trong bụng, nhớ đến câu thơ ấy của Tố Hữu.

Sau trận đó, tôi và Hoàng, được tặng mỗi đứa một bằng "DŨNG SỸ DIỆT MỸ CẤP 2"...

*

Xin mãi, cuối cùng tôi cũng được về vùng Đông lấy gạo. Chuyến đi đó, bị địch phục, có tám anh em, thì có đến 4 người bỏ xác lại dọc đường. Tuy vậy, các cô dưới đó đãi cho một bữa ra hồn. Có cả thịt chó nữa. Các cô trêu chọc tôi đến hoảng hồn. Ông Cận, Đại đội phó, phải dẹp loạn mới thôi. Chuyến đi này, về đến đơn vị, lương thực chỉ còn được một phần ba, quân số chỉ còn một nữa. Đúng như ba tôi thường nói: "Một bát gạo, một bát máu!"

Đang trực chiến trên chốt Đá Giang, thì ba tôi cho người đưa quà và thư lên chốt. Ông gửi cho tôi hai bánh thuốc rê, một gói đường và kèm theo 10 lá thư. Tôi và đồng đội thở dài, vì thư viết từ năm 1968, có nghĩa cách bốn năm, mới tới. Đọc thư em gái, tôi rưng rưng nước mắt: "Anh ơi, giặc Mỹ đốt cháy nhà mình rồi! Bà con làng xóm đã dựng lại cho mẹ và em một cái lều tạm. Đêm nào ngồi dưới hầm học bài, em cũng nhớ về anh. Đêm nào mẹ cũng thắp hương cầu nguyện cho anh. Sao ba và anh chẳng viết thư về cho em?"

Nói thật, từ ngày vào đây đến giờ, tôi chẳng thư từ gì cả, bởi vì tôi trốn ba tôi mà. Mặt khác, bom đạn ngày đêm, sống chết kề bên, nên cố quên đi tất cả. Tôi đem thư của một người con gái về khoe với ông cụ. Xem xong, ba tôi khen lấy khen để, bởi trong thư có đoạn viết: "Chắc anh quên em rồi đó! Em là con của bà mẹ sống bên Cồn Nâm, xã Quảng Minh, Quảng Trạch. Mẹ tóc bạc như mây, sớm chiều đi sang Quảng Hòa tiếp tế lương thực cho bộ đội và nhận bố anh làm người thân... Em nay đã là sinh viên trường Đại học Dược khoa. Ba anh có gửi cho em một chiếc võng dù, một cái bi đông đựng nước. Nếu ngày mai, anh rủi ro bị thương trở về, sẽ có em chăm sóc..." Đọc thư xong, tôi nổi gai sống lưng. Cố hình dung khuôn mặt ấy. Song thời gian và khói bụi chiến tranh xóa nhòa, tôi chẳng còn nhớ nữa. Mà đúng thật! Ngày ấy, tôi chỉ gặp em có một lần, khi ra thăm ba đẻ tôi an dưỡng ở ngoài đó. Ông cụ xem xong thư, cười rồi giục tôi:

- Con viết thư cho cô ấy đi! Bảo cô ấy gửi ảnh vào xem sao!

Tôi lắc đầu:

- Người ta gửi vào mất bốn năm. Mình gửi ra thêm bốn năm nữa. E không còn sống mà đọc thư của người ta nữa đâu! Thôi mình chịu khổ, chứ đừng làm người ta khổ nữa, thủ trưởng ạ!..

Hôm sau, ông gọi tôi và đại đội trưởng Hoàng lên căn dặn: "Ra Quảng Ngãi, bắt liên lạc với du kích Mộ Đức, huyện Đức Phổ, đưa cháu ruột của ông lên cứ" Ông còn dặn thêm: "Nếu quá khó khăn, thì tìm mọi cách bắt nó lên!" Hoàng tò mò hỏi: "Nam hay nữ, thủ trưởng?" Ông nhìn tôi: "Con gái, mới 14 tuổi" Ông đưa cho Hoàng một tờ giấy, đã vẽ sẵn sơ đồ.

Tôi và Hoàng mò mẫm, rồi cũng tìm về được Mộ Đức. Mộ Đức dạo này địch đánh phá hết sức ác liệt. Chúng cày ủi trơ trọi, tan hoang. Dân tình chúng giết gần như sạch trơn. Chỉ còn vài nóc nhà le te, lửa khói ngút trời.

Dì Thuận, em của ba tôi, lắc đầu:

- Con bé nó không chịu đi! Tao nói hoài nói mãi, nó chẳng ưa...

Hoàng bàn với dì Thuận xong, lên kế hoạch cho tôi. Hai đứa phục kích ngay con đường đi qua trước cửa nhà dì. Khoảng 8 giờ tối, con bé học bài xong, từ nhà hàng xóm đi về. Dưới ánh đèn dù, nó đang lom khom rửa chân bên hồ nước cạnh chỗ tôi nằm. Nhanh như cắt, Hoàng vọt lên bịt miệng nó. Nó la hét giãy giụa một lúc, rồi lịm luôn. Hoàng xốc cô bé lên vai, cõng chạy như bay lên đường tàu. Một chiếc cáng đã chờ sẵn, anh em du kích Mộ Đức lập tức khiêng cô bé đi. Lúc này, tôi mới biết, cô bé tên là Lâm, có chị ruột là Liên. Bởi vậy, hàng xóm gọi dì Thuận là dì Liên. Ông Tài và bà nội con bé là chị em ruột. Như vậy, Lâm gọi ba nuôi tôi bằng ông.

Lên cứ đã ba hôm, mà con bé chẳng ăn uống gì cả. Nó khóc ròng, làm ba tôi đến suốt ruột. Nó chẳng chịu nhận ba tôi bằng ông. Mọi người dỗ dành, nó đều lắc đầu. Lâu lâu nó liếc mắt nhìn ông, như dò hỏi: "Ông là ai? Sao bắt cóc tôi đến đây?", rồi cúi gằm mặt xuống. Cũng đúng thôi, bởi khi ông tập kết ra Bắc, nó đã sinh đâu?

Mấy tháng sau, nó quen dần với cuộc sống hiện tại. Ba tôi điều các chị quê Mộ Đức lên ở với Lâm. Xem chừng, nỗi buồn con bé chẳng kéo dài được lâu. Nó ăn nói đã bạo dạn, thậm chí còn đanh đá, chua ngoa nữa!

Một chiều, địch đuổi sát sau lưng, Sư đoàn bộ phải hành quân cấp tốc. Bỗng cô bé Lâm từ phía sau vọt lên trước mặt tôi, cắt ngang đội hình trinh sát. Thằng Hùng bạo mồm, kêu:

- Chắn đường thế, người ta đi sao được?

Cô bé quay lại, lườm Hùng một cái, nói:

- Con trai, răng mà vô duyên!

Hùng tức điên, nhưng vẫn cố nhịn, trêu chọc:

- Đưa ba lô đây, anh mang cho!

Cô bé càu nhàu một lúc, rồi tức tưởi khóc. Cả lũ chúng tôi cắn môi cười. Đào Quang Thắng mỉa mai:

- Đã thấy hổ rừng xanh chưa?

Tưởng dọa thế, cô bé sẽ sợ hãi. Ngược lại, bị cô ta ném cho một cái nhìn tưởng vọt tim ra ngoài. Từ đây, chúng tôi hiểu, sẽ luôn cận kề một cô bé sắp trưởng thành, tính tình cứng cỏi không vừa!..

Từ đó, bàn chân cha con tôi giẫm đạp lên nhau, bôn ba trên khắp chiến trường. Lúc lên rừng, lúc xuống biển. Lúc vào tận Phú Yên, lúc ra Quảng Ngãi. Cả hai cha con chia sẽ buồn vui trong từng chiến dịch.

Chiến dịch xuân hè năm 1972, Sư đoàn 3 cùng quân dân Bình Định đồng loạt tiến công địch, giải phóng một vùng đất rộng lớn. Cắt đứt đường Quốc lộ 1A, từ bắc Phù Mỹ đến Sa Huỳnh, Quảng Ngãi. Cha con có dịp được đi trên đường một thênh thang, được trở về nơi chôn rau cắt rốn của ông. Gặp lại quê hương, gia đình, cha con tôi mừng vui khôn xiết.

Tháng 4 năm 1975, là thời điểm đáng nhớ của dân tộc, và của Sư đoàn 3 Sao vàng, cũng như của cuộc đời tôi. Tôi bị thương tại ngã ba Xuân Lộc, được chuyển ra Quân y viện 15 Nha Trang. Tôi bị gãy xương đùi, buộc phải xử lý bằng phương pháp đóng đinh nội tủy. Kỹ thuật ấy không thể thực hiện được ở các bệnh viện Nam Trung bộ lúc này, phải chờ bay ra bệnh viện Hà Nội...

Vài ngày sau, tôi đột ngột nhận được thư của cha nuôi tôi, do một người ở khung hội nghị quân khu chuyển đến. Bức thư chỉ có mấy dòng: "*Con yêu th*ương của ba! Ba đã chuyển đi đơn vị khác rồi! Cầu chúc con an tâm điều trị để sớm trở về quê hương. Nếu được ra ngoài đó, cho ba gửi lời thăm bố mẹ, cùng bà con nội ngoại của con. À! Cho ba gửi lời thăm cô bé con bà mẹ nuôi của ba *ruột con...*" Cuối thư, ông còn dặn thêm: "*Cái L*âm vào điều trị tại chỗ con đó! Con nhớ động viên nó!.."

Cầm lá thư, tôi trào nước mắt, nghẹn ngào xúc động. Chao ôi! Giờ đây ba tôi đang tất bật trăm công ngàn việc, vậy mà ông vẫn lo lắng cho tôi thấu đáo vậy ư? Cũng qua người đưa thư, tôi biết ông cụ được điều lên làm Phó Tư lệnh Quân đoàn 2...

Ngày tôi ra Bắc, sân bay Nha Trang chiều nắng ấm, đong đầy nước mắt mấy người bạn lính. Đào Quang Thắng sụt sùi, nhét vào túi áo tôi bài thơ "*Tạm biệt*". Thái Văn Thành xăm xăm đuổi theo cáng thương, rồi đeo vào tay tôi chiếc đồng hồ hiệu *Xenco*. Lan và Vân, hai đứa em kết nghĩa, làm việc tại phi trường Nha Trang, khóc như mưa. Và đầy đủ tổ trinh sát kỹ thuật Sư đoàn 3 Sao Vàng. Tôi vội lấy bài thơ "Tạm Biệt" của Thắng ra đọc. Những lời thơ ấm áp, chân tình làm tôi xúc động đến nghẹn ngào:

Thơ tặng mày trước lúc xa
Biết nói gì Khởi nhỉ ?
Chúng ta sống những năm dài đánh Mỹ
Bao nhiêu là ước mơ...

Thôi, chào mảnh đất Khu 5 kiên cường bất khuất. Chào Bình Định anh dũng kiên cường. Chào người cha nuôi kính yêu đã đùm bọc, che chở, dạy dỗ tôi nên người. Chào Bộ tư lệnh Sư đoàn 3. Chào tổ Trinh Sát Kỹ Thuật những ngày sống chết bên nhau. Cùng tất cả những đồng đội đang âm thầm lặng lẽ nằm lại nơi mảnh đất máu lửa này. Tôi phải chuyển viện, ra Bắc điều trị. Tôi bị thương ở ngã ba Xuân Lộc, bị bom giập gãy xương đùi. Phải phẫu thuật đóng đinh nội tủy, ở một bệnh viện có điều kiện thực hiện...

Mùa hè năm 1976, với đôi nạng gỗ và bộ quân phục lấm lem khói đạn, tôi lê bước về nhà. Gặp lại quê hương, gặp lại cha đẻ và gia đình, tôi mừng mừng tủi tủi. Nhìn cha tôi có vẻ trầm lặng, rất khó đoán nội tâm. Ông chợt vui, chợt buồn. Chợt đăm chiêu. Phải chăng, tâm trạng của ông lúc này, giống như tâm trạng trong hai câu thơ sau, của nhà thơ mặc áo lính Đỗ Quý Dũng trở về sau chiến tranh:

Khoảng trời da diết Trường Sơn
Chợt vui khi nắng, chợt buồn khi mưa...

Ông vui vì đất nước cuối cùng cũng được thống nhất, giang sơn thu về một mối. Vui vì gia đình có một tinh thần yêu nước tuyệt vời, có một truyền thống cách mạng vô bờ bến, với anh em, con cháu xung phong ra nơi tuyến đầu bom đạn. Có thể ông vui cả vì tôi, đứa con ông yêu quý, trưởng thành lớn lên trong cuộc kháng chiến vĩ đại này. Ông buồn vì có biết bao nhiêu đồng đội, đồng chí của ông, của con trai ông, đang nằm lại trên các tuyến đường mòn huyền thoại ấy. Đôi khi, tôi thấy ông gần như thảng thốt, thất thần. Có lẽ trong đầu ông chợt nghĩ, sao cả hai cha con tôi lao vào đạn lửa khốc liệt, cái sống cái chết trong tấc gang, lại sống sót trở về? Tôi biết tính ông, mọi suy nghĩ giấu kín trong lòng, ít bộc lộ ra ngoài. Vì thế, tôi và ông ít tâm sự, chỉ dành cho nhau những khoảng lặng. Dường như cả hai cha con đều vắt tay ra đằng sau, thấy rùng mình, nghe lạnh buốt sống lưng…

Đó là những khoảng lặng khủng khiếp trong tâm hồn, khi nghĩ về những tháng năm chiến trường thiếu đói, nghĩ về những cái chết của đồng đội. Tựa như người mang nặng leo núi. Cắm cúi bước trong nặng nhọc, mồ hôi vả ra đầm đìa. Sức tàn lực kiệt. Không nghĩ có ngày sẽ leo lên được đỉnh dốc. Nhưng khi qua được bên kia đỉnh dốc, nhìn lại, chợt rùng mình. Không hiểu vì đâu, nhờ đâu, mà ta qua được con dốc khủng khiếp này...

Tôi rưng rưng nhìn đôi chân ông tím bầm, lở loét. Nom như rừng Trường Sơn sau khi bị chất độc da cam của địch làm trụi lá. Đầu ông trọc lóc, lưa thưa vài sợi tóc, trơ trọi như những quả đồi bom Mỹ giội đêm ngày, như cao điểm Văng Mu chằng chịt hố bom thuở ấy tôi trực chiến. Ông thường ngồi một mình đốt thuốc, trầm ngâm trong chiều tà. Hình như ông quên cả chuyện mình đang hút, cứ bập nhả liên hồi. Khói tuôn lên từng búi, xoắn lại hình chiếc nấm trên đầu, tự khói bom địch ném xuống đỉnh Văng Mu...

Một hôm, ông giục tôi viết thư cho con gái bà mẹ chữa bệnh cho ông ở Quảng Minh, huyện Quảng Trạch. Mặc dầu vết thương chưa khỏi, lòng canh cánh sự nghiệp chưa thành, nhưng chiều ông, tôi đánh liều viết. Bức thư với lời lẽ chân thành của người lính vừa đi ra từ cuộc chiến máu lửa. Và có lẽ, định mệnh của lá thư hôm nào cô viết gửi cho tôi ở chốt Đá Giang, đã gắn bó hai chúng tôi. Tôi không nhắc chuyện vì lá thư của nàng, ba đồng đội tôi đã ngã xuống. Nhưng tôi đồ rằng, họ đã góp phần xui chúng tôi nên vợ nên chồng...

*

Tình cờ biết cha nuôi tôi đang ở Đà Nẵng. Ông lại bị thương nặng trong chuyến đi thị sát chiến trường Campuchia cùng các sỹ quan cao cấp của ta. Tôi và cha đẻ tôi vội vàng vào thăm ông. Gặp nhau, cả ba cha con bùi ngùi xúc động. Tôi đưa thư đứa cháu gái của ông vừa mới viết cho tôi, cho ông xem. Ông chau mày, dừng lâu trên mấy dòng chữ: "*Dạo này em yếu lắm! Vết th*ương tái phát! Có thể một ngày không xa phải gần đất xa trời, nên em gắng lần tìm đồng đội… Anh đừng tiết lộ thư em cho ai biết, vì cuộc sống bon chen kinh tế hôm nay. Có được mấy người đồng cảm với người lính hôm nay đâu..." Ông lặng hồi lâu rồi thở dài:

- Chiến tranh là vậy đó! Di chứng chiến tranh còn nặng nề lắm. Chưa thể tính hết những hệ lụy của nó trên đất nước này đâu! Ông dừng lại, đưa tay nắn nắn lên vết thương ở đùi của tôi, rồi nói tiếp - Chúng ta may mắn còn sống sót, để được gặp nhau. Đó là ân phúc to lớn của tổ tiên...

Tôi ngậm ngùi nhìn cha đẻ, cha nuôi, và nhìn mình, cả ba đã đi qua cuộc chiến khốc liệt dằng dặc, ai cũng như thất thần, không hiểu vì sao mình còn sống sót. Dù thân thể đầy thương tích, nhưng trong sâu xa, ai cũng nghĩ về sự bưng hộ của các bậc tổ tiên, để còn sống sót trở về.

- Chiến tranh tàn khốc vậy đó, mất mát vậy đó... Cha nuôi tôi chợt cất tiếng, nói tiếp - Nhưng khi đã không thể tránh được chiến tranh, thì phải tiến hành cuộc chiến tranh chính nghĩa, cuộc chiến tranh nhân dân, để giập tắt cuộc chiến tranh phi nghĩa ấy!

Cha đẻ tôi bỗng hào hứng, nối thêm mạch tư duy ấy:

- Phải, phải! Chúng ta chấp nhận hy sinh mất mát, thân thể cá nhân nhiều thương tích, da thịt lở lói. Nhưng da thịt Tổ quốc phải được liền lại, non sông được thống nhất...

Ôi, tôi có hai người cha vĩ đại làm sao! Bóng họ bao trùm và tỏa mát cuộc đời bé nhỏ của tôi...

Tôi viết lại chuyện này, có hơi muộn mằn, khi cả hai người cha thân yêu của tôi đã sớm về an nghỉ cùng đồng đội. Còn tôi, đứa con yêu của hai cụ, vẫn đang bơ vơ giữa dòng đời xuôi ngược. Dẫu sao, câu chuyện này, như một nén tâm nhang của đứa con thân yêu gửi về hai cụ, hai người lính, hai đồng đội, hai người cha kính yêu, đã nuôi dưỡng, dạy dỗ tôi. Và cuộc chiến tranh máu lửa ấy, đã tôi luyện tôi nên người…

BÀI THƠ "LẤP HỐ BOM" NƠI NGÃ BA ĐỒNG LỘC

Tháng 4 năm1968, tôi theo ba tôi vào chiến trường. Đúng ra, từ Lệ Thủy quay ra Binh trạm 15 đóng ở Cự Nẫm, rồi vào Binh trạm 32 luôn, vì ông đang làm Phó Chủ nhiệm chính trị Binh trạm đó. Nhưng ông có điện khẩn của ông Đồng Sỹ Nguyên, yêu cầu phải quay ngược ra Nghệ An, làm việc với Tỉnh đội ở đó theo việc điều binh.

Ra Tỉnh đội Nghệ An được một ngày, cha con lại lật đật quay vào. Được Bộ Chỉ huy Tỉnh đội gửi đi theo xe chỉ huy của trung đoàn pháo cao xạ ZN3 đang trên đường hành tiến vào Nam.

Xe đi đường rừng quanh co khúc khuỷu, đạn bom thù đánh liên miên. Xe đi qua đường 30 (15A) vượt qua Truông Bồn trong đêm. Có lúc xe phải dừng giữa đường, bởi phía trước có bom nổ chậm, anh em công binh đang phá bom. Tôi và ông cụ được anh em công binh dẫn xuống hầm trú ẩn. Một loạt bom tọa độ kéo dài râm ran trời đất. Dưới ánh sáng đèn dù, tôi thấy một người lính đến báo với Ba tôi: "Báo cáo thủ trưởng! Đường tắc, xe bị cháy ba chiếc. Anh em vừa kịp cứu hàng ra khỏi xe". Cùng lúc đó, tôi nghe rõ ba phát súng báo hiệu lệnh tắc đường. Các xe pháo nhanh chóng lánh vào hai bên đường. Trên đầu, máy bay địch đang quần đảo, soi mói. Một đoàn nam nữ thanh niên lao ra, bất chấp cả bom đạn. Lợi dụng pháo sáng địch, mọi người tranh thủ san lấp hố bom. Công việc tranh chấp hối hả. Họ vừa làm vừa hát. Hình như tiếng hát cất lên, là để tự trấn an mình trước cái chết đang rình rập, cũng là để quên đi mệt nhọc.

Lát sau, hai tiếng súng thông đường báo hiệu, đội hình xe lại hành tiến...

Đi chừng 4 tiếng đồng hồ, bỗng dưng đoàn xe ùn lại. Đồng chí lái xe ghé tai nói với ông cụ nhà tôi:

- Trọng điểm Ngã ba Đồng Lộc đây rồi, thủ trưởng ạ!

Ba tôi nói lại, như để cho tôi rõ:

- Là yết hầu của đường mòn Hồ Chí Minh đây! Bọn xâm lược Mỹ định dùng bàn tay sắt để bóp nghẹt yết hầu này. Nhưng không thể được! Chúng ta đang chiến thắng, bằng cả sức mạnh vật chất lẫn tinh thần!..

Trên đầu, máy bay địch gầm rú điên cuồng. Chúng bám riết lấy đoàn xe, săn đuổi. Núi đồi mịt mù lửa khói trong trời đêm nhập nhọa pháo sáng. Những tiếng nổ và ánh chớp xé rách màn đêm. Ngã ba phơi ra nhấp nhô gò đống và chồng chất hố bom. Không khí đặc quánh, mùi thuốc bom khét lẹt. Nơi này trống trải, không còn một lùm cây, bóng lá. Đường lại gập ghềnh vì hố bom chồng lên nhau. Đoàn xe nghiêng ngả, chậm chạp trườn qua các bờ hố bom. Mặc bom đạn địch từ máy bay giội xuống, tiếng nổ và ánh chớp lóe lên đây đó. Bom cứ nổ, đoàn xe cứ lầm lũi đi.

Chợt, một cô gái còn trẻ, tay cầm cờ trắng bám lấy bên ngoài thành ca bin xe của tôi. Cô luôn miệng hướng dẫn, chỉ đường cho lái xe tránh hố sâu. Lại bom đánh tắc đường. Lại xe cháy, hàng cháy. Ngã ba Đồng Lộc lúc này, không còn đâu là tim đường. Địch ném bom xuống bên này, thì đất vun lên phía bên kia. Khi đó các cô thanh niên xung phong lại lao vào san lấp, tạo đường mới cho ô tô đi. Cứ như thế, tim đường luôn di động. Vừa san lấp, vừa hướng dẫn xe đi, các cô thanh niên xung phong bận tíu tít. Ai cũng căng mắt trong bóng tối để dò đường. Các lái xe căng mắt với chút ánh sáng đèn gầm yếu ớt, và căng mắt theo hướng dẫn của các cô, tránh để xe khỏi lao xuống hố bom. Nghe nói đôi khi trời tối, có những cua đường phức tạp, các cô phải ngâm mình dưới nước làm cọc tiêu cho xe qua.

Đi thêm một chặng nữa, thì có xe con của Binh trạm 32 ra đón cha con tôi. Vào được Binh trạm 32, tôi chưa hoàn hồn. Tối hôm đó, dù rất mệt, tôi vẫn không sao ngủ được. Lòng cứ nghĩ miên man về các cô gái ở túi bom nơi ngã ba Đồng Lộc. Cuối cùng tôi bật dậy, bấm đèn pin hạt đỗ, viết luôn bài thơ "*Lấp hố bom*", để tặng các cô gái thanh niên xung phong nơi ngã ba Đồng Lộc kiên cường dũng cảm ấy.

Tôi viết trong cảm xúc một đêm mình vừa trải qua, nơi sự sống và cái chết cách nhau gang tấc. Các cô thanh niên xung phong còn rất trẻ ấy, đã đem tuổi thanh xuân của mình, làm nên sự sống con đường. Mỗi cá nhân các cô có thể hy sinh, nhưng con đường phải được sống mãi. Mạch giao thông ra mặt trận không thể bị đứt trong một giờ. Bài thơ viết xong, tôi đọc cho anh em trong đơn vị nghe. Không ngờ được Chính ủy Binh trạm Vũ Xuân Chiêm đem gửi cho báo Đoàn 559 mà tôi không hay.

Một hôm, nhà thơ Phạm Tiến Duật, lúc đó ở Đoàn 559, gọi tôi lên gặp. Tôi hồi hộp vô cùng. Không biết nhà thơ nổi tiếng với những bài thơ chúng tôi chép trong sổ tay, mời tôi lên về việc chi. Hóa ra, đó là một cuộc trao đổi, với nhiều câu hỏi mang tính chất vấn của nhà thơ đối với tôi. Về sau tôi nghĩ, có lẽ nhà thơ Phạm Tiến Duật muốn thẩm tra chính xác, tôi có phải đích thực là tác giả của bài thơ "*Lấp hố bom*" hay không? Lúc đó, tôi rất mừng vì lần đầu tiên được gặp nhà thơ Phạm Tiến Duật bằng xương bằng thịt. Và tôi vô tư chuyện trò với nhà thơ rất cởi mở, kể về hoàn cảnh ra đời bài thơ. Tôi còn đọc cho nhà thơ nghe lại nguyên văn. Phạm Tiến Duật gật gật đầu, chăm chú lắng nghe...

Sau đó, bài thơ được đăng, kèm ký họa chân dung của tôi, ở báo Đoàn 559, vào số tháng 5 năm 1968. Tôi mừng hết chỗ nói, vì lần đầu tiên thơ mình được đăng báo. Hơn thế, nó trở thành một kỷ niệm sâu sắc, khi chân ướt chân ráo mặc áo lính, nơi con đường Trường Sơn huyền thoại...

Cũng không ngờ, khoảng chừng sau 3 tháng sau, chúng tôi nhận được tin đau buồn về sự hy sinh của mười cô gái ấy. Và, biến đau thương thành hành động cách mạng, đơn vị tôi lại sôi nổi học tập tấm gương hy sinh dũng cảm cứu xe, cứu đường của mười cô gái nơi ngã ba Đồng Lộc.

Dù bây giờ, tôi đã xuất bản vài tập thơ được bạn bè yêu thích, nhưng với "*Lấp hố bom*", là bài thơ đầu tiên được in, khi tuổi đời của tôi cũng bằng độ tuổi các cô gái ở Ngã ba Đồng Lộc.

LẤP HỐ BOM

Lấp hố bom sâu cho đường ta lại phẳng
Lấp vết đau thương bằng nhát xẻng căm thù
Chính ở nơi đây chúng ta đang chiến thắng
Trong tiếng bom rền đường vẫn rộn lời ca

Ơi em gái mới tròn mười tám tuổi
Mỗi nhát xẻng đưa em lớn dậy với con đường
Đất sỏi trở mình như máu hồng thắm lại
Em làm gì? - Em đánh Mỹ giữ quê hương

Chia tay trên một chặng đường
Chào em gái nhỏ thân thương quê nhà
Đêm nay lửa rực trời xa
Chắc môi em nở muôn hoa đón chào

Rộn ràng giữa cảnh trời sao
Thoảng trong cơn gió ngọt ngào hương quê...

Ngã ba Đồng Lộc, 04/1968

CỔNG TRỜI

Những tia chớp nhì nhằng, xanh lè, ma quái. Những tiếng nổ long trời lở đất, xé rách cả màn đêm. Xé rách cả một vùng trời phía trước.

Tôi và ông cụ, cùng các chiến sĩ công binh trạm Khe Ve, chôn cất người công vụ của ba tôi, bên phía phải ngã ba đường. Mưa xối nước lên nấm đất đã đắp xong xuôi. Người liệt sỹ đó tên là Cừ, quê Hà Tĩnh. Anh hy sinh ngay trên thùng xe, không ai hay biết, khi đoàn xe đang mò mẫm trong đêm, đi qua tọa độ lửa Truông Bồn. Lúc đó, cha con tôi cùng anh Cừ công vụ, đi nhờ đoàn xe cao xạ pháo ZN3, cũng đang trên đường hành tiến lật cánh sang phía tây Trường Sơn vào Nam. Đã có năm xe bị cháy, gây ách tắc. Con đường độc đạo gồ ghề. Chỉ đi được một chiều, xe không thể lách vượt lên. Đành dừng lại chờ, cam chịu đưa lưng hứng bom, rockét địch giội xuống.

Khi ông cụ nhà tôi và ông trung đoàn trưởng Cao xạ pháo đi đến một quyết định táo bạo, mở đường máu cho đoàn xe pháo cao xạ. Bằng cách, vừa hành tiến vừa dương nòng pháo lên đón đánh máy bay địch. Có lẽ anh Cừ, người công vụ đáng thương của ba tôi, hy sinh trong lúc ấy. Tội nghiệp cho anh, ra đi chẳng ai hay biết, chẳng có lời trăng trối nào gửi lại. Vì anh ta ngồi một mình sau thùng xe. Mãi vào đến đất Quảng Bình, khi xe dừng mới phát hiện. Đắp mộ cho anh xong, chúng tôi cắm mấy nắm bông mua rừng hái vội lên đầu nấm đất. Và gửi anh ở lại với núi rừng quê hương, cha con tôi nuốt thầm nước mắt chia biệt, vội vã lên đường...

Ông tiểu đoàn trưởng công binh, cầm bức điện đợi ven đường, nói với ba tôi: "Có lệnh của đồng chí Tư lệnh Binh đoàn Đồng Sỹ Nguyên, đồng chí ở lại ngay hang đá Cổng Trời đêm nay. Sẽ có xe Binh trạm ra đón. Nếu còn thời gian, đồng chí hãy quay lại kiểm tra tổng kho Khe Ve. Có tình hình gì, thì báo gấp!". Ông ta chỉ tay về phía hai dãy đá lèn sừng sững, trong đêm tối mờ mờ. "Đấy, Cổng Trời đấy!" Dưới ánh sáng pháo sáng của máy bay địch, Cổng Trời hiện lên rõ mồn một như ban ngày. Nó to lớn như hai ngôi nhà cao tầng, lại như hai ông khổng lồ, đang chụm đầu vào nhau. Dưới chân của chúng, là con đường rải đá dăm chạy qua. Nom như chiếc cổng vĩ đại của con đường lên trời. Tôi thầm reo lên, như vừa phát hiện: "Cổng Trời trước mặt, kia kìa!"

Hai cha con tôi đứng cạnh nhau, nhìn Cổng Trời một lúc. Tôi chợt nghĩ, sao nó giống hình ảnh cha con mình lúc này đến thế? Mà sao cha con mình sướng thế! Cổng này đi được lên trời thật ư?

Chút suy nghĩ ngây ngô trẻ con của tôi chấm dứt, khi máy bay địch quần đảo, soi mói rừng đêm. Có lẽ chúng đang săn đuổi đoàn xe cao xạ pháo, đang trên đường hành tiến. Họ sẽ vượt Cha Lo, theo con đường chiến lược chạy sang phía đất bạn Lào. Một người lính công binh, khuôn mặt vương mùi khói đạn, dẫn cha con tôi xuống hầm. Vừa lúc có mấy loạt bom tọa độ nổ vang rền, rung cả vách hầm.

Kẻ địch cũng hiểu được vị trí đắc địa của Cổng Trời. Các đoàn quân, các đoàn xe pháo vào Nam, tất tất đều phải đi qua con đường độc đạo chạy giữa hai dãy lèn đá cao lớn này. Chúng không thể lao xuống sát cắt bom, vì sợ chạm phải lèn đá. Đành phải rải bom tọa độ liên tục. Bom cày ủi, xé nát bốn phía Cổng Trời. Núi đá ngả nghiêng, chao đảo như đưa võng. Cây cối đất đá rơi rào rào, đổ ngổn ngang. Mùi cây cháy hăng hắc, trộn mùi thuốc bom khét lẹt....

Hang đá cha con tôi trú đêm, nằm ngay dưới chân khối đá lớn phía phải Cổng Trời. Hang khá rộng, có thể chứa được trên 10 người. Trong loạt bom xé trời, tiếng nổ đanh đến long óc, ba tôi ôm chặt tôi vào lòng, thì thầm: "Con đừng sợ! Nó đánh không trúng đâu!" Nhưng tôi sợ thật sự! Khi mới 17 - 18 tuổi đầu, còn ngây ngô vụng dại. Chưa có lấy một ngày huấn luyện trong quân ngũ, đã chân ướt chân ráo theo cha ra chiến trận. Giờ bị ném vào nơi trọng điểm ác liệt này, làm sao lại không sợ được? Tôi run như cầy sấy! Đường lên trời đâu chẳng thấy, lại ngồi co rúm như con chó tiền rưỡi, trong cái hang đá tăm tối ngột ngạt, như đường về âm phủ...

Lúc sau, có hai người lính sầm sập bước vào, kéo theo vào hầm thêm hai xác người, máu me bê bết. Máu chảy lênh láng cả cửa hầm. Hai người lính vội đi ra. Ba tôi giục cậu y tá của mình:

- Tiêm cầm máu ngay!..

Người y tá lom khom, một tay rọi đèn pin, tay kia banh mắt từng người một kiểm tra. Rồi anh ta ngẩng mặt lên, nói với ông cụ nhà tôi một cách buồn bã và thất vọng:

- Chết hết rồi, thưa Thủ trưởng!..

Ông cụ thở dài, xót xa...

Bom lại thả mịt mù đồi núi. Cổng Trời rùng rùng rung chuyển, tưởng bay lên trời. Cha con tôi cũng tưởng chừng như đang ngược đường leo lên trời. Có cảm giác những khối đá khổng lồ của Cổng Trời muốn vỡ vụn ra, và nguy cơ sập xuống. Một người lính khác lại bước vào. Anh ta xầm xì to nhỏ gì đó với ba tôi. Ông cụ liền quay sang cậu y tá và tôi, nói:

- Hai đồng chí hãy ngồi đợi đây! Sáng mai đơn vị sẽ cho người ra khâm liệm chôn cất tử sỹ. Giờ tôi phải đi có việc gấp. Tôi sợ hãi vô cùng. Lại có cái gì hốt hoảng và bực bõ, liền trách cứ ông:

- Ba thả con đây sao? Nhưng không thấy ông phản ứng gì, tôi liền nói vớt vát - Ba nhớ đi mau về nghe!

Hai anh em chúng tôi ngồi canh hai xác chết suốt đêm. Mỗi phút đợi như dài hàng thế kỷ, người lảo đảo, ớn lạnh như có ma nhập. Có lẽ đêm trong hang đá thấm lạnh, lại hấp hơi người chết. Tôi cứ bồn chồn lo lắng, ngóng đợi ba tôi về nóng cả ruột. Cuối cùng, ông cũng mò về lúc nửa đêm. Tưởng đi đâu, hóa ra ông sang kiểm tra tình hình kho trung chuyển Khe Ve. Nghe nói, tổng kho vừa mới bị đánh bom chiều nay.

Người ông bơ phờ, mặt mày nhem nhuốc. Ông thều thào, buồn bã nói:

- Cháy hết rồi! Bom đánh trúng kho!..

Nhưng tai tôi không nghe gì. Nhác thấy bóng ông về, tôi òa lên khóc nức nở. Tiếng khóc chen lẫn mừng vui và hờn dỗi. Ông cười, trêu:

- Xấu chưa tề! Bộ đội cụ Hồ, ra trận mà lại khóc!

Trời mưa tầm tã. Suối khe nước dâng chảy ào ào. Mưa thè lưỡi liếm vào các bờ taluy, làm con đường sụt lở chỗ này đến chỗ khác. Các anh công binh dẫn cha con tôi sang một cái hầm đất, đối diện với Cổng Trời. Hầm ngập nước ngang bụng. Hai cha con thay nhau tát nước, mỏi rã rời. Nước vẫn chảy vào hầm không ngớt. Định ngồi bên miệng hầm chờ trời sáng. Nhưng máy bay địch lại quần đảo, treo pháo sáng và ném bom tơi bời. Chúng tôi đành lội ào xuống nước, ngâm mình suốt đêm để chờ xe binh trạm.

Đợi suốt đêm, chẳng thấy xe binh trạm ra đón. Đang loay hoay thì có một chiến sỹ đến báo: "Đường bị tắc, xe cháy nhiều. Binh trạm không thể cho xe ra đón được. Thủ trưởng xem xét quyết định..."

Trời mờ sáng, hai cha con ướt như hai con chuột lột, lật đật dắt dìu nhau chạy bộ qua trọng điểm, trong tiếng máy bay quần thảo trên đầu, và tiếng bom nổ đâu đó rền vang rừng núi. Tôi ngoái lại đằng sau, một Cổng Trời sừng sững, hiên ngang bất chấp bom đạn quân thù. Một Cổng Trời với hai khối đá lèn to lớn, như hai người khổng lồ, đang chụm đầu vào nhau hội ý, quyết tâm hứng trọn các luồng bom địch, che chở con đường, che chở những đoàn xe, che chở những đoàn quân ra trận...

ĐÓN GIAO THỪA TRÊN CAO ĐIỂM VĂNG MU

Tôi bẻ mấy nhánh bông sim rừng cắm vào ống bương. Tĩnh loay hoay treo ảnh Bác Hồ lên tấm phông nilon. Chuyên lúi húi cắt mấy bông mai giấy vàng đính lên cành cây rừng. Chúng tôi đang chuẩn bị đón giao thừa. Giao thừa đầu tiên trong đời lính của tôi. Cũng là giao thừa đầu tiên giữa núi rừng Trường sơn xanh thẳm. Bỗng đại đội trưởng Miện giúi vào tay tôi bao thuốc lá Tam Đảo, rồi cười bảo:

- Quà Tết cậu đó! Tôi đang hoan hỉ mừng, thì ông nói tiếp - Bây chừ, cậu dẫn đồng chí Chuyên và đồng chí Tĩnh, khẩn trương ra ngay trạm barie trực chiến gấp. Theo dự định, đêm nay có đoàn xe chở hàng quân sự hết sức quan trọng, đi qua trọng điểm của ta. Nếu không có gì thay đổi, đúng 24 giờ đêm nay, xe sẽ qua đèo!..

Barie ở cao điểm Văng Mu, là tọa độ lửa, tọa độ chết. Nhưng tuổi trẻ và tính năng nổ thử sức nơi trận mạc, đã không làm chúng tôi vương chút chần chừ. Chúng tôi vừa bước ra, ông gọi giật lại, dặn thêm:

- Nhớ mang thêm một máy điện thoại cầm tay. Dọc đường đi, nhớ lần tìm, nối lại bằng được đường dây. Mình gọi mãi cho tổ trực nam và cả bắc đèo, mà chẳng được. Hình như bị bom cắt đứt ở đâu rồi! Ông thở dài lo lắng, rồi nói thêm - Không biết tổ trực ngoài ấy có việc gì không nữa? Nếu thông được đường dây với tổ trinh sát quan sát phía bên kia sông, thì nhớ hỏi ngay: Đường có tắc không? Tắc đoạn nào? Địch thả bao nhiêu quả bom? Mấy quả không nổ? Có phải bom nổ chậm không? Nếu có bom nổ chậm, thì tháo gỡ hoặc đánh mìn phá ngay! Ông ta nói một mạch, tưởng đã xong, cuối cùng vẫn còn dặn thêm - Nhớ mang theo mìn, kíp nổ và dây cháy chậm... Tối nay pháo phòng không của ta sẽ hỗ trợ tối đa cho các đồng chí, cho đoàn xe qua đèo....

Vội vàng chào ông, tôi, Chuyên, Tĩnh lật đật băng qua mấy cánh rừng, mấy con suối cạn bị chất độc hóa học và bom đạn thù băm nát xác xơ. Cây cối gãy đổ ngổn ngang. Mùi khói bom còn khét lẹt. Cuối cùng thì ra đến được chân cao điểm Văng Mu...

Văng Mu là trọng điểm của con đường chiến lược độc đạo, chỉ đi được một chiều. Con đèo qua Văng Mu như cái yết hầu của con đường Trường Sơn đi huyện Tà Khống, tỉnh Xiêng Khoảng, thuộc nước bạn Lào. Địch ngày đêm săm soi, thả xuống Văng Mu cơ man các loại bom đạn, các loại phương tiện chiến tranh điện tử, nhằm thu thập thông tin tình báo. Máy thu phát Cây nhiệt đới là một ví dụ. Chúng ném xuống dọc các cánh rừng hai vệ đường. Nó lẩn vào cây rừng, rất khó phát hiện. Nó có nhiệm vụ báo về trung tâm tiếng chuyển động của các đoàn xe cơ giới, số lượng, tọa độ, hướng di chuyển. Từ đó, các loại máy bay sầm sập lao tới, điên cuồng phóng Rôckét, cắt bom. Địch căng mắt từ phía bầu trời, quyết không để các đoàn xe đối phương qua lọt. Ta căng mắt thức cùng con đường, quyết giữ thông suốt huyết mạch giao thông. Con đường đi qua cao điểm Văng Mu, vì thế, thành con đường lửa, con đường máu. Ngổn ngang hai bên đường, dưới vực sâu, là xe cháy, xe hỏng. Và hai bên đường, là những nấm mồ đắp vội...

Đang loay hoay nối lại đường dây điện thoại, thì phát hiện hai chiến sĩ lái xe, nằm chết ngay miệng cửa hầm barie. Phía trong hầm, trung đội trưởng - bí thư đoàn Trương Quốc Điện quê Bắc Sơn, Đô Lương, Nghệ An và Nguyễn Văn Dần, Trung Sơn, Đô Lương, Nghệ An, cũng đã hy sinh. Cả Nguyễn Văn Nuôi, quê Ngọc Sơn, Đô Lương, Nghệ An bị thương nặng, gãy cả hai chân, đang nằm rên hừ hừ. Còn hai cậu Bính và Lâm, không biết chạy đi đâu. Cạnh đó, chiếc Zin ba cầu chở đầy đạn đang bốc cháy dữ dội, kéo theo những tiếng nổ kinh hoàng. Nó như cố tình lộ diện, làm mục tiêu cho máy bay địch lao đến tranh nhau đánh phá.

Tôi vội vàng gọi điện sang tổ quan sát bên kia sông. Họ thông báo:

- Đường tắc ở km 110. Trong 30 quả bom máy bay địch ném xuống trận địa, có 4 quả không nổ. Nhưng hai quả rơi trên sườn đồi, còn hai quả kia rơi xuống suối...

Được tin trên, chúng tôi thả Tĩnh lại chân dốc. Còn tôi và Chuyên phóng như bay lên cao điểm, nhằm xác minh lại nguồn tin tổ quan sát đã báo. Chúng tôi cắm cổ chạy. Mặc cho trên đầu máy bay địch đang gào thét. Đồi núi mịt mù lửa khói. Đường lên phía nam đèo quá xa. Chạy nhanh phải mất đến 25 phút, cả đi và về non một tiếng. Khốn nỗi, đường lên đèo không có cái hầm nào. Ở đây không thể làm được hầm. Vì làm giờ này, giờ sau bom lại lấp. Người ta chôn mấy thùng phuy làm hầm tạm, nhưng đều bị bom đào xới, lấp hết.

Mỗi lần máy bay lao xuống cắt bom, hai chúng tôi nằm bẹp xuống mặt đường, tay bịt hai tai lại. Dứt bom, lại vùng lên chạy bán sống bán chết. Đảo mắt tìm kiếm, tôi thở phào. Như vậy là không có quả bom nào chưa nổ nằm trên trục đường cả! Đất taluy đường bị sụt không đáng kể. Xe có thể cẩn thận trườn qua được.

Quay về barie, tôi nhanh chóng gọi điện gấp về đơn vị, báo cáo tình hình. Đồng thời xin người ra gấp, giải quyết thương binh tử sỹ và khẩn trương thông đường. Chính trị viên đại đội Hoàng Chảy, sau mấy lời động viên, đột ngột báo tin mừng: "Sẽ có mặt tại trọng điểm trong giờ phút đón giao thừa!"

Chôn cất Điện, Dần, Nuôi và 2 đồng chí lái xe ngay bên con suối cạn dưới chân đèo, lòng chúng tôi bùi ngùi, xót xa vô cùng vô tận! Tết đến nơi, mà các anh ấy đã vội ra đi, không ráng qua được để đón giao thừa. Rồi không biết đêm nay, mấy quả bom địch có moi họ lên nữa không?

Hầm trực chiến phía bắc, nằm trơ trọi sát dưới chân đèo. Không tìm đâu ra cây lá để ngụy trang. Lại bị sập mất một góc. Mặt hầm còn lại, máu của các đồng đội ướt lênh láng, không thể làm chỗ trú ẩn được nữa. Trong khi giờ G đang đến gần, không thể kịp đào hầm. Thôi! Cũng đành giơ lưng hứng bom đạn quân thù. Chúng tôi đứng ngập trong máu, ứa nước mắt thương xót đồng đội, chuẩn bị giờ khắc đón giao thừa!

Tôi gọi điện sang barie phía nam đèo: "Alo! Cơm dọn xong chưa? Nếu xong, nhớ hú 2 tiếng!" Đó là tiếng lóng, ám chỉ việc thông đường. Tránh bị kẻ địch theo dõi, biết được nội dung cuộc điện đàm.

Lúc sau, nghe 2 tiếng súng báo hiệu thông đường từ phía nam đèo vọng sang, chúng tôi yên tâm. Vậy là cầu đã bắc xong. Vẫn biết rằng, mấy ngày nay anh em bên đó hết sức vất vả. Bom đánh liên miên. Chỉ trong vòng ba ngày, cầu phải bắc năm lần. Đêm qua, họ phải gồng mình ngâm dưới nước để làm trụ cầu tạm, cho các đơn vị hành quân vượt qua ngầm. Trung đội 2 tổn thất hơn 1/3 quân số. Nhưng giờ đây, họ vẫn quyết thông đường cho xe kịp ra tiền tuyến...

Chúng tôi nín thở, hồi hộp chờ đợi giây phút giao thừa đang đến gần. 23 giờ 10 phút, bỗng trên trời máy bay địch điên cuồng gầm thét. Chúng lồng lộn điên cuồng, rồi nhả ra hàng loạt pháo sáng. Cao điểm Văng Mu sáng trưng như ban ngày. Con đường độc đạo qua đèo, hiện rõ nguyên hình. Máy bay địch tập trung bổ nhào đánh phá.

23 giờ 30, bỗng chuông điện thoại hối hả reo lên. Đầu dây bên kia, tiếng ông cụ nhà tôi, Phó Chủ nhiệm chính trị Binh trạm 32: "Chú ý! Chú ý! Đàn chim đang chuẩn bị bay sang VM2. Giờ phút thiêng liêng đang đến. Chúc các đồng chí đón giao thừa vui vẻ trên cao điểm đêm nay!"

Nghe cách xưng hô của ông qua điện thoại, tôi buồn vui lẫn lộn. Vui vì nghe được tiếng cha mình. Buồn vì không thấy ông nhắc chi đến riêng mình. Nhưng dầu sao, cũng có được hơi ấm của người cha trong giờ phút giao thừa trọng đại này. Nó làm cho mình bớt nỗi lạnh lẽo cô đơn nơi trọng điểm trần trụi bom đạn...

Nhìn ra phía Cốc Mạc, ngầm Ta Lê, cua Chữ A, đèo

Phù La Nhích, tiếng bom B52 gầm dữ dội, chớp lóe sáng trưng, rung chuyển cả một góc trời. Tôi tếu táo, bảo:

- Chúng nó thả bom liên tục, tạo tiếng nổ dây chuyền, coi như thay pháo dây ngày tết, mình đón giao thừa càng đẹp!..

Nói vậy, nhưng lòng ai nấy đầy lo lắng.

24 giờ kém 20, hình như có tiếng xe... Tiếng xe rì rì rất nhỏ... Đúng tiếng xe rồi! Tiếng rì rầm mỗi lúc một gần. Xe đi khá chậm. Đèn gầm đủ rạng một khoảng sáng ảo mờ. Màu xe lẫn vào màu đất hố bom. Máy bay địch càng lồng lộn, quần thảo, soi mói, sục tìm. Pháo sáng thả dày đặc.

Tôi reo lên như trẻ nhỏ:

- Chuyên ơi! Tĩnh ơi! Dậy mau! Xe vào rồi!.. Xe vào rồi!..

Đồng chí lái xe thò đầu ra khỏi buồng lái, giơ tay vẫy chào về cửa hầm, rồi ném xuống mấy thứ lỉnh kỉnh. Chúng tôi lao đến nhặt lên. Quà tết giao thừa của chúng tôi nơi cao điểm Văng Mu. Gồm mấy thỏi lương khô, mấy đòn bánh tét, và có cả cành hoa đào chưng ngày Tết nữa. Giá trị vô cùng!...

Tôi gọi sang barie phía nam đèo, nói một câu với những tiếng lóng đã quy định, nhằm giữ bí mật: "Alo! Alo! Cơm đã xong chưa? Đã xong chưa? Nếu xong, cho 2 tiếng kẻng để mọi người đến ăn!.."

Bỗng từ phía nam đèo, ba tiếng súng vọng sang oai nghiêm. Tôi sung sướng gào lên, líu cả lưỡi: "Chúc mừng năm mới!.. Chúc mừng năm mới!.. Chim bắt đầu bay... Bắt đầu bay!.."

Đoàn xe vừa tiến lên đèo được khoảng hơn 10 phút, máy bay địch xúm bâu đến. Chúng lồng lộn, bay sàn sạt. Rồi lao xuống phóng rocket tới tấp. Tiếng máy bay gầm thét, tiếng đạn nổ chói óc, chớp lóa điên loạn. Mặt đất cao điểm như hỏa diệm sơn. Chợt nghe 3 tiếng súng nhỏ bé vọng về. Đó là ám hiệu tắc đường. Nhìn lên cao điểm, thấy một quầng lửa sáng kèm theo những tiếng nổ khủng khiếp. Thôi chết rồi! Xe bị cháy!.. Cháy hết rồi!.. Tắc đường nữa rồi!..

Không còn biết gì nữa, tiếng chân sầm sập, hối hả từ trên đèo chạy xuống. Hai người lính lái xe, hớt hải nói không ra lời:

- Báo cáo!.. Báo cáo đồng chí!.. Xe trúng đạn đang cháy! 15 xe đang dồn ứ do tắc đường nằm phía bắc đèo. Địch đánh mạnh quá, em phải vứt xe chạy về đây báo các anh! Xin các anh kịp thời xử lý...

Không đợi lệnh của ban chỉ huy, để Tĩnh ở lại trực barie, tôi và Chuyên cùng hai đồng chí lái xe, khẩn trương vọt lên cao điểm. Mặc cho bom gào đạn hú nhức óc, chúng tôi lao về nơi cần xử lý. Lại thêm hai chiếc xe cháy nữa rồi. Đội hình xe nằm trơ giữa cao điểm trần trụi chịu hứng bom đạn. Không tiến lên được, nhưng cũng không thể lùi lại.

Để thông đường và giải vây cho đoàn xe, mấy anh em bàn bạc nhanh, rồi quyết định dùng mìn, đánh hất mấy chiếc xe cháy và hàng xuống suối. Ba tiếng nổ long trời. Ba chiếc xe bay xuống vực. Lại san lại lấp trong khói bụi và bom đạn rền vang. Đoàn xe lại tiếp tục hành tiến...

Hình như lũ máy bay đã phát hiện đoàn xe chuyển

bánh, chúng lại bám riết và đánh dồn dập hơn. Bom đạn dày đặc, cày nát con đường đèo. Chuyên bị mảnh bom tiện đứt chân phải, nằm khuỵu xuống mặt đường. Cùng lúc, hai đồng chí lái xe bị bom vùi lấp. Những cột khói bom đùn lên như những cây nấm trong trời đêm ma quái. Con đường qua đèo như nhấc bổng lên mây. Cao điểm như bị nghiền ra bột. Như bị xé rách ra từng mảnh. Những ánh chớp bom đạn chồng lóe. Mảnh bom như mưa, băm nát cả núi đồi. Nhưng lạ thay, đoàn xe vẫn đi về phía trước, gan lì bò qua trọng điểm Văng Mu, bất chấp cả mưa bom và bão Rockét của địch.

Súng phòng không cũng nổ râm ran trời đất. Đánh đêm, các trận địa cao xạ dễ bị lộ nhất. Nhưng không còn cách nào khác. Họ phải nổ súng đánh máy bay địch, và chia lửa với con đường qua trọng điểm. Súng cao xạ nổ nhiều hơn mọi hôm, đạn ken dày như sao, kết thành những chùm trên trời, như pháo hoa rực rỡ đón chào năm mới. Một chiếc máy bay bị trúng đạn, lảo đảo trên không, rồi kéo một vệt sáng dài. Giây sau, bùng lên thành ngọn lửa, cắm thẳng xuống ngọn núi phía tây bắc cao điểm. Kèm theo một tiếng nổ giội rung cả mặt đất.

Tĩnh reo lên:

- Hoan hô!.. Hoan hô!.. Máy bay cháy rồi! Cháy rồi!.. Anh Khởi ơi!.. Đã chưa!..

Bị cháy một chiếc, lũ máy bay địch sợ hãi, cũng dạt ra. Hình như chúng bất lực trước đoàn xe gan góc của đối phương.

Tôi cầm lấy ống nghe, chợt sướng rân lên khi nghe tổ trực chiến phía nam đèo báo sang: “Alo! Đàn chim đã bay qua đèo!”

Lúc này là 24 giờ 00. Mặt đất thôi chao đảo. Đây đó, chỉ còn leo lét đôi ba tàn lửa. Đêm vẫn còn đẫm mùi thuốc súng, nhưng không gian đang lắng dần. Mùa xuân mới đang đến trên cao điểm Văng Mu...

Tôi lấy cành đào, cắm lên cửa hầm trực chiến. Những chùm hoa nín thở sau trận đánh, khẽ khàng hé nở. Cành đào cho chúng tôi một cảm giác khác lạ. Có chút lung linh, rực rỡ tự hậu phương thân yêu gửi tới. Đang cố vươn mình khoe sắc. Đang thầm thì lời thương nhớ, giữa "Cánh cửa thép Văng Mu". Nơi "yết hầu" đường mòn Hồ Chí Minh, nơi núi rừng Trường Sơn trùng điệp, trong đêm 30 Tết, trong giờ khắc giao thừa thiêng liêng và rạo rực sức xuân Tổ quốc.

Bất ngờ, ông Chảy, chính trị viên đại đội, cùng cậu liên lạc xuất hiện đúng lúc. Từ đằng xa, tiếng ông oang oang, trong tiếng bom rền xa xa: "Chào anh em! Chào các đồng chí!.. Chúc mừng năm mới!.. Chúc mừng năm mới!.. Năm mới thắng lợi mới!.."

Cậu Tĩnh hứng lên, cho nổ luôn hai khối mìn TNT đón mừng năm mới. Tiếng nổ giội vang cả núi rừng. Không biết, lũ máy bay địch điên tiết vì để đoàn xe đối phương vượt qua, hay ánh chớp và tiếng nổ hai quả bộc phá của cậu Tĩnh, chúng liền quay trở lại, điên cuồng gào thét bầu trời...

Mặc, chúng tôi vẫn đón tết trong mùi thuốc súng. Chẳng hiểu sao, tôi chợt vui rồi lại chợt buồn? Nơi mặt đất cao điểm cháy đen, tôi bất chợt nhớ mẹ, nhớ em, nhớ nồi bánh chưng trong đêm giao thừa quê nhà. Rồi như vô thức, tôi vội cầm máy, đọc luôn mấy câu thơ đã nghĩ sẵn trong đầu, tặng ông cụ nhà tôi:

Năm xưa bên bếp lửa hồng
Chờ nồi bánh chín thức trông mong dài
Mẹ xoa đầu bảo: Sáng mai...
Nhưng không chịu mẹ đợi hoài năm canh

Tết nay giữa chốn rừng xanh
Đợi xe tôi trực một mình thâu đêm

Mỗi lần nghe tiếng xe lên...
Vui như nồi bánh sôi rền năm xưa ...

Tôi không biết tâm trạng cha tôi ở đầu dây bên kia thế nào, khi nghe tôi đọc thơ qua máy. Cũng có thể ông đồng cảm với đứa con bé bỏng nơi xa nhà. Nhưng cũng có thể ông khẽ nhíu mày vì có một người lính của mình giữa trận mạc, lại nhớ nhung mẹ yếu mềm. Nhưng mặc, đó là tâm trạng của tôi lúc này. Giữa cao điểm sặc mùi bom đạn, tôi nhớ nhà, nhớ mẹ, và thương các đồng đội đã hy sinh: Trương Quốc Điện, Nguyễn Văn Dần, Nguyễn Văn Nuôi. Cùng hai chiến sĩ lái xe tôi chưa kịp biết tên, vừa ngã xuống trên cao điểm Văng Mu, trước giao thừa Mậu Thân 1968...

Sau này, có dịp nhìn lại tổng thể, tôi mới biết rõ ràng hơn ý nghĩa những tháng ngày ở cao điểm Văng Mu. Và rất lấy làm tự hào về tuổi trẻ của mình trong những năm tháng trực tiếp bảo vệ *Cánh cửa thép Văng Mu!..*

HAI LẦN DẠI DỘT LÀM PHIỀN CHA NUÔI

Tôi có hai người cha, một cha đẻ và một cha nuôi. Cha đẻ của tôi tính thâm trầm, ít bộc lộ tâm tư, ít bộc lộ tình thương ra ngoài. Ngược lại, người cha nuôi, tư lệnh Sư đoàn Huỳnh Hữu Anh, thương tôi từng ly từng tí. Ông thương tôi đến nỗi, đôi khi tôi thấy ông thương tôi như cha đẻ mình.

Tuy thế, tôi tuổi trẻ, chưa từng trải cuộc đời, đôi lần dại dột, gây cho ba nuôi nhiều phiền toái không đáng có. Nhưng ông đã giúp tôi vượt qua những vụng dại, để nhanh chóng trưởng thành. Hai lần dại dột ấy, cho đến bây giờ, tôi vẫn không thể quên trong cuộc đời...

Lần thứ nhất trên đường hành quân đi vào. Đến Binh trạm 35, đường dây 559, cậu Thực, cậu Lâm, công vụ của ông Huỳnh Hữu Anh (cha nuôi của tôi) bị sốt rét nặng. Không thể tiếp tục đi được, cả đoàn đành tạm ở lại trạm mất mấy ngày. Mấy ngày đó, ông cụ tôi thường đi nói chuyện thời sự với anh em ở Binh trạm. Tôi và anh Phong y sỹ, chui rúc mọi khe suối tìm cái ăn. Lúc thì măng le, môn voóc, rau rừng, lúc thì củ mài. Đôi khi may mắn, bắn được con chồn....

Một chiều, mây núi sà xuống quấn lấy chân. Mưa lất phất. Tôi xách súng đi. Lội qua một con suối dài, leo lên con dốc. Ở đây, chỉ lưa thưa vài gốc sắn mỳ, còn toàn lau lách. Bỗng nghe tiếng động từ phía trước, tôi nhẹ nhàng lên đạn, và ngồi xuống phục. Chợt trong bụi lau, ló ra một cái đầu lợn, mõm dài, lông dày và dựng đứng. Nhìn đi nhìn lại, không sai được. Đích thị là lợn rừng rồi! Tôi dương súng, ngắm thẳng mục tiêu, tương một loạt AK. Con lợn bị trúng đạn kêu ré lên, rồi lảo đảo vọt chạy xuống suối. Và lát sau chạy ngược về phía bản làng, gần trạm đóng quân của tôi.

Một chốc, nghe tiếng tù và nổi lên gấp gáp, dồn đập. Rồi thấy rất nhiều trai làng người dân tộc xuất hiện. Có người ở trần, tay cầm rựa, cầm dao. Họ chỉ trỏ hung tợn và tiến đến chỗ mình. Có người nói được tiếng kinh. Mình nghe một già làng bảo:

- Bộ đội mà trộm heo của miềng, là miềng chặt tay!

Tôi nghe, hồn vía lên mây. Mặt xanh như đít nhái. Hóa ra, con lợn rừng mình bắn, là lợn nhà của dân bản. Có lẽ do nuôi thả trong rừng, nên nó giống y chang lợn rừng.

Họ trói gô tôi lại, bằng thứ dây rừng rất chắc, rồi giải tôi về ngay trạm. Tôi run rẩy đi giữa một tốp người dân tộc vây quanh, như một tội phạm.

Họ gặp bố nuôi tôi, đòi đền 100 lon muối và một tạ gạo. Tôi nghĩ, thôi phen này toi rồi. Bị kỷ luật nặng rồi. Đơn vị đang đói vàng mắt, lấy đâu ra một tạ gạo, với trăm lon muối? Tôi cúi mặt nhìn ông cụ, chuẩn bị nhận những lời quát mắng, phê bình gay gắt. Nhưng lạ thay, ông nhỏ nhẹ nói với dân bản:

- Em nó bắn nhầm, tưởng là lợn rừng. Tôi xin lỗi đồng bào!..

Ông cúi đầu trước già làng. Tôi thấy rất cám cảnh, và tự thấy mình nhầm lẫn tai hại quá. Nhưng đoàn người dân bản vẫn ào lên, nói:

- Xin lỗi đâu có được! Phải đền muối, đền gạo thôi!

Đồng bào dân tộc khi đã nói, là như đinh đóng cột. Rất khó lay chuyển. Tối đó, ông bàn bạc với trạm trưởng, đem muối, gạo đến bản, họ mới chịu thả tôi về...

Lại một chuyện nữa. Khi đã vào đến đường dây giải phóng, gần địa phận Trà My. Lúc này đói rét ốm đau sờ đến gáy và hành hạ lũ chúng tôi khủng khiếp. Ngày chỉ được ăn một bữa, toàn mỳ có cõng thêm vài hột cơm. Bọn Mỹ đổ quân nhan nhản, khắp núi đồi sông suối. Những triền ngô, sắn của ta bị chúng phá sạch. Các trạm giao liên chạy tán loạn, tìm chẳng thấy đâu. Ai nấy đói vàng mắt!

Một chiều, tôi và thằng Lâm đi trước dò đường, bỗng trước mặt xuất hiện một căn nhà lá của đồng bào dân tộc. Sục sạo tìm tòi chẳng có ai cả. Chắc sợ bom đạn, họ chạy hết rồi. Nhìn sang phía phải, cây đổ gãy ngổn ngang. Mùi khói bom còn khét lẹt. Lâm leo lên sàn nhà, rồi nói vọng xuống:

- Anh Khởi ơi! Lúa thóc rất nhiều! Ta lấy một ít giã ăn đi anh!..

Tôi gắt:

- Không được mô! Của dân đó, họ bắt được chặt tay liền!

Tôi nói, lòng vẫn không quên chuyện bắn lợn rừng

thành lợn nhà dân bản lần trước. Một lần ấy, khiến tôi tởn đến già.

Nhưng tôi chưa nói hết câu, Lâm xúc đầy một mũ cối đem xuống. Cậu ta đổ ào vô chiếc cối dưới sàn. Và nhanh chóng vớ lấy cái chày tay giã thùm thụp, thùm thụp! Tôi đứng lặng như trời trồng, mồ hôi vã ra như tắm. Sợ xanh mắt, trống ngực đập thình thình. Lại nghe Lâm giục:

- Giã đi!.. Nhanh lên! Nhanh lên! Đồng bào mà bắt được, thì chết cả lũ!..

Tình thế đã dẫn chúng tôi đến chỗ nan giải. Làm cũng chết! Mà không làm cũng chết. Thôi đã lỡ rồi, cùng nhau giã để nhanh chóng vọt khỏi nơi tử địa này. Như một cái máy, tôi cầm lấy chày cùng giã với Lâm, chẳng biết trời đất chi nữa. Hai thằng giã thùm thụp, thùm thụp! Tiếng chày, hay tiếng tim chúng tôi đập muốn tắc thở. Mệt thì ít mà sợ bị bắt thì nhiều. Mồ hôi mồ kê chảy ròng ròng như tắm, ướt đẫm cả bộ quần áo linh...

Khi đang cho gạo vào cái thúng, sảy sảy, thì bất ngờ thấy mấy người dân tộc xuất hiện. Một người cao to, da đen như đồng hun, giọng nói ồm ồm. Bỏ điếu ra khỏi mồm, anh ta bảo:

- Ồ! Răng bộ đội lại trộm lúa gạo của dân?

Bị bắt quả tang, hai thằng đứng im như tượng đá. Bí quá, tôi chỉ vào bụng, nói tha thiết, khẩn cầu:

- Đồng bào ơi! Bộ đội đói lắm!.. Đói mấy ngày rồi...

Người đàn ông ấy lắc đầu:

- Đồng bào cũng rất thương bộ đội! Nhưng rất ghét những ai ăn trộm của đồng bào!

Lúc đó, một phụ nữ trạc chừng 30 tuổi, đang gùi đứa con phía sau, bước đến, nói:

- Thôi, bộ đội lấy quần áo, đền cho dân đi!..

Hai đứa đang loay hoay chẳng biết tính sao, thì may sao, đoàn của chúng tôi từ phía sau tiến kịp. Ông cụ đứng lặng, liếc mắt nhìn tôi như trách móc. Tôi hiểu là ông ngầm bảo, lần thứ hai con đã phạm quy định người quân nhân. Tôi xấu hổ với ông, muốn chui xuống đất cho xong.

Cũng như lần trước, con dại cái mang, lần này ông cũng đứng ra xin lỗi mọi người. Rồi bảo anh Phong y sỹ, mở ba lô lấy bộ áo quần đẹp nhất, còn mới cứng, của quý mà ông mang từ Bắc vào, trao cho họ. Họ ồ lên, xúm lại nhìn, khen đẹp.

Ông Cụ nghiêm nét mặt, nói như ra lệnh:

- Là người lính Cụ Hồ, thì một cái kim sợi chỉ của dân, cũng không được đụng đến! Lấy cắp, thật đáng xấu hổ!

Tôi đứng lặng, vừa đau đớn vừa xấu hổ. Cơn đói, thèm miếng cơm bao ngày, chợt tan biến. Thấm thía miếng ăn là miếng nhục như vậy đó. Chợt tôi bật khóc thút thít. Hình như, trong những trường hợp thế này, chỉ khóc mới đẩy được nỗi đau đớn trong lòng...

Tôi hiểu, chắc ông cụ cũng tâm lý, hiểu được lính tráng đang tuổi ăn mà phải nhịn đói quá lâu. Quả vậy, sau này gặp tôi, ông thường cười đùa:

- Không ai gan như tụi bay!

Rồi ông xoa đầu tôi, mắng yêu:

- Cái thằng gan tày trời, gan cóc tía! Ai đời, trộm thóc lúa của người ta, rồi còn cả gan mượn cối chày của họ, đứng đó mà giã nữa chớ!

Đúng là hồi đó, quá đói hóa liều mạng. Đúng hơn, đói quá hóa dại!

Đoàn đi được một quãng không xa, thì nghe có tiếng chân chạy và kêu vọng tới. Và rồi thấy người đàn ông dân tộc lúc nãy, hớt hải chạy đến. Hai tay cầm bộ áo quần, chìa ra. Và vừa thở hào hễn vừa nói, vẻ có lỗi:

- Đồng bào không lấy mô! Bộ đội để mặc, mà đi đánh giặc!.."

Ông ta còn lột bao gạo mang theo, trao cho ông cụ tôi. Cúi đầu, gãi tai giải thích:

- Gạo này, nấu cháo cho mấy bộ đội bị sốt...

Tôi chợt hiểu, thì ra đồng bào các dân tộc rất thương quý bộ đội. Họ sẵn lòng nhường nhịn, sẻ chia khi bộ đội gặp khó khăn. Nhưng người dân tộc vốn thật như đếm, họ ghét những điều tắt mắt, không xin phép họ. Tôi nghĩ, hôm đó nếu tôi và Lâm gặp được họ, nói một lời, chắc họ còn cho nhiều hơn thế. Nhưng chúng tôi đã không gặp may, lúc đó ngôi nhà sàn vắng teo.

Chúng tôi hết sức cảm động. Ông bố nuôi tôi ôm hôn ông, nói lời cảm ơn ông chân thành. Thế đó, có trải qua những phút gay cấn ngặt nghèo của thực tiễn, mới thấy sâu sắc ý nghĩa lớn lao của cuộc sống trên đời.

Tôi chợt thấy nhẹ người, khi tiếp tục lên đường...

ÚT GIANG

Tôi ngồi trên ghế đá công viên trước cổng bệnh viện. Thương binh từ chiến trường, bệnh binh từ các trại giam của địch, sau giải phóng, một bộ phận được đưa về đây chữa trị, điều dưỡng. Buổi sáng ven hồ dịu mát, không khí trong veo và khoáng đạt. Chợt có bàn tay vỗ nhẹ lên vai. Giật mình, tôi chống đôi nạng gỗ đứng dậy, quay về phía sau. Trước mắt, một thiếu phụ trên 50 tuổi. Thân hình rắn rỏi, khỏe mạnh. Khuôn mặt đầy đặn, mái tóc dài. Chị cười, để lộ chiếc răng khểnh hơi chếch ra môi.

Ủa!.. Sao giống chị Ba vậy? Mà chị Ba đã chết từ lâu rồi? Hồi còn ở chiến trường, tôi đã nghe các anh bên Tỉnh ủy Bình Định kháo với nhau, là chị Ba đã chết. Tôi vẫn chưa biết chị chết trong trường hợp nào? Còn Út Giang, đứa con gái bé bỏng của chị nữa, giờ chắc đã là một cô gái xinh đẹp rồi. Một cô bé thông minh từ trong trứng nước, mà tôi không thể quên được, dù chỉ nhìn thấy nhau qua lỗ nhỏ vách liếp, trong thời gian ngắn ngủi.

Chị Ba Tới đã chết, vậy đây là ai? Hay đây người nhà chị Ba? Nhưng người nhà chị Ba, làm sao biết tôi?

Tôi trâng trâng nhìn một hồi, rồi đánh liều, hỏi:

- Chị có phải người nhà chị Ba Tới, ở Mỹ Thắng, Phù Mỹ, Bình Định không?

Chị cười ngất. Rồi ôm chặt lấy tôi:

- Chị Ba nè, còn ai vào đây nữa! Em bị thương hồi nào?

- Tại ngã ba Xuân Lộc, chiến dịch Hồ Chí Minh lịch sử chị ạ! Sau đó máy bay chở thẳng em ra Hà Nội chữa trị. Tôi vẫn trong cơn lạ lùng của cuộc gặp lại bất ngờ - Còn chị? Em nghe phong thanh... chị đã chết?

- Ha ha!.. Chị còn sống nhăn đây nè!.. Chị cười giòn thoải mái, nói tiếp - Được trao trả năm 1973!..

- À á!.. Rứa là chị bị chúng bắt..?

Hai chị em ôm chầm lấy nhau, vui hết chỗ nói. Thế là quả đất tròn xoay, để chị em mình còn gặp nhau!

- Phải! Chị bị bắt, em ạ! Giọng chị chợt chùng xuống, nhuốm nét đau thương - Chị đi công tác trở về, được tin hầm bí mật ở nhà bị chúng khui được. Gia đình tang thương. Cơ quan Tỉnh ủy bố trí chị lánh đi một thời gian, tránh nơi chúng lùng sục. Vì chắc chắn đã có kẻ chỉ điểm, nằm ngay cơ sở làng xóm của chị. Giờ chúng đang giăng bẫy đón lỏng chị. Chị bàn với cơ quan, sẽ lánh ra chỗ gia đình bên ngoại ở ngoài Quảng Ngãi một thời gian. Không ngờ, bọn chúng khá gian manh. Kẻ địch đã điều tra lý lịch chị rất kỹ, kể cả thời đi học. Trong hàng ngũ của chúng, có một tay sĩ quan cảnh sát, vốn là bạn học thời phổ thông. Tay này ngày xưa rất mê chị, thường lui tới thăm nhà. Biết là cơ sở bí mật của chị ở Bình Định bị vỡ, chúng săn lùng chị ráo riết, thế nào chị cũng trào về nhà ngoại ngoài Quảng Ngãi. Thế là chúng giăng bẫy...

Chị vừa về ở nhà ngoại được một hôm, thì vòng vây chúng thắt chặt từ khi nào. Khi tay sĩ quan cảnh sát ngụy là bạn học cũ, xuất hiện trước sân, miệng cười nhăn nhở, thì lính tráng bốn bề ập vào. Chúng bắt chị, không cần xét xử, đày thẳng ra Côn Đảo. Chúng liệt chị vào hạng tù chính trị nguy hiểm...

Sực nhớ điều hệ trọng, tôi vội hỏi:

- Út Giang đâu, hả chị?

Đang kể, khuôn mặt chị bỗng tối sầm lại, như đám mây đen nặng nề bay qua Hồ Tây chiều thu Hà Nội. Linh cảm điều chẳng lành, tôi dằn mạnh cây nạng gỗ xuống đất, rồi giương mắt hỏi:

- Út Giang đâu?.. Hay là..?

Chị quay mặt đi, giấu vẻ xúc động, đau đớn. Sự đau đớn, mất mát to lớn không thể làm lại được, hiện trên nét mặt người mẹ. Linh tính của tôi không sai. Giây sau chị thở dài, tiếc nuối:

- Cháu mất rồi, em ạ!

Dù đã chuẩn bị cho tình huống xấu nhất, tôi vẫn chết lặng! Chân tự dưng khuỵu xuống, mình như bị ai quăng xuống vạt cỏ ven hồ... Tôi suýt gào lên trong tuyệt vọng: Út Giang!..

Tôi bị thương, lạc đơn vị, trong đêm xuống vùng Đông. May phúc, được chị Ba Tới, một cơ sở cách mạng nằm vùng, ở thôn Mỹ Thắng, đem về nuôi nấng, thuốc thang ở trong hầm bí mật. Tính ra hơn tháng, vết thương tạm ổn. Tôi sốt ruột giục chị Ba tìm mọi cách bắt liên lạc với du kích vùng ven, để đưa tôi lên cứ.

Chị Ba đi quá hẹn hai hôm, làm tôi thấp thỏm, đứng ngồi không yên. Mấy đêm nghe tiếng súng địch nổ nhiều phía ấy, không biết chị việc gì không? Nghĩ đến trường hợp xấu nhất, tôi xách súng, lách người vọt lên cửa hầm. Cửa hầm ăn thông với buồng riêng của chị. Thoạt nhìn, căn buồng nhỏ nhoi, bốn phía che phên tạm. Phên ngoài, đối diện với sân, thủng một lỗ chưa lọt nắm tay. Ánh sáng chiếu vào trong yếu ớt.

Căn buồng chỉ một cái giường tre ọp ẹp. Trên vách treo một chiếc áo dài và mấy cái áo ngắn cũ sờn. Tôi khom người, hé mắt nhìn ra qua lỗ phên thủng. Bên kia khoảng sân không xa, là nhà chú Năm. Căn nhà lá đơn sơ tềnh toàng. Hai ông cháu đang lục cục, hí hoáy làm gì giữa sân. Không ai biết, chú Năm đang canh gác ngôi nhà và căn hầm bí mật tôi đang ở.

Chú Năm chừng trên tuổi 60, thân hình cao lớn, khỏe mạnh. Da ngăm đen, tóc đốm bạc. Bên cạnh, Út Giang khoảng 7 - 8 tuổi. Dáng lủn củn, bụ bẫm, tóc bím hai bên, mặc bộ đồ hoa vàng nhạt. Trông thật dễ thương. Nó đi lại chỉ trỏ, ti toe luôn mồm.

Bỗng dưng, nó vụt đứng dậy, xăm xăm chạy một mạch sang hướng tôi. Chú Năm gọi giật:

- Đừng sang bên đó! Nhà cháu có con rắn to lắm! Nó cắn chết!

Giang đứng khựng, rồi chạy về ôm lấy cổ chú Năm, lắc qua lắc lại, dáng vẻ làm nũng:

- Ông ơi! Cháu chẳng sợ rắn đâu! Cháu cho ăn kẹo,

là rắn hổng cắn cháu!

Chú Năm cười, đưa tay xoa đầu nó:

- Ai đời rắn lại ăn kẹo?

Nó đứng lên trố mắt hỏi:

- Vậy... rắn ăn gì, hả ông?

Chú Năm đưa một cánh tay lên cao, cho bàn tay cong xuống y hệt đầu con rắn đang há hốc mồm:

- Ăn thịt người!

Út Giang cười ra vẻ sợ hãi, lùi lại rồi im re.

Khi chú Năm vừa vác cuốc đi ra sau vườn cuốc đất, thì con bé lại vọt sang. Nghe tiếng dép lạch xạch, tôi vội nép vào tường. Ngoài nhà, có tiếng sột soạt, rồi tiếng nó xì xầm:

- Má Giang đi lâu mới về! Ăn đi kẻo đói!

Tôi giật thốt mình! Con bé nói chuyện với ai vậy? Vểnh tai nghe ngóng, chẳng có lời đáp lại. Tôi nhẹ chân nấp vào chiếc áo dài của chị Ba, nín lặng chờ.

- Chú gì ơi! Mở cửa cho Giang vào với!?

Suýt nữa tôi lên tiếng. Nhưng chợt nhớ ra, là mình đang ở hầm bí mật, tuyệt đối không để lộ, nên lặng im. Không thấy hồi âm, nó đi lại phía sau, cầm cánh cửa giật giật liên tục. Căn buồng tre nứa rung lên. Giọng nó lại thiết tha, khẩn khoản:

- Đi? Cho Giang vào với!

Tôi cắn chặt môi. Chẳng lẽ bé Giang gọi tôi? Sao nó biết tôi ở đây? Kiến bu đầy chân, tôi không dám đuổi. Nó buông cánh cửa, rồi mệt nhọc thở một thôi dài. Đứng lặng vẻ nghĩ suy. Rồi bất chợt, Út Giang kéo lê chiếc ghế đẩu, đến sát lỗ thủng bức phên. Từ lần vải mỏng chiếc áo dài của chị Ba nhìn ra, tôi thấy hai con mắt nó như hai chiếc đèn pin sáng quắc, soi mói vào bên trong căn buồng! Và cánh tay bụ bẫm, nhỏ xíu của nó thọc vào trong buồng, khua lịa lịa:

- Chú gì ơi! Giang cho chú kẹo đây này!

Nghe đánh "cắc" một tiếng, cái kẹo xoay tròn, rồi bắn đến sát chân tôi. Tôi cho cái áo tụt xuống bàn chân, để nó không thấy tôi. Nó chuyển qua nũng nịu kiểu con nít:

- Chê ít hả? Giang cho nhiều này!

Út Giang vứt vào mấy cái. Một cái nó búng thẳng lên giường. Xong việc, nó ù té chạy về phía nhà chú Năm. Tiếng chú Năm nghiêm giọng:

- Giang! Cháu sang đó làm gì?

Nó tỉnh bơ, chối phăng:

- Cháu có sang đâu!?

Chú Năm vặn:

- Ông vừa thấy cháu bên ấy chạy về mà!

Nó "hừm" một tiếng, rồi im luôn. Ra vẻ nhận lỗi. Tôi thở phào như trút một gánh nặng đè ngực. Như vậy, không còn nghi ngờ gì nữa, con bé đã biết tôi ở đây! Trẻ con mà, khi đã biết thì sớm muộn gì cũng lộ! Nghĩ vậy, tôi lần ra cửa sau quan sát. Cửa hầm được ngụy trang một đám lục bình, nằm gối đầu lên hồ Châu Trúc. Nhìn sang bên kia, một rừng cây rậm rạp, vài nóc nhà tranh lụp xụp, thưa thớt. Tôi tính, nếu đêm nay chị Ba không về, thì đêm mai thế nào tôi cũng lần sang đó, tìm đường về đơn vị...

Tiếng gà lao xao gáy. Trên nhà có tiếng động. Tôi nín lặng, tay cầm trái lựu đạn hướng lên cửa chính. Căng thẳng và hồi hộp. Tưởng ai, té ra chị Ba về. Chị nói nhỏ:

- Đêm mai, ta lên đường!..

Không để chị nói thêm, tôi vội vàng kể chuyện Út Giang. Rồi yêu cầu chị cho đi ngay đêm nay. Chị im lặng một hồi, rồi thầm hỏi:

- Sao con bé biết được hè? Em có để nó biết không?

Tôi lắc đầu.

- Làm sao nó biết được? Chị nói như tự chất vấn mình.

Lặng một lúc, rồi chị kể, như phân trần. Năm trước, chị cũng nuôi một đồng chí cán bộ kinh tài trong hầm. Một hôm, hai má con đang ngồi ăn cơm, nó chăm chăm nhìn chị rồi hỏi: "Má hổng cho chú ở trong hầm ăn cơm với à? E chết đói mất!" Miếng cơm đang ăn bỗng nghẹn. Chị bỏ bát, nói cứng: "Chú nào? Hầm nào? Con cứ nói lung tung, người ta nghe được, họ bắn chết cả hai má con đó!" Nó lặng im cười tủm tỉm. Mấy bữa sau, chị thấp thỏm, lo âu, nhưng rồi chẳng sao cả.

Bỗng tiếng chó sủa, tiếng người râm ran. Chị Ba cầm trái lựu đạn, mò sát lên cửa hầm. Tiếng thằng Tư Đờn vọng xuống:

- Ông Năm! Giờ này con Ba Tới đi đâu? Đi tiếp tế cho tụi Việt cộng, hả?

Chú Năm vặc lại:

- Các ông là lính quốc gia, mà không quản lý được nó, thì tui đâu có biết!

- Lý sự hả?

Bốp! Bốp! Hình như chú Năm bị thằng Tư Đờn cho lĩnh mấy bạt tai. Tiếng Út Giang giận dỗi:

- Răng ba Tư đánh ông con? Ổng không cho rượu nữa đó!

Tư Đờn hạ giọng:

- À! Ba xin lỗi! Ba hổng đánh nữa đâu!

Rồi Tư Đờn chuyển giọng, mua chuộc dụ dỗ con bé:

- Giang ơi! Con biết má con đi đâu không? Má con giấu thằng Việt cộng ở đâu? Chỉ, ba cho kẹo, cho tiền!

Út Giang ỏng ẹo:

- Ba cho bây giờ cơ!..

Tôi cắn chặt môi, định bươn qua chị, vọt lên buồng, siết ngay cổ tên tay sai địch. Song, chị Ba nhanh tay, giữ chân tôi lại:

- Khoan đã! Để chị liệu!

Bọn chúng vây quanh con bé:

- Tiền đây! Chỉ đi, rồi cho thêm...

Tiếng con bé vọng xuống như dao cắt ruột:

- Có! Con thấy!

Người tôi nóng ran, tim như vọt ra ngoài. Thằng Tư Đờn ra lệnh:

- Tụi bay! Vây chặt vùng nương cho tao!

Tiếng chó sủa inh ỏi. Tiếng chân lạo xạo bốn phía hầm. Xem chừng, chị Ba cũng mất bình tĩnh. Chị rút khẩu K54 cầm tay, tay kia nắm trái lựu đạn đã mở chốt an toàn, chân rón rén ra cửa sau quan sát. Một lúc, chị quay vào, nói thầm vào tai tôi:

- Cửa sau, tụi lính đứng đông đen...

Tôi lúng túng. Nếu dùng lựu đạn mở đường, thì liên lụy đến Út Giang và chú Năm. Mà bắn tỉa, thì trời tối lắm! Chợt tiếng Út Giang lại cất lên:

- Con thấy!.. Con thấy má nhốt mấy con vịt to đùng, kia kìa!..

Thằng Tư Đờn rống lên như bị chọc tiết. Hắn nó nghĩ sắp được con bé chỉ hầm bí mật, ai ngờ chỉ mấy con vịt đang nhốt. Cơn thịnh nộ dồn vào cánh tay hộ pháp của nó. Và con bé cũng ré lên vì bị mấy bạt tai...

Hai chị em hít vào một hơi thật sâu rồi thở ra, như trút được gánh nặng. Tôi và chị ngồi một lúc mới lại hồn vía. Tiếng chú Năm cất lên dõng dạc:

- Răng các ông lại đánh trẻ con đêm hôm thế này!? Tui báo lên quận đó!

Thằng Tư Đờn bẽ mặt, dẫn lính tháo lui. Tụi lính xách theo mấy con vịt kêu quang quác, oang cả xóm.

Đêm đi vào chiều sâu. Trên trời, mấy quả ca nông địch bay xèn xẹt, kéo những vệt sáng xanh lè, nổ ùng oằng phía giáp ranh. Tôi nuốt thầm nước mắt. Đứng lặng hồi lâu, ngắm nhìn Út Giang đang ngủ, lòng thầm nói: "Chú đội ơn cháu nhiều! Mong cháu bình an! Hẹn ngày gặp lại!" Rồi xốc lại hành trang, cùng chị Ba lên cứ...

Và cũng không ngờ, sau giờ phút ấy, cháu tôi lại vĩnh viễn ra đi…

- Chị ơi! Út Giang mất lúc nào vậy?

Lau nước mắt, rồi chị kể tiếp.

- Cái đêm chị em mình lên cứ đó! Hôm sau, thằng Tư Đờn dẫn lính về lục soát. Chúng khui được hầm, bắn chết chú Năm. Chặt đầu chú, đem bêu ở ngã ba Mỹ Thắng. Rồi hôm sau, chúng dụ dỗ mua chuộc Út Giang. Không được, bọn chúng đánh con bé sưng vù mặt mũi. Bà con trong ấp thấy vậy, đưa cháu về nuôi. Được vài hôm, thì cháu mất. Lúc chị quay về, nghe bà con kể lại vậy...

Nghe xong, tôi òa khóc. Tôi khóc xé ruột xé gan, rồi xỉu đi. Lúc sau, nhận ra hai bàn tay rưng rưng lạnh ngắt của chị, đang xoa lên hai thái dương tôi. Và tiếng chị an ủi, vỗ về:

- Thôi em ạ! Chiến tranh là đau thương mất mát vậy đó! Bất kể người già, trẻ em. Cuối cùng, đất nước cũng thống nhất...

Chuyến tàu tốc hành nghiến đường ray ken két, chạy vô hướng Nam, để rớt lại tiếng còi tàu mang những âm thanh đến não ruột. Tôi lặng nhìn phía xa trên bầu trời, một đám mây vàng nhạt y như hình con bé, đang giơ tay vẫy vẫy. Và tôi như nghe tiếng Út Giang thảng thốt vọng về:

- Chú gì ơi! Mở cửa cho Giang vào với! Giang cho nhiều kẹo đây nè!...

BẺ CHÂN "MÃNH HỔ" TRÊN ĐỈNH HÒN CHÈ

Hòn Chè (điểm cao 816m) phía tây nam tỉnh ly Bình Định, nằm giữa 2 thôn Thạch Bàn và Hội Sơn, thuộc xã Cát Sơn, huyện Phù Cát. Cùng với các ngọn: Hòn Nọc (918m), Hòn Tre, Hòn Nhọn, Hòn Một... tạo thành một dãy liên hoàn vững chắc. Hòn Chè có con suối La Tinh chảy qua trong lòng, với nhiều hang động lớn, có hang sức chứa đến hàng ngàn người. Các đơn vị, các cơ quan, trong đó có Sư đoàn 3 Sao Vàng, làm nơi khu trú, ẩn nấp. Và cũng là nơi máy bay trinh sát và thám báo phía bên kia, thường soi mói tìm tòi.

Ngày 23/3/1971, từ 7 giờ đến 9 giờ 30, sau mấy lượt máy bay OV10 quần thảo, ném lựu đạn khói chỉ điểm, pháo địch từ các trận địa Phù Mỹ, Phù Cát, Bồng Sơn, Tây Sơn, dồn dập giội bão lửa, cày nát Hòn Chè, xé rách trời đất. Tiếp đến, hàng chục lượt máy bay xúm đến ném bom. Hòn Chè và các khu vực lân cận, chìm trong khói lửa mịt mù. Điểm cao 816 như bị nghiền ra bột. Suối La Tinh vặn mình như sôi lên ùng ục.

Chưa thôi, hàng chục chiếc máy bay HU1A, loại hai chong chóng, cùng trực thăng chở một tiểu đoàn bộ binh của Sư đoàn Mãnh Hổ (Lính Pak Chung Hee, Nam Triều Tiên), thay nhau hối hả đổ quân lên đỉnh Hòn Chè.

Ngồi trên đài quan sát, đại đội trưởng Nguyễn Như Hoàng, trung đội trưởng Mai Văn Phiếm, và tôi, đếm được cả thảy 60 chuyến. Trong đó, có cả máy ủi, và cả pháo lớn nữa!

Thật nguy hiểm, và vô cùng nan giải. Bởi lúc này, cách Hòn Chè không xa, khoảng 400m theo đường chim bay, ngay sát nách địch, dưới chân Hòn Chè dọc theo suối La Tinh, có ba cơ quan đầu não của chiến dịch, đang yên vị tại đó. Gồm Bộ Tư lệnh Tiền Phương Quân khu 5, Tỉnh ủy, Tỉnh đội tỉnh Bình Định. Đặc biệt, lúc này có hơn 500 đại biểu của các đơn vị, về dự Hội nghị tập huấn, chuẩn bị cho chiến dịch Xuân Hè 71, cùng ở tại hang đá Tỉnh Ủy.

Suối La Tinh sôi động hẳn lên. Kẻ chạy ngược, người chạy xuôi, suýt va vào nhau. Nhưng có lúc im lìm, tưởng chừng như nín thở. Nhiều ý kiến bàn ra bàn vào, có người bảo: "Phải giải tán Hội nghị, cho các đơn vị di chuyển gấp trong đêm!" Người khác lại bảo: "Sẽ bị lộ, khi một khối lượng người đông đúc của ba cơ quan, làm sao qua được mắt địch?". Có người lại bảo "phải phát súng dài (AK hoặc CKC) cho số cán bộ tập huấn, chia ra từng đại đội, trung đội để đánh địch".

Tư lệnh Tiền phương Huỳnh Hữu Anh, sau khi hội ý với Bí thư tỉnh ủy Thanh Chơn, đi đến nhận định, và chỉ thị: "Khả năng địch mới thăm dò đánh hơi. Các đơn vị phải hết sức bí mật. Từ khói lửa, nói năng, di chuyển, phải tuyệt đối cẩn mật. Tổ chức bám sát địch, không manh động nổ súng. Chỉ khi nào địch đến gần, có nguy cơ lần xuống suối, xuống hướng các cơ quan, thì mới nổ súng. Tất cả chuẩn bị tinh thần chiến đấu cao, quyết tâm bằng mọi giá, phải bảo vệ cho bằng được Hội nghị, bảo vệ ba cơ quan đầu não của chiến dịch. Đại đội *Trinh sát - Vệ binh*, phải lập chốt chặn. Quyết không để bọn chúng mò xuống suối, bước qua chốt chặn. Trường hợp khi chốt chặn bị uy hiếp, thì dùng nhiều mũi vu hồi, đánh thọc lên Hòn Chè!.."

7 giờ tối, trên trời xuất hiện những chùm pháo sáng lập lòe. Trên cao điểm, vang lên vài tiếng súng con lẹt đẹt, buồn tẻ. Toàn đại đội Trinh sát - Vệ binh, lầm lì khẩn trương triển khai công việc của mình. Đại đội trưởng Nguyễn Như Hoàng dẫn Tổ chốt gồm: Nguyễn văn Bằng, Mai Văn Phiếm, Trần Khởi, Phạm Chiên, Lê Xuân Nho, Võ Văn Hùng, Tô Tấn Tài, Hoàng Văn Long, đi tìm điểm đặt Chốt. Điểm Chốt thật lợi hại, nằm ngay trên con đường độc đạo từ Hòn Chè đi xuống dốc Yên Ngựa. Phía trên là núi cao, phía dưới là vực sâu. Muốn hay không, đi xuống Hang Chè, phải băng qua chân Chốt chặn. Trên Chốt cao, có một khối đá lớn, bên trong lõm sâu thành một cái hốc, như trời đã khoét sẵn hầm, ngồi được 6 đến 7 người. Từ Chốt, nhìn lên đỉnh Hòn Chè khoảng 500m. Bọn lính pháo binh địch vẫy cờ hiệu bắn pháo, thấy rất rõ.

Tổ vận động cơ động, gồm: đại đội phó Đạt Thanh, Nguyễn Bá, Phạm Ngọc Chơ, Nguyễn Thành, Xuân Đô, Nguyễn văn Kiếm, Nguyễn Quang Mão, Ma Quang Miện, Nguyễn Văn Bản, đã rải xong dây và kết nối liên hoàn 5 quả mìn Claymo dọc đường đi lên chốt. Đồng thời cài hai quả pháo tự chế. Và đang đào hầm ở sườn phía đông. Nghe động, địch bắn cối sang xối xả. Không thể đào được. Một tổ leo dốc phía bắc, bám sát lưng địch.

Tổ hậu cần và tổ dự bị, do chính trị viên đại đội Trần Văn Lạc phụ trách, gồm: Nguyễn Văn Kháng, Nguyễn Văn Tĩnh, Lê Văn Ngọc, Nguyễn Thị Phụng, cũng đã hoàn tất phần việc của mình. Vậy là, mọi việc đã xong xuôi, chỉ chờ đợi động tĩnh của địch...

Ngày 24/3, trôi đi vô sự. Nhìn sang đồi Hòn Chè, bọn địch đang hì hục đào công sự. Chốc chốc, có vài khẩu cối bắn vu vơ, đạn khói trùm kín cả đồi. Pháo bắn cầm canh quanh đồi Hòn Chè và khu vực lân cận. Đại đội trưởng Hoàng thông báo, địch chưa có hiện tượng đi xuống dốc Yên Ngựa. Anh dặn anh em ngụy trang cửa hầm, và lệnh đào thêm cửa hầm phụ. Chính trị viên Lạc lên chốt cùng với nuôi quân, tiếp tế vũ khí đạn và xác định tư tưởng cho anh em. Động viên tinh thần chiến đấu, và dặn dò, nếu bị địch bắt, quyết không khai nơi đóng quân của Bộ Tư lệnh Chiến dịch.

Ngày 25/3. Từ 6 giờ đến 8 giờ sáng, pháo địch bắn cấp tập về hướng Chốt chặn rất nhiều. Máy bay ném bom, trực thăng phóng rockét dọc eo Yên Ngựa. 8 giờ 30, anh Hoàng vội vàng lên Chốt, mang theo khẩu B40 giao cho tôi, và nhắc nhở anh em chuẩn bị chiến đấu. 9 giờ, pháo địch bắn xa và thưa dần. Chúng tôi hiểu, là chúng sắp tấn công bằng bộ binh.

Quả vậy, bọn địch theo eo Yên Ngựa, lục tục một cách lấm lét, đi xuống Chốt chặn chúng tôi. Một thằng, hai, ba, rồi 15, 20 tên, nằm lọt trong vòng vây của 5 quả mìn Claaymo cài liên hoàn. Hoàng bảo với Bằng và tôi: "Khi nào tôi vẫy tay, thì tức khắc, cả cho nổ mìn, và bắn B40 cùng một lúc!"

Đây là lần thứ hai tôi được tham gia chiến đấu trực tiếp.. Lòng rất khó tả, vừa sung sướng tự hào, pha lẫn bồn chồn lo lắng. Tôi run lên, cố nhắm vào thằng đeo máy PRC25. Sau cái vẫy tay của Hòang, đồi núi như nổ tung, ầm ào rung chuyển. Tiếng mìn, tiếng B40, lựu đạn, nổ tơi bời. Xác địch chất đầy đường, chất ngay dưới chân Chốt chặn. Số còn lại chống trả yếu ớt, rồi chạy ngược lên phía trên, bị tổ Vận động của Bá, Kháng, Đô, Miện, chặn đánh quyết liệt, làm chết thêm một số. Hoàng và tôi chạy ào xuống, thu được 2 khẩu AR15, một khẩu M79, và một máy bộ đàm.

Hai chúng tôi vừa lên đến Chốt, máy bay trực thăng đến vãi đạn như mưa. Ròng rã suốt cả buổi chiều. Máy bay mang bom hạng nặng, đến trút liên miên xuống chỗ chúng bị đánh lúc sáng, khiến cho Chốt bị cày nát trơ trọi, hiện nguyên hình, để rồi những khẩu cối 82, từ bên kia Hòn Chè, rót thẳng xuống. Tiếng đạn cối nổ đanh, phá nát những tảng đá trên Chốt. Mảnh đá bay rào rào. Sức ép của cối khủng khiếp. Hoàng bị sộc máu mũi. Chiên chảy máu cả tai, phải về hậu cứ. Tôi cũng bị ù tai, không còn nghe chi nữa!

Ngày 26/3, bọn chúng thả hỏa mù, bom khói nhiều lần, nhiều đợt, xuống trận đánh hôm qua, để trực thăng lấy xác. Ta giữ chặt, bắn tỉa từng phát một. Có rất nhiều tên bỏ mạng, không thể lấy được xác. Địch cay cú, bắn đạn hóa học lên. Chúng tôi đã mang mặt nạ rồi, mà không chịu nổi. Ngạt thở tưởng chừng chết mất. Bằng cùng Phiếm chạy xuống, cài lựu đạn vào mấy cái xác địch. Và nối lại dây mìn bị đứt.

Ngày 27/3, chúng tôi gồm: Lạc, Hoàng, Phiếm, Bá, Khởi, được triệu hồi về hậu cứ, gặp Tư lệnh Quang và

Ban tác chiến của Sư đoàn. Tư lệnh nhận định: "Có khả năng bọn chúng sẽ đánh theo lối đặc công, tập kích Chốt vào ban đêm". Ông Quang giữ tôi lại, để cùng ông sang Tỉnh ủy.

Ngày 28/3, im lặng đến khó chịu. Một ngày trôi đi nặng nề. Đêm đi vào chiều sâu, càng yên ắng. Đúng như nhận định, 2 giờ sáng, địch dùng lối đánh đặc công, mật tập lên Chốt chặn. Chúng bò lên sát tận cửa hang của Chốt. Bị anh em phát hiện, bắn chết, xác rơi xuống chân Chốt. Những tên đi sau, giẫm phải mìn, xác rơi xuống suối.

Sáng 29 - 30, địch bỏ đánh Chốt, bỏ lấy tử sỹ. Chúng dùng một tiểu đội, thả dây tuột xuống vực, định tiến xuống hang Tỉnh ủy và đổ quân ở đồi Phụ Nữ. Tổ chúng tôi gồm: Hoàng, Thanh, Ngọc, Khởi, Hùng, Kháng, cùng anh em Tỉnh đội, chặn đánh tan tác. Tổ vận động: Bá, Ngọc, Đô, Miên, Chơ, Mão, tập kích đánh thẳng lên Hòn Chè, diệt một trung đội, phá hủy 2 khẩu cối 82.

Khi tôi và Hoàng chạy dọc theo suối, thấy tổ của Bá từ trên núi tụt xuống. Cậu Đô bị thương vào miệng, máu chảy ướt cả áo.

Chiều đó, tôi cùng Hoàng, Bằng, treo dây làm thang, bẻ lá ngụy trang, lấy thùng sơn của chị Học mua từ dưới đồng bằng lên, viết lên lèn đá 2 chữ to đùng: "KIÊN CƯỜNG". Chữ cao 1m, nét chữ rộng 15cm, dòng chữ dài khoảng 12 - 15m, theo yêu cầu của Tư lệnh và Tỉnh ủy. Địch bên kia phát hiện, bắn sang. Bằng bị đứt dây rơi xuống. May thay, chỉ trẹo chân nhẹ. Hoàng bị đá bay vào mắt. Hôm sau, và hôm sau nữa, lại tiếp tục viết tiếp.

Ngày 2/4, ta được lệnh rút quân, để triển khai chiến

dịch Xuân Hè. Chỉ để lại một tổ với đài quan sát. Buổi chiều, địch bắn pháo dữ dội và đi hốt xác. Lúc đó, không một tiếng súng trả lời...

Ngày 3/4, địch bắn phá dữ dội. Nhưng đó là cuộc bắn phá, nhằm dọn đường rút quân. Chúng lần lượt rút khỏi Hòn Chè và các điểm lân cận. Đài quan sát đếm được 48 chuyến bay cả thảy.

Ngày 5/4, chính trị viên Lạc, đại đội trưởng Hoàng, cùng Bá, Bằng, lên chốt Hòn Chè kiểm tra. Thấy có một thùng đựng 93 bông huệ trắng buộc giải đen. Đó là 93 tên Nam Triều Tiên xấu số của sư đoàn Mãnh Hổ, bị đơn vị Trinh sát - Vệ binh C2, Sư đoàn bộ binh 3 Sao Vàng tiêu diệt. Các anh lấy được dù và võng dù về cho tôi. Vì biết võng tôi đã rách. Còn cho 4 gói thuốc lá Salem của Mỹ, và mấy gói cà phê...

Như vậy, sau 9 ngày kiên cường bám trụ, đơn vị *Trinh sát - Vệ binh* Sư đoàn bộ binh 3 Sao Vàng anh hùng, đã mưu trí sáng tạo, chiến đấu ngoan cường, dũng cảm, đã bẻ gãy chân Sư đoàn Mãnh Hổ, trên cao điểm Hòn Chè. Đã diệt là làm bị thương trên 150 tên, phá hỏng hai cối 82ml, thu nhiều chiến lợi phẩm. Đặc biệt, đã bảo vệ được ba cơ quan đầu não của chiến dịch. Hơn thế, không có chiến sỹ nào phải hy sinh. Bộ tư lệnh tiền phương quân khu đặt tên chốt là "CHỐT KIÊN CƯỜNG".

ANH ƠI, MÀY ĐÃ VỀ CHƯA?

Anh đứng trước mặt tôi, quân phục rách tưa tướp, người đầy máu me. Mắt nhìn tôi đờ đẫn, nửa trách móc, nửa cầu cứu. Tôi giật mình, mở mắt. Căn phòng chìm trong bóng tối. Tôi bật đèn ngồi dậy. Mồ hôi vã ra đầm đìa. Đã ba giờ sáng. Anh đã về đây tìm tôi? Hay bao năm tôi cứ lấn cấn trong lòng, không biết Anh đã về chưa, nên có giấc mơ khủng khiếp này? Cuốn nhật ký chiến trường còn để mở trên bàn, tôi đọc lại tối qua, trước khi đi ngủ...

16 giờ 30, chiều ngày 21/12/1970, một số đồng chí ở tổ *Vệ binh - Trinh sát*, đi mang gạo dưới đồng bằng lên, báo tin: Phát hiện dấu giày, và vỏ bao thuốc lá Mỹ, ở dọc con suối, cách nơi ở Bộ Tư lệnh Tiền phương của ta khoảng 300m. Cùng lúc, đã thấy máy bay trinh sát của chúng lởn vởn trên đầu.

17 giờ, đại đội phó Đạt Thanh, trực tiếp phân công một tổ 4 người, thuộc đại đội Vệ binh - Trinh sát, khẩn trương đi tìm giặc đánh. Cốt để bảo vệ Bộ Tư lệnh Quân khu Tiền Phương. Tổ gồm: Nguyễn Bằng, trung đội trưởng, Trần Khởi, Hoàng Chiên, và Nguyễn Nho.

Cùng lúc đó, có một loạt súng con vang lên ở khu vực đồi hậu cần. Và có tin, một đồng chí bên Ban Hậu cần, đi tìm rau rừng, bị địch phục bắn chết.

17 giờ 30, chúng tôi phát hiện dấu giày lính Mỹ trên những tảng đá dọc suối, rồi mất hút, không còn thấy dấu vết đâu nữa. Rừng nhá nhem tối, chúng tôi đành tìm chỗ trú qua đêm.

Như thế, rất có thể, chúng tôi nằm chung, ở chung với địch trong một phạm vi hẹp, mà không nhìn thấy nhau. Ai cũng hiểu điều đó, hồi hộp như chơi trò ú tìm. Đêm đi vào chiều sâu, chúng tôi nín thở. Rừng như cũng nín thở. Chốc chốc, có vài phát pháo hiệu lạc lỏng của địch, bay vút lên đỏ lòm bầu trời thâm u.

Chúng tôi không dám ngủ. Nằm bên tôi, Bằng thì thầm dặn dò đủ điều cho trận đánh sắp tới. Bởi Bằng cũng thừa hiểu tầm quan trọng của phát B40, mà tôi là người đầu tiên lảy cò trong trận tập kích này.

5 giờ 30 rạng sáng 22/12, toàn tổ dậy sớm. Lại căng mắt dò dẫm đi tìm địch. Biết là cả hai bên, địch và ta, đang đi tìm nhau, như mèo vờn chuột, nên chúng tôi bước không nghe tiếng động. Mắt căng nhìn từng hốc cây ngọn cỏ, khe đá. Mũi như ăngten thính nhạy, đánh hơi thuốc lá, mùi mồ hôi lính Mỹ.

Đi chừng 100m, chúng tôi phát hiện dấu giày của chúng leo lên thân cây gãy vắt qua suối. Lên gần đỉnh dốc, Bằng vẫy tay ra hiệu có địch. Đội hình giản thưa, và nhẹ nhàng bò thấp. Bằng vẫy tôi lên, anh chỉ vào phía trước, rồi cùng Chiên, Nho lùi sang phía phải, để tôi hành động.

Tôi đặt súng lên vai, dướn cao người. Thấy phía

trước, dưới tàn cây rậm rạp, có nhà bạt. Dưới mái bạt, có 5- 6 tên đang ngủ say. Cạnh đó không xa, có ba tên đang dựa vào gốc cây, khẩu đại liên chĩa mũi về phía suối.

Qua mấy phút định thần, tôi nhắm thẳng B40 vào ngôi nhà bạt, bấm cò. Một tiếng nổ lớn xé rách cả đồi núi, xé rách cả buổi sáng đại ngàn, đánh thức núi rừng và cả cơ quan Bộ Tư lện Tiền phương Quân khu. Dưới áp lực của đạn B40, một cây lớn đổ sập đè lên tôi. Tôi vội nhảy tránh. Toàn tổ nhảy lên tung lựu đạn tới tấp.

Nghe tiếng Bằng hô xung phong, tôi lao lên, thấy mấy tên Mỹ nằm chết, máu me đầm đìa. Tôi vớ được khẩu M79 của chúng, đang loay hoay, thì một tên Mỹ cao to người đầy máu, không có súng, lao thẳng vào hướng của mình. Tôi thả nhanh khẩu M79, nắm chặt khẩu B40, phang một phát thật mạnh vào đùi hắn. Tên Mỹ khuỵu xuống, rồi lảo đảo vừa chạy vừa lăn xuống dốc.

Cho đến bây giờ, tôi không thể lý giải nổi, vì sao tên Mỹ lại chạy ra xáp mặt với mình? Hay chúng định đầu hàng? Hay nó xông ra quyết sống mãi với tôi, khi đối phương không kịp bắn? Rất có thể, vì hắn to lớn, trong khi tôi bé nhỏ. Nhưng nhận được cú phang suýt gãy chân, hắn hiểu là đối phương không dễ chơi. Cuối cùng, có lẽ tìm đường chạy thoát thân thì hơn. Và hắn cũng gặp may, đã không thấy người đối phương đứng chặn ở đó.

Tiếng pằng pằng vang lên! Chiên giẫm phải quả mìn sáng, cháy xè xè bùng lên cả một góc rừng. Khiến bọn địch từ đồi bên kia nhanh chóng phát hiện hướng tấn công của ta. Chúng bắn như mưa, đạn cày xới tung cả một khoảng đồi. Cả rừng nứa bỗng chốc gãy rụi, lửa khói ngút trời.

10 giờ trưa 22/12, thấy im ắng đến lạ thường. Dường như sau đợt chơi tay bo, hai võ sỹ lại nằm thở. Tôi thấy lạ, lùi lại phía sau khoảng 10 mét, dưới gốc cây to, thì thấy Bằng, Nho, Chiên đứng ở đó. Chiên đang băng bó vết thương cho Bằng ở bả vai. Nho đứng cạnh bên, mặt tái mét. Mọi người như bị trúng gió, cấm khẩu, chỉ còn đưa mắt nhìn nhau. Bằng đưa khẩu AK cho tôi, thì thào nói: "Cậu ở lại, chỉ huy tổ đánh tiếp!" Rồi anh cầm khẩu B40 của tôi, chạy như bay xuống dốc, tìm đường về đơn vị.

Tiếng máy bay địch mỗi lúc một gần. Máy bay trực thăng luồn sát ngọn cây, bò sát suối, bắn rocket râm ran trời đất. Ba thằng như bị hất tung lên trời.

Tôi lệnh:

- Không được bỏ chạy! Đồng chí Nho, bắn tụi Mỹ trên đồi tràn xuống. Tôi và đồng chí Chiên bắn máy bay!

Chưa nói hết câu, thì một phát đạn khói xi nhan của bọn chúng, từ đồi bên kia, bắn ngay vào gốc cây, nơi ba đứa cùng nằm. Nho hoảng hốt vùng lên định chạy. Tôi ấn đầu Nho xuống, quát: "Nằm xuống!" Và hét lên: "Bắn! Bắn!.." Tôi và Chiên nhắm thẳng chiếc trực thăng trên đầu, nổ súng. Chiếc máy bay hình như trúng đạn, chồng chềnh vọt lên cao, rồi mất hút. Mấy chiếc khác lại bắn như mưa. Chợt nghe tiếng lao xao, lào xào. Rồi tiếng nổ như ngô rang. Chiên hô: "Anh ơi! Bộ binh chúng trên đồi tràn xuống! Bọn chúng đang thả lựu đạn bi lăn xuống dốc kìa!"

Chiên nói chưa hết câu, một loạt lựu nổ râm ran trời đất, hất tung mỗi đứa đi mỗi nơi. Khẩu AK của Chiên bay đi đâu mất tang! Trước tình thế đó, tôi lệnh cho cả tổ nhanh chóng bỏ sườn đồi trọc, chạy sang phía bên kia suối. Nơi đó, có một cánh rừng rậm, để ẩn nấp. Sau đó, chờ viện trợ đạn dược của đơn vị, rồi tìm đường đánh tiếp...

12 giờ 22/12, sau mấy loạt bom đạn mịt mù rừng núi, địch bắt đầu cho trực thăng rà sát xuống thấp. Từ máy bay, chúng thả lưới và hốt xác. Chớp lấy thời cơ, tôi vẫy tay ra hiệu: "Xuất kích!" Hình như ai cũng hiểu ý. Cả ba đứa lao lên, nhanh như những viên đạn ra khỏi nòng súng. Chạy băng băng trong khói lửa mịt mù, những rừng cây xơ xác. Nhìn lên, mấy chiếc máy bay trực thăng lù lù rà sát ngọn cây. Những tên Mỹ da mặt đỏ lòm, cầm súng lăm lăm, cứ tưởng như chúng đã nhìn thấy chúng tôi. Ba thằng đấu lưng thế chân kiềng quanh gốc cây, hướng nòng súng lên chiếc trực thăng đang kéo bọc lưới lủng lẳng lên cao. Tức thì, tương mấy loạt AK giòn giã. Chiếc máy bay hoảng hốt, lảo đảo, nhả ra một làn khói trắng, rồi nghiêng ngả bay ra biển. Lũ máy bay còn lại điên tiết, bắn rockét, ném bom bừa bãi. Núi đồi sặc sụa mùi bom, mịt mù lửa khói, nhưng chúng tôi chẳng hề hấn gì. Vì tụi tôi đang bám lấy thắt lưng chúng, quyết giữ không cho hốt xác. Cứ giằng co mãi, đến 13 giờ 20, khi chúng tôi sắp hết đạn, chúng mới hoàn tất việc hốt xác.

13 giờ 30, tôi dẫn anh em đi vòng theo suối lên phía bắc, tìm đường lên đánh tiếp. Vừa mới ra đến chỗ quẹo ngã ba suối, thì thấy y tá trung đội trưởng Nguyễn Văn Anh từ đằng xa. Anh mang túi cứu thương, vai vác khẩu B40, hình như có cả súng ngắn. Từ xa, Anh đã vồn vã hỏi:

- Sao đấy, Khởi ơi! Đánh chứ?

Tôi bảo:

- Sườn phía nam trống trải, không thể đánh được! Phải vòng lên phía bắc đánh thôi! Mà đạn đã hết...

Anh phát cho chúng tôi, mỗi người 2 băng đạn, và mấy quả lựu đạn. Rồi cậu ta lôi nhanh tấm bản đồ từ trong túi xách, mở ra đặt ngay trên tảng đá bên suối, hỏi tôi:

- Theo cậu, bây giờ nên đánh hướng nào?

Tôi chỉ tay vào bản đồ:

- Hướng này! Hướng Tây Bắc! Bình độ có dốc tý, nhưng lại bất ngờ!

Anh gật đầu:

- Được lắm! Anh gấp vội bản đồ vào bao, rồi vẫy tay giục:

- Đi!.. Đi!.. Mình đi trước nhé! Nhớ đi thưa, cách nhau khoảng 5 mét!

Anh vẫn giữ khẩu B40, không giao cho tôi. Tôi không được vui, miễn cưỡng nghĩ, đúng thôi! Vì dù là y tá, nhưng lúc này Anh giữ chức trung đội trưởng, lãnh đạo bọn tôi mà!

Anh vác B40 xăm xăm đi đầu. Tiếp đến là tôi, Chiên, Nho. Lên đến giữa chừng dốc, bất ngờ bị lộ. Địch phát hiện, bắn ra như mưa. Trung đội trưởng Anh trúng đạn bắn thẳng, lăn mấy vòng, rồi chết ngay tại chỗ. Khẩu B40 cũng lăn theo. Tôi cùng Chiên điên tiết, bắn mấy loạt lên đỉnh đồi. Nhưng bắn lung tung cho đã cơn giận, chứ chẳng biết chúng ở mô. Vì ở phía này, cây cối rậm rạp. Hình như địch đã bố trí trận địa phục kích, và chúng tôi rơi vào đó.

Nguyễn Xuân Anh quê Tuy Phước, nhập ngũ năm 1967, một lần với Trung đội trưởng Tô Tấn Tài. Anh khá bảnh trai, người cao ráo, trắng trẻo. Bố mẹ cậu ấy bị Mỹ giết. Căm thù giặc, Anh lên đường nhập ngũ và được biên chế vào Vệ Binh C51 của Sư đoàn. Anh ít nói, tính tình như con gái, nhưng đánh giặc gan lì hết chỗ nói. Tôi và cậu Anh cùng tham gia mấy trận.

Tháng 8/1968 một tổ bốn người, gồm: Nguyễn Như Hoàng, Tô Tấn Tài, Nguyễn Xuân Anh và Trần Khởi, được trên giao nhiệm đi phục kích bọn Mỹ lết ở cửa khẩu Dốc Dài, nhằm mở thông đường cho bộ đội ta về đồng bằng lấy gạo.

Toàn tổ đang mò mẫm đi giữa trưa hè nóng nung, bỏng rát. Được một quãng, chợt nghe tiếng động. Nhìn lên phía đỉnh đồi, bọn Mỹ đang chụm lại ăn cơm. Cạnh đó không xa, mỗi phía có một tên Mỹ đang canh gác. Hoàng vẫy tay cho bốn anh em xuống bàn tính:

- Chia ra ba hướng, thành ba mũi, tiếp cận bất ngờ!

Phải ôm súng tấn công giữa ban ngày ban mặt, ta ít người, khi bị địch bao vây là gặp khó. Lúc đầu có người còn ngại, vì đánh lộ diện thế này, thì không gọi là phục kích nữa. Được đánh phục kích, tốt hơn nhiều. Vả chăng, đánh thế này rất dễ bắn nhầm vào nhau. Tuy vậy, đã ở vào thế này, không còn cách nào khác. Cuối cùng, cả tổ vẫn nhất trí với phương án đánh ngay, và đánh tập kích theo ba mũi.

Hoàng vẫy tay ra hiệu. Cả 3 mũi đồng loạt ôm súng hò hét, hô xung phong, chạy ào lên. Tất cả đều tung lựu đạn lên đỉnh đồi. Những tiếng nổ kinh hoàng, và tiếng thét xung phong vang cả đồi núi. Bị đánh bất ngờ, bọn địch trở tay không kịp, vỡ trận hoảng loạn. Đứa chết, đứa bị thương, nhiều đứa bỏ chạy tán loạn.

Nguyễn Xuân Anh bị thương, bởi lựu đạn của ta bên kia ném lên đỉnh đồi, bất ngờ lăn xuống. Mảnh đạn găm vào chân khá nặng. Nhưng cậu ta cắn răng chịu đau, gọi sang chỗ tôi:

- Anh Khởi ơi, ném sang đây cho tui mấy trái nữa! Nhanh lên!..

Tôi vứt sang cho Anh hai quả. Và trong khói lửa mù mịt, tôi thấy Anh rướn người, ném tung vào đội hình địch hai trái lựu đạn cuối cùng, trước khi ngất xỉu...

Lại một lần khác, tôi cùng Anh, Nho đen, Thành và mấy người nữa, trên đường xuống đồng bằng lấy gạo. Đi đầu là Thành, Nho đen, đến tôi, rồi đến Anh và mọi người. Đang vượt qua quãng đường Quốc lộ 1 để về Mỹ Thắng, bỗng vấp phải bọn lính bảo an dân vệ, phục ngay mấy ngôi nhà bên kia đường. Chúng bắn ra xối xả. Thành trúng đạn chết ngay tại chỗ. Anh em bị bất ngờ, rối loạn đội hình. Số đông bỏ chạy tán loạn lên cửa rừng. Vừa tập trung được nhau lại, thì Anh bực tức nói:

- Quay lại, lục soát, bắt được đứa nào thịt luôn đứa đó, trả thù cho cậu Thành chết oan!

Hoàng can:

- Không được! Bây giờ bọn chúng canh phòng cẩn mật lắm!.. Và không khéo, giẫm phải mìn...

Hoàng nói chưa hết câu, thì Anh đã kéo tôi, vọt đi. Anh bảo tôi đứng canh ở vạt ruộng bên cạnh đường, còn mỗi mình cậu ấy nhanh chóng vọt qua đường số 1. Rồi len lỏi mò vào căn nhà, nơi nghi bọn chúng phục ở đó đã bắn chết Thành. Chợt từ trong đó, tiếng súng nổ giòn giã, tiếng chân chạy thậm thịch. Rồi có tiếng hô:

- Dừng lại, tao bắn!.. Tao bắn chết!..

Tôi vừa lao lên tiếp ứng cho Anh, thì thấy cậu ta lôi cổ một tên lính dân vệ giao cho tôi và lẩm bẩm:

- Chính thằng này! Chính hắn đã giết cậu Thành!

Anh đẩy tên dân vệ nằm sấp xuống đất, trói lại, bảo tôi dẫn hắn ta đi. Còn cậu ta vác xác Thành chạy lên cửa rừng...

Sau trận đó, Anh được đề bạt trung đội trưởng. Nhưng vài tháng sau, cậu ấy lại được trên cho đi học lớp y tá. Bởi vậy, lúc thì cậu ta làm y tá, lúc thì làm chỉ huy đánh trận, là vậy...

Chúng tôi vừa ngậm ngùi thương tiếc Anh, vừa không muốn để mất khẩu B40. Tôi hô to:

- Tôi và đồng chí Nho bắn yểm trợ, đồng chí Chiên bò lên lấy khẩu B40!

Mấy băng đạn tôi tương cả lên đỉnh đồi. Chiên vừa bò lên một đoạn, bỗng đạn địch nổ như ngô rang. Lựu đạn bi theo sườn dốc lăn xuống, nổ chát chúa. Giữa dốc cỏ, xác Anh nằm bất động, mặt quay về phía chúng tôi. Máu cậu ta chảy ra ướt một vùng đất sỏi...

Vừa loay hoay chưa biết cách chi, thì đột nhiên thấy đại đội phó Đạt Thanh và cậu liên lạc của ông ta, mò lên. Ông ta vừa thở vừa nói như ra lệnh:

- Địch đã phát hiện hướng của đơn vị! Theo tin trên, chúng sẽ chia nhiều cánh, định hốt gọn Bộ Tư lệnh Tiền phương của ta! Các đồng chí phải về ngay, cùng đơn vị di chuyển!

Tôi khẽ khàng nói:

- Không lấy được xác cậu Anh, hả anh?

Ông ta bảo:

- Thôi, không kịp! Cũng đành phải thế! Đến tìm sau!..

Đi xuống chân dốc, tôi ngậm ngùi nhìn lên hướng Anh nằm, nuốt thầm nước mắt. Hình ảnh Anh còn nằm đó, và khẩu súng B40 nằm bên cạnh, như đôi bạn thân cùng sống chết bên nhau. Tôi nói trong tâm tưởng: "Anh ơi! Thôi chào mi nhé! Tau có lỗi với mi nhiều..."

Trời đêm tối như mực, đơn vị âm thầm lặng lẽ, lục tục xuyên rừng, bám theo nhau mà đi. Chẳng còn thấy đường, chỉ đi trong cảm giác. Tôi đi sau người cha nuôi, Tư lệnh Tiền phương Quân khu Hùynh Hữu Anh. Dường như bọn chúng đã vào được khu ở của cơ quan ta để lại, vì phía sau đã nghe những tiếng nổ long trời. Máy bay địch gào thét bắn chặn đường rút quân của ta.

Rạng sáng ngày 23/12, giờ toàn bộ cơ quan mới lật sang được sườn núi phía đông, nơi nhìn xuống dưới kia là đồng bằng, để lại phía sau biết bao niềm thương và nỗi nhớ. Cũng để lại giữa núi rừng bơ vơ, một y tá kiêm trung đội trưởng Nguyễn Văn Anh, một chiến sỹ Vệ binh C51, rất đỗi kiên cường và dũng cảm...

Phải mấy ngày sau, tôi nghe anh Thanh, anh Bính, và Chiên, mới bàn đến chuyện đi tìm xác Anh. Sau khi đi về, không nghe các anh nói chuyện việc chôn cất Anh, mà chỉ báo: "Bọn địch chết rất nhiều! Chúng đào hố, chôn áo quần, súng đạn, máy bộ đàm hư hỏng..." Tôi nghe các anh thầm thì, hình như kẻ địch cài lựu đạn vào xác cậu Anh, suýt nữa gây thương vong cho các anh.

Các anh ấy tặng tôi một cái bọc võng dù, chiến lợi phẩm. Tôi tần ngần, mấy lần định gặng hỏi việc mai táng thi thể Anh, nhưng thấy nét mặt các anh im lìm, căng thẳng, nên không dám...

Không hiểu, ngày đó các anh ấy đi tìm, có lấy được xác Anh không? Và chôn cất Anh ở đâu?

MÙA XUÂN TRÊN ĐỈNH HÒN CHÈ

Đã đón 10 mùa Xuân, 10 cái tết trên chiến trường, nhưng tôi chẳng bao giờ nguôi quên mùa xuân trên đỉnh Hòn Chè năm ấy.

Hòn Chè điểm cao 918, thuộc xã Cát Sơn, nằm phía tây huyện Phù Cát, tỉnh Bình Định. Xung quanh Hòn Chè, có các làng Hội Sơn, Thạch Bàn, và có nhiều xóm như: Sơn Khê, Sơn Hậu, Sơn Tượng, Sơn Mã... Hòn Chè nằm trong hệ các dãy núi liên hoàn, có các đỉnh: Hòn Nhọn, Hòn Nọc, Hòn Tre, Hòn Che...

Dưới chân Hòn Chè, có suối La Tinh chảy qua. Nơi đây là khu rừng nguyên sinh chạy dài, núi rừng trùng điệp. Trong lòng Hòn Chè, có những hang động, khe suối. Đó là một địa thế hết sức lợi hại. Tự ngàn xưa, là cơ sở trú ẩn cho những người yêu nước, những tổ chức cách mạng, thời trứng nước hoạt động. Đây còn là quê hương của nữ Đô đốc Vũ Thị Đức, người có công diệt đồn Giác Khẩu khi vua Quang Trung tiến quân ra Bắc.

Trong kháng chiến chống Pháp, có các chí sỹ, các nghĩa quân yêu nước đã xây dựng căn cứ địa ở đây. Trong giai đoạn chống Mỹ cứu nước, đây là nơi ẩn náu của cơ quan tỉnh ủy Bình Định, Bộ Tư lệnh tiền phương Quân khu 5, và Bộ Tư lệnh Sư đoàn 3 Sao Vàng.

Ở đây, cả ta và địch đã cố giành giật núi Đầu Voi, để lập đài quan sát. Núi Đầu Voi cách đỉnh Hòn Chè không xa. Núi Đầu Voi (còn gọi Đèo Ngụy) có vị trí hết sức quan trọng, nó án ngự đường xuống khu Đông. Bộ đội, du kích thường đi dọc hành lang đông tây, không thể không qua Đèo Ngụy về Hòn Chè, Hội Sơn. Kẻ địch cũng đóng quân và phục kích tại đây. Bộ đội và du kích ta hy sinh tại nơi đây không phải là ít. Chính lúc này, ngay sát nách Hòn Chè có hơn 500 cán bộ đang dự Hội nghị tập huấn, tổ chức tại hang đá Tỉnh ủy. Hội nghị gần như tập trung những cán bộ chủ chốt của tỉnh, triển khai chiến dịch Xuân Hè. Và hình như, kẻ địch đã đánh hơi được. Chúng cho Sư đoàn Mãnh Hổ (Nam Triều Tiên) nổi tiếng hung ác, đổ quân bao vây, định cất vó ta, ngay tại đỉnh Hòn Chè...

Thế trận đang rất căng thẳng. Cả hai bên bí mật đan cài thế trận, giăng bẫy rình rập, chờ tiêu diệt nhau. Tiếng máy bay, tiếng bom, tiếng đạn pháo, rền vang cả núi rừng. Nhưng chúng không thể ngăn cản bước thời gian, khi mùa xuân thiên nhiên, mùa xuân đất nước đang về...

Chiều 30 tết 1971, tôi và đồng đội đang trực chiến trên chốt Hòn Chè, thì bỗng nhiên đại đội phó Đạt Thanh bí mật băng qua con đường dày đặc bom đạn địch, leo lên chốt. Anh có vẻ hồi hộp, truyền lệnh:

- Cậu khẩn trương về ngay cơ quan! Gặp anh Lạc chính trị viên đại đội, có việc gấp!

Tôi hơi lo lắng và hững hụt. Rõ ràng là việc rất khẩn, anh ấy mới băng qua bom đạn, đến đây truyền đạt. Nhưng việc khẩn ấy, là việc gì? Và bao nhiêu câu hỏi, bao nhiêu ý nghĩ một lúc ùa đến trong đầu. Sao trận đánh đang diễn ra ác liệt vậy, nơi đây đang cần người, mà các ông lại kéo mình về? Mình đang bẻ bông hoa rừng sáng nay trên đường lên chốt, chuẩn bị cùng anh em đêm nay đón giao thừa trên này mà? Hay mình đánh đấm chưa tốt lắm, khiến các ông định thay người? Mà có thấy ai lên thay mình đâu? Hay Tư lệnh Huỳnh Hữu Anh, bố nuôi mình, sợ mình chết trận, lại kéo mình về dưới đó?

Anh Đạt Thanh giục tôi đi gấp. Anh còn bảo tôi giao cho anh cả khẩu M79, khẩu AR15, và cả chiếc máy bộ đàm, những chiến lợi phẩm mà tụi tôi mới thu được của bọn Nam Hàn chiều qua. Anh tự mang những chiến lợi phẩm ấy theo về...

Lòng tôi nặng trĩu ấm ức, không mấy vui vẻ trở về. Vừa bước chân vào cửa hang, đã thấy Tư lệnh Huỳnh Hữu Anh và chính trị viên đại đội Lạc đứng đợi ở đó rồi. Cả hai có vẻ sốt ruột. Thấy tôi, Tư lệnh bước đến, trìu mến tay phủi bụi trên lần áo của tôi. Bụi bay mù mịt cửa hang, vì đã hơn tuần rồi ở trên chốt, tôi không tắm rửa. Bụi đất, mồ hôi, máu đồng đội, làm cho bộ quân phục dày cộm, khô cong lại, chỉ khẽ đụng đến là khói bụi bay ra mù mịt. Cử chỉ của Tư lệnh bố nuôi, làm lòng tôi ấm lại, và bình tĩnh đôi chút.

Chính trị viên Lạc nói ngay:

- Cậu chuẩn bị gấp cho vài tiết mục văn nghệ. Đêm nay đón giao thừa trong cơ quan Sư bộ, nhé?

Tôi đang quá bất ngờ, thì Tư lệnh cười, bảo:

- Cố gắng gọn nhẹ. Nhưng phải hay!

Giờ thì những ấm ức, lo lắng khi còn trên chốt, lại thay bằng niềm vui và những lo lắng mới. Gọn nhẹ nhưng phải hay, là một yêu cầu cao và khó trong nghệ thuật đối với chúng tôi lúc này. Tôi đang chạy thoáng trong đầu những nội dung chương trình gọn nhẹ, thì Tư lệnh nói thêm:

- Đêm nay còn có các anh bên Tỉnh ủy, Tỉnh đội và Quân khu tham dự nữa đó! Nhớ khẩn trương nhé?

Tôi đứng lặng như trời trồng. Bao câu hỏi dồn đến trong ý nghĩ. Sao ở chốn địch và ta đan cài, rình rập, giăng bẫy rất nguy hiểm, lại tổ chức văn nghệ đón xuân? Mà tham dự toàn các cụ cốp hết sức quan trọng? Ngộ nhỡ, tình báo địch đánh hơi được, tổ chức hỏa lực lớn tập kích vào lòng hang, thì đối phó ra sao? Sau những câu hỏi đó đi qua, tôi lại thấy tẽn tò cho mình. Được điều về nhận nhiệm vụ quan trọng khẩn cấp, thì tưởng cấp trên thay người! Lại thấy choáng ngợp niềm tự hào. Không ngờ, một thằng lính quèn như mình, mà được các ông giao cho một công việc trọng đại, nặng nề mà thiêng liêng như vậy!

Mừng vui và sự tự hào cá nhân cỏn con, không át được sự lo lắng trong tôi. Trông thâm tâm, tôi vẫn ánh ảnh sự nguy hiểm. Kẻ địch đang sát nách ta, may ra chỉ 400m đường chim bay là cùng. Sao các ông lại liều lĩnh tổ chức chương trình đón Xuân kỳ lạ vậy? Tôi buột miệng hỏi Tư lệnh cha nuôi:

- Không sợ lộ sao, thủ trưởng?

Ông điềm tĩnh cười, bảo:

- Hang sâu lắm! Không nghe gì đâu! Đã tổ chức thực

nghiệm rồi. Một số anh em vào sâu trong đó, bắc tay hét thật to, nhưng người ở ngoài vẫn không nghe thấy gì!..

Lặng một lúc, ông lại nói tiếp những điều suy tư, như thể nói một mình:

- Chúng ta phải đón một cái tết vui vẻ. Phải thể hiện tinh thần lạc quan trong chiến đấu của người lính trận. Đó là một phẩm chất quý giá của người lính cụ Hồ, ta không thể để mất. Dù đạn bom ác liệt, dù cái chết rình rập kề bên, nhưng không thể nào dập tắt được sức sống mãnh liệt của mùa xuân đất nước, của người chiến sỹ Sư đoàn 3 anh hùng...

Tôi tôi thấy vững tâm, mạnh dạn hỏi:

- Có các anh chị văn nghệ bên Ban chính trị tham gia không, thủ trưởng?

Ông ta lắc đầu, vẻ hóm hỉnh, bảo:

- Chỉ có Ban tham mưu thôi! Mà chương trình văn nghệ đón giao thừa, cũng chỉ giao cho Vệ binh thôi!..

Tôi liếc mắt vào một góc hang, thấy nồi bánh chưng đang sôi ùng ục. Chị Chánh hành chính cơ quan đang lom khom vừa thổi vừa quạt khói.

Tư lệnh nhìn qua, dặn chị Chánh, chị Ngọc:

- Bánh chín, nhớ mang gấp lên cho anh em trên chốt trước, nhé?

Rồi ông cho tay vào bâu, lôi ra 2 bao thuốc Tam Đảo. Có lẽ là phần tiêu chuẩn tết của ông. Giao thẳng cho chị Chánh, bảo:

- Khi có người mang bánh lên chốt, thì đem lên biếu anh em trên đó!..

Giữa khoảng sân rộng trong hang, nơi các anh định chọn làm sàn diễn đón giao thừa, tôi thấy anh Phong y sỹ và một vài người đang cặm cụi loay hoay cắt hoa giấy, đính lên cành cây rừng, tựa cành mai chưng tết. Trong hang, không khí ngày tết đã bắt đầu rộn ràng.

Tôi giật thột nhìn đồng hồ. Bây giờ đã là 9 giờ sáng. Chỉ còn mấy tiếng nữa, làm sao kịp được đây? Đầu rối tung rối mù, với biết bao câu hỏi đặt ra: Chọn tiết mục gì đây? Gọn nhẹ mà hay, chỉ có múa hát, thêm một tiểu phẩm hài sâu sắc nữa là đủ. Bài hát nào? Ai hát? Nhạc cụ gì kèm theo nữa? Dẫu vẫn biết các ông quá tin vào tôi, vì tôi đã từng mấy lần làm chương trình cho đơn vị. Và Tư lệnh Quang lại hiểu và tin tôi hơn ai hết, bởi trong dịp Hội thi Văn nghệ toàn Sư đoàn, thì đại đội Vệ binh của mình vinh dự dành giải nhất, với những tiết mục đó đều do tôi sáng tác. Nhưng lần này thời gian quá eo hẹp. Anh em Vệ binh đang tham gia chiến đấu ở xa không thề về kịp. Thật quá nan giải. Tôi quyết định sử dụng những tiết mục sẵn có, như tiết mục tủ của đại đội Vệ binh...

Tôi và chính trị viên Lạc tức tốc vọt xuống tổ nữ trinh sát. Lạy lục cúc bái mãi mấy o, mới xin được hai cái quần đen cũ đã rách. Tôi xé ra nhờ mấy o ấy khâu lại thành chiếc váy. Rồi lấy vỏ bạc bao thuốc lá Salem, cắt dán trang trí những hoa văn đặc trung. Thành váy phụ nữ dân tộc. Lấy tre vót tròn, làm một số vòng bạc, kiềng bạc, hệt trang sức của các cô gái vùng cao. Còn lấy vải dù, cắt làm ô che trông như thật...

Tiếp đến, tức tốc điều ngay cậu Tĩnh ở trung đội 1 về. Tĩnh quê Hà Tây, xinh trai trắng trẻo. Lại có khuôn mặt và dáng vóc con gái, ấn vào vai nữ trong bài "*Trước ngày hội bắn*" và vũ đơn bài "*Hoa chăm pa*". Lại điều ngay cậu Nho quê Thanh Hóa, vào vai vở kịch múa "*Câu cá bắt giặc*", do chính tôi tự sáng tác và biên đạo. Về nhạc cụ, tôi vừa thổi Acmonica vừa đệm Mangdolin, cậu Biên thổi sáo. Thế là đủ rộn ràng cho một chương trình văn nghệ dã chiến...

Tôi nhớ, đêm đón giao thừa trong hang lần đó, chỉ hơn 10 người. Có ông Tám Lý, Bí thư Tỉnh ủy Bình Định. Có ông Mai Tân, Chính ủy và ông Huỳnh Hữu Anh, Tư lệnh tiền phương Quân khu 5. Ngoài ra, có chính trị viên đại đội Vệ binh Trần Văn Lạc, đại đội phó trinh sát Nguyễn Như Hoàng. Có anh Trần Ninh, tài vụ và chị Chánh kế toán cơ qua Sư đoàn bộ. Còn có một vị khách nữa, ấy là chị Ngọc ở ban Quân báo Sư đoàn...

Trong hang đá rộng, giờ khắc giao thừa thiêng liêng đã điểm. Mọi người lắng tai nghe Bác chúc tết, qua cái đài Soni. Sau đó, mọi người rót rượu mời mọc chúc tụng nhau năm mới. Tư lệnh Huỳnh Hữu Anh không quên thắp mấy que hương, lên bát hương nơi bàn thờ có ảnh Bác. Hương này được chị Ngọc mua dưới vùng địch tạm chiếm, thu dấu đưa lên đây, được coi như báu vật quý giá trong giờ khắc giao thừa.

Sau báo cáo của chính trị viên đại đội Trần Văn Lạc, nói về tinh thần chiến đấu dũng cảm và kết quả đánh địch của anh em chúng tôi trên chốt Hòn Chè. Và theo sự chỉ dẫn của anh Lạc, tôi mang số chiến lợi phẩm thu được của bọn Nam Triều Tiên gồm: 1 khẩu M79, 1 khẩu AR15 và 1 máy bộ đàm, trao cho Tư lệnh. Ông ta cười và nói:

- Chúc mừng chiến công của các đồng chí!

Rồi các ông tặng cờ "Đơn vị đánh lính *Nam Triều*

Tiên giỏi". Tiếp đến, các ông rót rượu mời anh Lạc và tôi. Tôi khi đó chẳng biết uống rượu, cũng gắng gượng, vì để lấy hên, và vì đó là giọt vui đầu xuân năm mới...

Tiếp đến chương trình đang được hồi hộp mong chờ, ấy là các tiết mục văn nghệ đón xuân. Mở đầu, tôi hát bài "Vì nhân dân quên mình". Mọi người, cùng ôm nhau nhảy múa. Ông Quang, ông Nam Tân và mọi người cùng vỗ tay tán thưởng. Không khí đêm giao thừa trong hang đá, diễn ra thiêng liêng, ấm áp. Như được sưởi ấm mấy lần, xua tan cái lạnh lẽo, tối tăm tĩnh mịch đêm ba mươi.

Tiếp đến Tĩnh và tôi biểu diễn bài "*Trước ngày hội bắn*" Tĩnh nhập vai cô gái Thái rất đẹp. Với làn da trắng, khuôn mặt thân hình dễ thương như con gái, dưới chiếc ô chung chiêng, trong bộ váy được trang trí theo kiểu dân tộc và giọng hát trong trẻo trời phú, Tĩnh đã làm cho mọi người nín thở. Động tác, lời ca, âm nhạc quyện vào nhau, như một sáng núi rừng rộn rã: *Tiếng chim rừng chào mừng bình minh...* Lại thêm Trần Khởi trong vai nam, với chiếc khèn và điệu múa uyển chuyển khá hấp dẫn. Khiến cho mọi người vỗ tay thán phục không dứt.

Tiếp đến chị Ngọc hát một bài gì đó, lại bằng tiếng Trung Quốc. Té ra, người nữ quân báo này biết được nhiều thứ tiếng, và đã từng lọt vào hoạt động trong hàng ngũ sỹ quan địch, kể cả bọn tướng tá quân đội Nam Triều Tiên.

Khép lại chương trình, là vở kịch múa "*Câu cá bắt giặc*". Vở múa kịch câm, dí dỏm và hài hước. Nội dung nói lên tinh thần mưu trí dũng cảm, tinh thần chiến đấu ngoan cường của thiếu niên miền Nam anh hùng. Vở múa kịch câm đã thật sự làm cho mọi người thích thú.

Sau buổi diễn, chị Ngọc, chị Chánh, anh Ninh, dọn bánh chưng ra ăn. Một đêm đón giao thừa ý nghĩa và trọn vẹn. Mọi người lại cùng chạm cốc, chúc mừng nhau. Ông Tài, anh Lạc, anh Hoàng, chị Ngọc, chị Chánh, Trần Ninh và cả mấy chúng tôi, lại lục tục bì bõm lội suối, sang hang đá Tỉnh ủy chúc mừng các thủ trưởng bên ấy. Và bọn tôi cũng bị bắt hát mấy bài. Tôi ngâm bài vè "*Mẹ Suốt*"...

Đang hát, chợt nghe tiếng súng nổ giữa chừng. Vậy là bọn địch tập kích chốt rồi! Tiếng súng con, tiếng lựu đạn nổ vang cả rừng núi. Mọi người vớ lấy súng, sẵn sàng chiến đấu. Anh Lạc và anh Thanh phân công một mũi đánh thọc lên cao điểm Hòn Chè. Trận đánh chớp nhoáng, ta tiêu diệt một trung đội lính Nam Triều Tiên, phá hủy 2 khẩu cối 81, buộc bọn chúng phải co lại...

Sáng hôm sau, lại tổ chức một đoàn dẫn các ông trong bộ Tư lệnh đi quan sát địa hình. Đoàn đi có Tư lệnh Huỳnh Hữu Anh, đại đội phó trinh sát Nguyễn Như Hoàng, đại đội phó vệ binh Đạt Thanh, anh Thực công vụ, và tôi, cùng vài đồng chí trinh sát nữa. Chúng tôi đi dọc hành lang đông tây, xuống Hòn Chè, đạp thẳng xuống Hội Sơn, leo lên Đèo Ngụy. Đèo Ngụy lúc này, bọn địch đang ở phục, nhưng đã có trinh sát của ta đi dọn đường trước. Chúng tôi chọn một khối đá cao để làm đài quan sát. Ở đây nhìn thấy cả đồng bằng, nhìn thấy cả sân bay Phù Cát, nhìn rõ được quận lỵ Phù Mỹ.

Tôi đặt ống nhòm nhìn bao quát một lượt. Xung quanh là núi rừng trùng điệp, bao la. Dầu chiến tranh đang giai đoạn khốc liệt, dù bom đạn địch ngày đêm trút xuống hủy diệt, băm nát và cày xới mặt đất. Nhưng màu xanh, lộc nõn của mùa xuân đất nước bất tử, đang rao rực sinh sôi nơi đây. Xung quanh, những khóm bông rừng vô tư đua nhau nở, hương dâng lên ngạt ngào, át cả mùi khét lẹt của bom đạn địch. Nhìn xuống đồng bằng, nơi làng quê xóm mạc, thấp thoáng những những mái tôn buồn. Mơ hồ những ngọn khói bay lên rụt rè sợ hãi. Ở đó, biết bao mẹ già, bao con trẻ, bị bọn Mỹ Ngụy giam hãm trong các ấp chiến lược. Bọn tôi ngậm ngùi rơi nước mắt, khi mùa xuân còn ở phía xa vời...

ĐỘI THIẾU NIÊN QUÂN GIẢI PHÓNG

Dân tộc ta, từ lâu đã minh triết rằng, giặc đến nhà đàn bà cũng đánh! Và tiến lên, không chỉ đàn bà, các cháu thiếu niên cũng tham gia đánh giặc. Quả thế, khi Mỹ và các nước đồng minh chư hầu của Mỹ, ồ ạt đổ quân vào miền Nam, thì toàn dân đứng lên tham gia điệt giặc. Trong đó, tôi không quên được chiến công của các *Đội thiếu niên Quân giải phóng* ở huyện Phù Cát và huyện Hoài Nhơn, tỉnh Bình Định.

Trong những năm 1968 - 1971, tại vùng ven Bình định, bọn địch luôn phục các cửa khẩu từ rừng về, nhằm bịt chặt các con đường về đồng bằng của ta. Đặc biệt là cửa khẩu Dốc Dài đi qua Mỹ Hiệp, Mỹ Tài, qua chân núi Đầu Voi. Bộ đội, cán bộ ta từ căn cứ, đêm đêm về hoạt động vùng tạm chiếm, nắm tình hình địch, vận chuyển lương thực, gặp nhiều khó khăn và tổn thất. Trước tình hình đó, một số em thiếu nhi (từ 12,14 tuổi) rủ nhau tự thành lập "Đội *thiếu niên Quân giải phóng*" Đây là một lợi thế của các cháu, mà kẻ địch không ngờ. Các em vừa chăn trâu, cắt cỏ, vừa nắm tình hình địch, kịp báo cho bộ đội và du kích địa phương. Sau một thời gian hoạt động có hiệu quả, các em tiến lên hoạt động có chiều sâu, với nhiều nội dung cực kỳ quan trọng. Vừa chăn trâu cắt cỏ, vừa tổ chức trộm vũ khí, thậm chí học cách cài gài mìn đánh địch đi càn.

Các đội thiếu niên này, ở mỗi vùng có tên riêng. Chẳng hạn huyện Phù Cát đội lấy tên anh hùng Ngô Mây, huyện Hoài Nhơn lấy tên đội "Chim Én" Những thành viên của các đội thiếu niên này, là những chiến sỹ nhỏ tuổi thông minh, dũng cảm, sớm có lòng yêu nước sâu sắc.

Bọn Mỹ lết và lính Nam Triều Tiên rất cay cú, vì chúng không nghĩ những đứa trẻ chăn bò này là những tên Việt cộng con. Về sau, sau khi nếm nhiều thất bại cay đắng, phân tích tình hình, chúng bắt đầu lờ mờ nghĩ về những đứa trẻ chăn bò này. Nhưng chúng bất lực, vì giữa hàng trăm trẻ chăn bò, ai là đứa trong tổ chức Thiếu niên quân giải phóng..?

Năm 1969 - 1970, việc vận chuyển lượng thực, vũ khí cho chiến trường các tỉnh Nam Trung bộ gặp rất nhiều khó khăn. Trong khi đó, trên địa bàn này, địch lại bít chặt các cửa khẩu, khiến bộ đội ta đói lương thực phẩm, đói súng đói đạn. Lệnh trên phải vừa sản xuất tự túc lương thực tai chỗ, vừa cử một bộ phận quyết mở đường xuống đồng bằng bám lấy dân, để có cái ăn và có thêm vũ khí đánh giặc.

Kẻ địch cũng biết được điều đó, nên đêm đêm phục kích, chăng mìn, bắn phá các lối về đồng bằng. Các cửa khẩu như các yết hầu của quân Giải phóng, bị địch bóp chặt đến nghẹt thở. Rất nhiều lính của tỉnh đội Bình Định và Sư đoàn 3 Sao vàng trên đường đi lấy gạo, bị hy sinh tại những nơi đó. Để công việc vận chuyển, tiếp tế lương thực cho bộ đội có hiệu quả và ít tổn thất, đơn vị đã bố trí các tổ trinh sát đi bám địch và đánh địch, hỗ trợ cho các đội quân này.

Một lần, khi tôi đang ở vệ đơn vị *Vệ binh - trinh sát* của Sư đoàn, được phân công xuống đồng bằng lấy gạo. Đoàn có 6 người, gồm anh Đạt Thanh quê Nghệ An, đại đội phó làm trưởng đoàn, còn có tôi, chị Học, chị Sáu, anh Bính, anh Thủy..

Thấy đoàn của bộ đội chủ lực chúng tôi đi trước, đoàn của tỉnh đội Bình Định bám theo.

Đến đỉnh Dốc Dài, lúc đó khoảng 17 giờ, anh Thanh bảo tôi leo lên một cây cao cạnh đường quan sát. Qua ống nhòm, con đường dưới vạt đồng trống sát chân rìa núi hiện lên rõ mồn một. Mặc dầu buổi chiều có mưa lất phất, vẫn thấy rõ 12 tên lính có choàng áo mưa, đang lầm lũi, chậm rãi đi vào hướng cửa rừng. Sau này mới biết đó là lính Sư đoàn Mãnh Hổ Nam Triều Tiên. Sư đoàn này nổi tiếng tàn bạo, khét tiếng trả thù!

Tất cả bộ đội ta được lệnh dừng lại ở cửa rừng, tìm chỗ mắc võng nghỉ ngơi đợi lệnh. Và cử bộ phận quan sát cảnh giới nghiêm ngặt.

Nửa tiếng sau, từ đài quan sát tôi báo tin, bọn địch 12 tên đã quay trở về. Bộ đội được lệnh tiếp tục hành quân. Đi đầu là anh Thủy, chị Học của Vệ binh, tiếp đến đoàn Tỉnh đội Bình Định. Tôi, anh Đạt Thanh chưa đi ngay, vì còn đợi đón ông Đức, Trưởng ban trinh sát Sư đoàn. Ông cũng đang trên đường xuống vùng Đông công tác.

Được một lúc, nghe tiếng mìn nổ vang, và tiếng

AR15 của địch bắn râm ran trời đất phía trước. Bỗng thấy chị Học hớt hãi chạy lui, máu đầm đìa cả bàn chân, nói không ra tiếng:

- Thủy và mấy anh tỉnh đội chết hết rồi!

Lúc đó, anh Thanh lại mắng tôi gay gắt:

- Cậu quan sát thế quái nào, mà tụi địch còn phục ở đó!..

Tôi ngẩn người, đứng im như tượng. Vì như thế, mình là người có tội. Tôi nói vớt vát:

- Em đâu có biết! Em chộ nó đi về đúng12 thằng thiệt mà!..

Trước tình hình đó, Ban Quân báo - Trinh sát Sư đoàn, kết hợp với tình báo tỉnh Bình Định, nhằm nắm chắc địch. Với đặc điểm địa hình, với tình hình chăng cài đặt bẫy ma mãnh của bọn địch, bộ đội ta nghĩ đến lợi thế riêng của các em trong đội Thiếu niên Quân giải phóng Ngô Mây của huyện Phù Cát và đội Chim Én của huyện Hoài Nhơn.

Trưởng ban trinh sát chỉ thị cho đại đội Trinh sát C52, lập một nhóm có kinh nghiệm hoạt động. Đồng thời về trực tiếp chỉ đạo phong trào ở các địa bàn. Nhóm này phối hợp cùng các đồng chí trong ban tình báo của tỉnh đội Bình Định. Phía Quân báo - Trinh sát Sư đoàn, được cử gồm có: đại đội trưởng Nguyễn Như Hoàng, trung đội trưởng Nguyễn Thị Minh, và các thành viên Nguyễn Bá, Trần Khởi. Nhóm này có nhiệm vụ tập hợp lực lượng thiếu niên trong các đội nói trên, tổ chức tập huấn nghiệp vụ về theo dõi, bám địch ngay trên đề bàn. Đồng thời trực tiếp chỉ đạo hoạt động của các đội thiếu niên nói trên. Không để các em manh động thiếu cân nhắc, thiếu kỷ luật và kỹ thuật, phương hại đến tính mạng. Lớp tập huấn này có mật danh là R4.

Các đội Thiếu niên quân giải phóng trong đội Ngô Mây (Phù Cát) và đội Chim Én (Hoài Nhơn) được nhanh chóng bí mật điều về bãi huấn luyện, dưới chân Dốc Sung. Các chiến sỹ thiếu niên này ở các lứa tuổi khác nhau, lớn nhất tuổi 15. Bé nhất tuổi 12. Trong đó, có một số em đã tham gia hàng chục trận đánh, diệt nhiều tên Mỹ, đã được vinh danh.

Lần đầu được tập trung về một nơi bí mật, nhiều em không tránh khỏi ngơ ngác, buồn nhớ nhà. Nhưng vài hôm sau, những chiến sĩ nhỏ tuổi này nhanh chóng vượt qua. Các cô cậu tỏ ra hoạt bát, thông minh và lanh lợi. Đặc biệt đáng trân trọng, là ý thức tổ chức kỷ luật, thứ phẩm chất hàng đầu trong các hoạt động thu thập thông tin tình báo. Do các em tuổi nhỏ, lớp tập huấn ít trang bị lý luận, chủ yếu nghiêng cách xử lý các tình huống trong thực tiễn.

Để các em nắm bắt sâu sắc, từ đó tự mình nảy sinh sáng tạo xử lý thực tiễn, trong quá trình giảng bài, chúng tôi luôn đặt ra những tình huống hết gây cấn, như một hướng gợi ý tìm cách giải quyết. Rồi để các em cùng bàn bạc, thảo luận phương án tác chiến. Rõ ràng, để xứ lý từng tình huống, đòi hỏi trí thông minh, lòng gan dạ và sự khéo léo rất cao. Vấn đề bảo toàn tính mạng được đặt lên hàng đầu. Đòi hỏi làm sao lấy được nhiều tin tình báo địch, mà ta không được tổn hao lực lượng? Nhiều tình huống chúng tôi phải đóng giả địch giả ta, tạo nên tình huống rất gay cấn. Chẳng hạn, khi các em bị lộ, bị bọn địch vây bắt ráo riết, thì xử trí thế nào? Những tình huống này, được các em thảo luận sôi nổi, và tỏ ra rất sáng dạ...

Nhớ một lần, tôi đóng vai tên ác ôn khét tiếng gian xảo, đang vây bắt cô bé Phan Thị Đào. Chỉ mươi bước chân nữa, là tôi tóm được cô bé. Không ngờ, cậu nhỏ Lê Hùng từ đằng sau, kịp tương mấy trái lựu đạn, để giải vây cho bạn. Có lẽ trong đầu cậu Lê Hùng, tôi là thằng ác ôn thật, nên cậu ném quả quyết, và hơi mất đà, khiến quả lựu đạn lao thẳng vào đầu tôi. May mà, lựu đạn bằng gỗ, nên chỉ bị sưng đầu...

Sau đợt tập huấn, các em trở về địa phương, lập nên những nhóm du kích thiếu nhi. Tổ chức nhiều trận đánh xuất quỷ nhập thần, kẻ địch không lường được. Những chiến công to lớn của các em, đã làm cho quân thù bạt vía kinh hồn. Nhiều chiến sĩ tuổi nhỏ ấy, đã chiến đấu hết sức gan dạ, dũng cảm. Các chiến sĩ nhỏ tuổi ấy, có cách đánh riêng của mình. Kẻ địch hoàn toàn không hay biết. Cứ mỗi buổi sáng, đội này chọn những em nhỏ tuổi mưu trí, gan dạ, lùa trâu lên ven cửa rừng. Chúng vui chơi đùa nghịch suốt ngày. Lũ trẻ chăn trâu, thì ở đâu mà chẳng có, và chúng mãi lo chăn trâu, địch đâu biết mà để ý. Và buổi chiều, khoảng 17 - 18 giờ, chúng nhởn nhơ lùa trâu bò về làng, nghêu ngao ca hát, thực ra là đang theo dõi tình hình địch. Đó là thời gian địch bố trí mai phục, nhằm đón đợi bộ đội, cán bộ ta từ rừng về. Từ đôi mắt trẻ chăn bò, kẻ địch đang phục kích khúc đường nào, lối mòn nào, đều được các em nắm kỹ. Và các thông tin đó, được nhanh chóng truyền báo cho đội du kích, hay mạng lưới mật của bộ đội ta. Từ đó, bộ đội Giải phóng có phương án đánh úp lại địch, hoặc tổ chức các tuyến đường về lấy lương, thực thực phẩm an toàn...

Xin kể ra đây một số thành tích của các em thời đó.

Một chiều mưa, lúc sẩm tối, hai cậu Nguyễn Hoàng,

Lâm Thanh, cùng cô bé Hằng Nga, đang thong dong lùa trâu về làng, thì bất ngờ thấy một toán lính rất đông áo mưa trùm kín người, như đang cõng những thứ gì bí mật. Chúng đang cúi khom người lê bước nặng nhọc. Cậu Thanh liếc nhìn vào đôi chân tên lính, lại thấy có thêm hai bàn chân khác thò ra. Một ý nghĩ thoáng lên trong đầu. À ra thế, chúng đang cõng nhau. Chúng đang đánh lừa ta về quân số. Một thằng cõng thêm một thằng, rồi sẽ để lại thằng đó ở địa điểm phục kích. Từ đài quan sát, ta đếm được đủ số lượng địch đến và rút đi. Thực ra là chúng vẫn để lại cả đội hình. Hèn chi bộ đội ta hy sinh nhiều là phải!

Một tên lính thấy Thành nhìn trâng trâng, hắn bực dọc bắn dọa một tràng AR15 lên trời, rồi xua đuổi:

- Nhìn gì! Tao bắn bỏ mẹ! Lùa trâu về nhanh, không chết giờ!..

Thành làm vẻ cúi đầu theo trâu về làng. Và nguồn tin đó được cô bé Phạm Thị Đào kịp thời xuyên rừng, báo lên cho bộ đội ta, tránh được thương vong. Đồng thời, Trinh sát Sư đoàn kịp cử một tổ gồm đại đội trưởng Nguyễn Như Hoàng, cùng Nguyễn Thành Đô, Tô Tấn Tài, Ma Văn Kháng, được sự hướng dẫn, chỉ đường của hai chiến sỹ trong Đội thiếu niên Quân giải phóng, là Trần Cương và Phạm Thị Yến, đã bí mật bao vây, tiêu diệt một trung đội Mỹ lết tại Dốc Dài. Hóa ra, trung đội lính Việt Nam Cộng hòa đã cõng trung đội lính Mỹ ra mật phục ở đây.

Bị thua đau, địch suốt ngày không thể lấy được xác. Các chiến sỹ ta bám lấy thắt lưng địch, lúc ẩn lúc hiện, tiêu hao nhiều sinh lực địch. Cuối cùng, địch buộc phải dùng đến bom napan và súng phun lửa. Nhằm phi tang những xác chết của chúng. Nhưng vì thế, bên ta cũng có tổn thất một phần. Đại đội trưởng Nguyễn Như Hoàng sém chết cháy bởi bom napan trận đó.

Sau thoát chết trận đó, Hoàng có kể với tôi:

- Khi đến ngã ba rẽ vào chỗ bọn Mỹ phục kích, chúng tôi đã dừng lại bảo các cháu: Việc của các em đến đây đã là hoàn thành xuất sắc nhiệm vụ rồi. Thay mặt bộ đội giải phóng, ghi nhận công lao và cám ơn các em. Giờ phần việc tiếp theo là của các anh quân Giải phóng. Các em về đi, để còn lo nắm địch trận khác. Tưởng là các cháu đã về, ai ngờ khi bộ đội vào chiếm lĩnh vị trí, chuẩn bị chiến đấu, đã thấy bọn trẻ ở đấy rồi. Tôi nghiêm mặt nói, các em là đội viên Đội thiếu niên quân giải phóng, các em phải có ý thức tổ chức kỷ luật. Phải nghe lời quân giải phóng! Đến lúc đó, các cô cậu mới chịu ra về...

Phía đội thiếu niên Chim Én của huyện Hoài Nhơn cũng đánh địch thông minh và táo bạo không kém. Một hôm, ba em Long, Hùng, Lợi gặp nhau. Một đứa nói:

- Hôm qua, bọn Mỹ ăn cướp hết dưa của tụi mình, còn đánh tụi mình. Lần ni phải cho nó một mẻ đáng đời luôn!

Cả nhóm nhất trí, và bàn bạc kỹ cách đánh.

Buổi chiều, ba đứa giấu mang theo 2 quả lựu đạn mỏ vịt. Chúng băng qua vườn dưa hấu, chọn lấy mấy quả to đẹp, áng chừng đã chín đỏ. Hùng đứng cảnh giới, Long và Lợi hì hục, hí hoáy moi ruột dưa. Rồi cho 2 quả lựu đạn cài vào trong, và bịt kín miệng lại. Chúng làm cẩn thận và kín đáo, đến mức rất khó phát hiện. Đây là một việc làm hết sức nguy hiểm, vì nếu sơ sẩy là lựu đạn trong ruột dưa nổ ngay. Nhưng với đôi tay khéo léo, chính xác và tinh xảo, mọi việc diễn ra êm đẹp. Tuy vậy, về sau rút kinh nghiệm, lệnh truyền đi cho các đội thiếu niên, là trong hoạt động không được mạo hiểm đến tính mạng như thế...

Các cậu chàng để lẫn những quả dưa cài lựu đạn với vài ba quả dưa khác một góc đường, rồi ra ngồi chễm trệ dưới vạt ruộng chân đồi Voi chờ giặc. Một lúc, thấy một tốp lính Mỹ chừng 10 tên, từ trong cua hẻm bước ra theo hàng dọc. Chợt thấy ba thằng nhóc đang cầm những miếng dưa đỏ gặm nhồm nhoàm ngon lành. Vì đang đói và khát nước, lại ngựa quen đường cũ, cả bọn chúng sấn lại. Trước thì xin, sau tìm cách ăn cướp. Các em làm ra vẻ hầm hứ không cho. Hùng liền bị một bạt tai. Cả mấy đứa giả vờ khóc oan ức, rồi bất lực bỏ lại số dưa, và đi lui dần. Qua khỏi cửa rừng thì cả bọn ù té chạy biến. Mười tên lính Mỹ được dịp xô nhau, tranh giành mấy quả dưa cướp được của bọn trẻ.

Vài phút sau, hai tiếng nổ đanh giòn, giội vang cả khu rừng.

Cả ba em coi như đã bị lộ, không thể về nhà được nữa. Các cậu tìm cách lên rừng gia nhập quân Giải phóng. Tổ trinh sát nằm vùng từ dưới đồng bằng báo lên, toàn bộ tụi Mỹ hôm đó coi như chết sạch. Ngoài số chết tại chỗ, số bị thương nặng sau đó cũng chết hết trên đường cấp cứu.

Cả ba em ngay sau đó, được tặng danh hiệu dũng sĩ diệt Mỹ...

ĐÊM THÁNG BẢY
DƯỚI CHÂN ĐÈO NHÔNG

Đúng 20 giờ đêm, ngày 27/7/1972. Tiểu đội 3 thuộc đại đội trinh sát C52, Sư đoàn 3 Sao Vàng, được lệnh di chuyển về hướng nam. Đi theo đội hình chúng tôi, có đại đội trưởng Trần Sỹ Cận, trung đội trưởng Nguyễn Minh Ngọc, trung đội trưởng nữ nằm vùng Nguyễn Thị Minh. Có cả Khải Rỗ, xã đội trưởng du kích xã Mỹ Trinh. Tất cả gồm 12 đồng chí.

Pháo địch bắn cầm canh vào hai bên rìa núi Truông Chùa. Những tia chớp nhằng nhịt, xanh lè, xé rách cả trời đêm. Từ thôn Đông Cầu, các chiến sỹ lầm lũi đội mưa mà đi. Đường gồ ghề, lồi lõm, nhão nhoẹt, trơn hết chỗ nói. Chúng tôi vượt qua truông, băng qua mấy vạt dừa, lội qua cánh đồng dài tít tắp, lúa đang thì con gái, thì đến rìa làng Ấp Diêm Tiêu.

Đứng trên cao nhìn xuống, Ấp Diêm Tiêu như cái bụng căng phình mà đường 1 đi qua ấp là trục xương sống. Nhìn ra hướng đông bắc, chưa đầy 3 km, là Đèo Nhông đứng lù lù án ngự, đến ngợp cả mắt. Trên đó, địch xây dựng một trận địa pháo 105 ly cấp tiểu đoàn. Làm lá chắn cho con đường độc đạo qua đèo. Nếu có động tĩnh, pháo ở đây có thể hạ nòng bắn găm thẳng xuống các vùng lân cận. Và các xã trong huyện Phù Mỹ, đều nằm trong tầm ngắm của chúng. Nhìn vào hướng đông nam, chưa đầy 4 km, là quận lỵ Phù Mỹ. Đây là quận lỵ lớn của Tiểu khu Bình Định. Lính tráng và dân cư khá đông đúc. Mọi trang thiết bị, được Mỹ xây dựng hết sức hiện đại, và kiên cố đến tận chân răng.

Dưới ánh sáng đèn dù lúc mờ lúc tỏ của địch, từ phía Đèo Nhông bắn lên, Trần Sỹ Cận thầm thì to nhỏ với Khải Rỗ, Minh Ngọc, Thanh Minh. Một lúc sau, thấy mọi người tản đi hết, còn lại Huy Cận, Khải Rỗ và tôi. Trung đội trưởng Minh Ngọc chiếm mô đất cao phía đông bắc cuối làng, đặt khẩu đại liên chỉa nòng về hướng Đèo Nhông. Nữ trung đội trưởng Thanh Minh chiếm ngôi chùa hoang đầu làng, chỉa khẩu B40 quay về hướng quận Phù Mỹ. Trần Huy Cận xem đồng hồ, rồi dẫn chúng tôi chiếm lĩnh mương nước cạnh bụi tre la ngà nhà dì Ba Tính. Chúng tôi ngâm chân dưới mương cạn đầy bùn, hướng mũi súng vào nhà dì Ba. Chợt thấy một bóng người đi ra phía hồi nhà đối diện với chúng tôi, và thắp lên bụi chuối 3 que hương cháy đỏ. Khải Rỗ vỗ nhẹ vào vai tôi:

- Vào nhanh!

Chúng tôi lao lên. Sỹ Cận nhổ một đoạn hàng rào. Chúng tôi tiếp cận một cách xuôi chèo mát mái vườn sau nhà dì Ba. Bọn chó trong xóm đánh hơi sủa oang làng. Dì dẫn chúng tôi vô nhà. Căn nhà dì thấp lè tè, như chuồng nhốt vịt. Là đứa lùn nhất đơn vị, vậy mà khi vào tôi suýt bị cái đòn tay cán mất đầu.

Một người đàn ông mặc bộ bà ba đen, khăn rằn bịt mặt, dẫn ba anh em tôi đi. Dì khoát tay, hạ giọng, vui vẻ nói:

- Chu cha trời đất ơi! Trận ngoài Mả Vôi - Đèo Nhông sáng qua, các chú đánh hay thiệt! Tụi lính chết 14, bị thương 3, một xe con bị hỏng nặng. Chiều qua một chiếc xe to đùng kéo chiếc xe con chạy vô hướng Quận đó. Trong ấp này, có hai lính chết trận. Vợ nó đang khóc kia kìa!..

Tôi đứng lặng im, chợt nhớ đến trận đánh hôm qua, còn ớn lạnh đến sống lưng. Lúc đó, tôi, Khải Rỗ, Thủy, đang nằm trên khu Mả Vôi ngắm bắn tụi lính đang nấp dưới ruộng lúa. Bỗng một tên lính lội ào xuống hồ. Tôi bắn đến phát thứ 3 nó mới chết. Chúng tôi đang hướng súng về phía nam, thì đột nhiên giữa đường quốc lộ 1A, sát chân Đèo Nhông, cách chỗ tôi nằm khoảng chừng 15m, xuất hiện một chiếc xe Zeep có gắn súng đại liên. Bọn lính trên xe lố nhố, ngơ ngác đảo mắt, đang xoay xoay nòng súng để hướng tìm mục tiêu. Thủy hét lên líu cả lưỡi: "Xe! Xe! Bắn!.. Bắn!.." Tôi run lên, vì mục tiêu quá gần, nhưng cũng xả được mấy tràng Ak. Khải Rỗ bồi thêm 2 quả M79 tầm gần. Chiếc xe bốc cháy. Khói bụi trùm lên cả chỗ tôi nằm...

Người vận bộ đồ đen ghé tai nói nhỏ với Khải Rỗ, và làm hiệu vẫy tay, gọi tôi sang phía đông đường. Công việc của tôi và Khải Rỗ được người ấy giao cho, là vận động bà con đến nhà Hai Tấn để họp. Hai Tấn là tên ác ôn khét tiếng ở đây. Nhà của hắn đủ rộng, làm nơi hội họp của bà con trong ấp.

- Mở cửa!.. Mở cửa!.. Có ai trong nhà không?

Vẫn im lặng như tờ.

- Mở cửa, không thì!..

Tôi gọi đến lần thứ 3, thì chợt nghe tiếng ai trong nhà thả ra những cơn ho dài. Đèn bật sáng. Ánh sáng hắt ra ngoài. Có cả tiếng dép loẹt xoẹt bước tới gần. Cánh cửa bật mở. Trước mắt tôi là một cô gái trạc chừng 24 - 25 tuổi, có mái tóc dài, khuôn mặt trắng trẻo, bận một bộ đồ ngủ lạ mắt.

Tôi cầm súng lách người vào trong, hỏi nhanh:

- Nhà còn ai nữa không?

Người con gái sợ hãi, khép nép:

- Dạ thưa các ông ! Nhà còn hai con nhỏ và bố chồng...

Tôi lia nòng súng theo ánh đèn pin. Ánh đèn đột ngột đứng khựng lại, và lặng im với quầng sáng trước mắt, khi thấy bộ quân phục rằn ri có đeo quân hàm đại úy Việt Nam Cộng hòa đang treo trên móc tủ. Tôi quay lại, hỏi:

- Chồng ngụy, hả?

Cô gái đứng như trời trồng. Run như cầy sấy. Tôi dõng dạc:

- Chồng trốn ở đâu, khai mau!..

Vừa nói, tôi vừa hướng ánh đèn và rê rê nòng súng vào những chỗ tối tăm kín đáo của ngôi nhà. Bên giường, ông lão nén lại cơn ho, rồi nói thay cho con dâu:

- Sáng qua, các ông đánh lớn ở khu Mã Vôi. Chồng nó sợ quá, chạy lên Quận rồi. Tối nay hắn đâu có về. Áo quần nó vứt kia kìa!..

Tôi hạ giọng ôn tồn. Cốt để trấn an họ:

- Chúng tôi là người của cách mạng, là bộ đội Quân Giải phóng. Chúng tôi đến báo cho gia đình biết, ngay bây giờ, đến nhà ông Hai Tấn, để nghe cán bộ phổ biến tình hình!..

Tôi đi ra cửa sau, chợt sực nhớ, liền quay ngoắt lại:

- Cách mạng xin gia đình bộ áo quần này!

Tôi hướng mắt lên bộ quân phục viên đại úy ngụy. Ông già hiểu, gật đầu. Vắt bộ áo quần lên vai, đi ra, tôi chợt thấy phía bên kia đường, đại đội trưởng Trần Sỹ Cận và người mặc áo đen đang hí hoáy dán áp phích, khẩu hiệu. Tôi rọi đèn đọc: "Đả đảo Nguyễn Văn Thiệu!", "Mặt trận Dân tộc Giải phóng miền Nam Việt Nam muôn năm!"

Đúng 22 giờ đêm, ngay trước sân nhà Hai Tấn, bất ngờ diễn ra cuộc gặp mặt của cán bộ cách mạng và nhân dân ấp Diêm Tiêu. Thoạt nhìn, toàn đàn bà con gái, có vài ba người đàn ông già lọm khọm. Giữa bàn chủ tọa có cây đèn cầy. Và cạnh hồi nhà, một nong gạo.

Ban đầu, người vận áo quần đen đứng lên nói:

- Kính thưa bà con trong ấp! Hôm nay cách mạng về thăm bà con! Thay mặt những cán bộ cách mạng, chúng tôi cảm ơn sự đóng góp tích cực của bà con cho sự thắng lợi của dân tộc! Nhưng cuộc đấu tranh giải phóng miền Nam, thống nhất đất nước của nhân dân ta, còn lâu dài gian khổ, đòi hỏi sự đóng góp lớn hơn về tinh thần và vật chất của nhân dân. Nếu tất cả mọi người cùng đồng lòng đồng sức, thì cách mạng sẽ nhanh thắng lợi, đế quốc Mỹ sẽ sớm cút khỏi đất nước ta. Nhân dân ta hết xiềng xích nô lệ, hết đau thương chết chóc...

Nói xong, ông rút trong bâu áo ra một tờ giấy, rồi bật đèn pin đọc họ tên những người trong ấp, đã đóng góp tiền của cho cách mạng. Và ông nhắc tên một số người còn thiếu. Những người đó tự giác về nhà lấy gạo mang đến ngay lúc đó.

Tiếp đến, ông đột ngột kéo tay tôi vào, và giới thiệu:

- Đây là chiến sỹ quân Giải phóng ở miền Bắc mới vào. Đồng chí sẽ nói chuyện với bà con những điều lý thú...

Tôi ngơ ngác, đứng như phỗng một hồi, rồi tự hỏi: Sao ông ta biết mình nhỉ? Hèn chi, bữa trên thôn Đông Cầu, đại đội trưởng Cận cứ bắt mình nói chuyện ngoài Bắc, và ngâm đi ngâm lại bài thơ "Đường hành quân" của Lê Lự, một chiến sĩ Sư đoàn 308. Bài thơ nằm trong đáy ba lô của mỗi người lính ra trận. Nghĩ vậy, tôi bình tĩnh và tự tin ít nhiều trước khi vào cuộc. Đầu tiên, tôi chào đồng bào, và nói đại: "Bác Hồ và nhân dân miền Bắc, nhờ tôi chuyển lời hỏi thăm sức khỏe bà con trong ấp ta, kể cả những người lầm đường lạc lối đang ở bên kia chiến tuyến". Tiếp đến, tôi kể vắn tắt về tác phong đạo đức của Bác, tình thương của Bác đối với nhân dân miền Nam ruột thịt. Kể cả hũ gạo tiết kiệm của Bác...

Thoát đầu. bà con còn lạ lẫm sợ sệt, cúi gằm mặt xuống. Như cố thu mình lại thật nhỏ. Nhưng sau đó, mọi người lại ngẩng mặt, ngồi nhổm lên. Dần dần xích gần lên để xem tận mắt người lính giải phóng. Vợ Hai Tấn cứ nhìn trộm tôi mãi. Có ai đó nói: "Mấy ông Giải phóng trẻ rứa! Đẹp rứa!"

Tiếp đến, tôi lên giọng, ngâm một đoạn trong bài thơ "Đường hành quân" của Lê Lự. Tôi chưa bao giờ được ngâm thơ trong khung cảnh thế này. Ngâm thơ trong lòng địch ngay giữa đường 1. Bà con lắng nghe như nuốt lấy từng câu thơ. Tôi cảm giác như đất dưới chân mình rung chuyển, theo nhịp thơ và nhịp quân hành. Tôi ngỡ cả bọn lính địch trên Đèo Nhông cũng nín thở lắng nghe. Hơn thế, cả đất trời, làng quê xóm mạc nơi đây, cũng lặng đi, say sưa nghe người lính quân Giải phóng ngâm thơ trong đêm khuya vắng:

Cô gái xã viên ơi!
Tôi đang hành quân về nơi quê hương Xô viết
Đồng lúa mênh mang giọng hò tha thiết
Con mương dài in bóng những vì sao
Trên đầu tôi khói trắng vươn cao
Lớp lớp chen nhau bay về trong mây bạc...

Sau khi vẽ bức tranh về nông thôn miền Bắc xã hội chủ nghĩa, đẹp đẽ và sinh động như trên, tôi đọc tiếp mấy khổ thơ về chiến tranh phá hoại của đế quốc Mỹ, gieo đau thương chết chóc cho dân ta:

"Bom đạn Mỹ ngày đêm gây tang tóc
Đạn bắn nhà thờ lửa thiêu trường học
Em bé ngây thơ gục dưới mái nhà tranh
Lửa đỏ khắp người gọi mẹ, mẹ tìm quanh
Trên trang sách máu em tôi còn đang chảy
Tôi hành quân một đêm dài tháng bảy
Lửa bỏng miền Nam, lửa cháy trong tim
Cả nước xuống đường như biển Đông sóng dậy
Nòng súng tôi bốc khói sáng niềm tin..."

Có tiếng ai nói nhỏ: "Mấy ông Việt cộng hát hay hè!" Đằng sau, mọi người nhốm cả lên. Và có một số người vỗ tay.

Bỗng phía đầu ấp, có tiếng súng nổ chát chúa. Tiếng súng nghe mỗi lúc một gần, có cả tiếng AK và B40 của ta. Tôi chợt nghĩ, vậy là tổ tóc dài chị Nguyễn Thị Minh đã chạm địch. Bà con sợ hãi chạy hỗn loạn. Đại đội trưởng Cận nói như ra lệnh:

- Tất cả bà con, nhanh chóng vào trong nhà ngồi yên! Chớ chạy ra ngoài bị lạc đạn!

Mọi người lại chen chúc, xô đẩy nhau vào nhà Hai Tấn. Người mặc áo đen lệnh cho mấy anh em du kích dọn dẹp đồ đạc, cho gạo vào bao mang, đưa đi cất giấu. Đại đội trưởng Cận, Khải Rỗ và tôi, lên đạn lách cách, xách súng rượt ra đường 1A, rẽ lên phía nam, tiếp ứng cho tổ chị Thanh Minh. Vừa lên đến ngôi miếu đầu làng, anh Cận bị bọn địch phát hiện, cho dính luôn 2 viên AR15 vào đùi. Tôi băng bó cho Cận xong, tiếp đến băng cho Lê Thị Hồng. Hồng bị thương nặng, máu me bê bết, nhưng vẫn đẩy tay tôi ra: "Để yên cho út bắn giặc!" Tôi ngoái lại đằng sau, tưởng ai hóa ra dì Ba Tính, và cô Tư có chồng là lính thuộc trung đoàn 40 Việt Nam Cộng hòa. Và có cả vợ của tên ác ôn Hai Tấn nữa! Hóa ra, họ cũng là người của cách mạng, mà mình chẳng hay! Cô Tư giao cho tôi 2 băng đạn AK, một trái mìn tự chế, và dặn: "Nhớ gài mìn ngay sát đường 1, chứ xe nó sắp chở quân về đấy.

Bỗng, một quả đạn pháo lạc lõng cắm ngay vạt ruộng cạnh đường. Hất tung tôi bay đi vài mét. Vợ Hai Tấn chết ngay tại chỗ. Dì Ba Tính bị thương, gãy chân phải.

Ở phía bắc, tổ của trung đội trưởng Minh Ngọc, cũng đụng địch. Đạn pháo của chúng từ Đèo Nhông bắn xuống như mưa.

Pháo sáng của địch trên Đèo Nhông và quận lỵ Hoài Ân thắp sáng cả một góc trời. Nhìn ra giữa đồng trống, thấy bọn địch đang lố nhố, dàn hàng ngang tiến lên. Chúng vừa bắn vừa tiến sát vào bìa làng. Anh Cận nằm bê bết giữa đất, máu đọng thành vũng, vẫn điềm tĩnh chỉ huy. Tiếng của Cận vang lên:

- Tất cả, bắn mạnh vào hai bên, cho chúng dồn lại ở gò đất!

Tiếng AK, lựu đạn, B40, đồng loạt nổ giòn giã. Xác địch chết chất chồng khắp cánh đồng. Đúng như ý đồ của anh Cận, bọn chúng hò hét dồn lại ở gò mã, tìm cách đánh lấn.

Tôi giao súng AK cho chị Minh, và dặn:

- Tất cả yểm trợ cho tôi!

Vác khẩu B40, tôi lần mò theo con mương trước ngôi chùa. Tách xa đội hình, tôi trèo lên cây xoài phía tây ngôi chùa, tương luôn 2 quả B40 xuống ngay gò đất, nơi bọn chúng đang chen chúc nằm. Khói lửa trùm lên gò đất. Tiếng kêu la dậy trời. Tôi nhanh chóng tụt xuống, và chạy băng băng về chỗ cũ.

Bỗng, nghe bọn chúng hò hét: "Bắn!.. Bắn!.. Việt cộng có trên cây xoài kia kìa!" Chúng bắn xối xả như mưa. Phút chốc, cây xoài gãy cành trụi lá, rơi ngổn ngang. Chỉ còn trơ lại cái gốc.

Chợt, hướng nam xuất hiện nhiều ánh đèn pha ô tô. Rồi có người hớt hải chạy đến báo: "Xe tăng địch đang đến! Nhanh chóng gài mìn, và khẩn trương rút ngay!"

Hai cánh quân của ta rút ra, và gặp lại nhau tại vườn dừa phía tây thôn. Trong bóng đêm, mọi người khuân vác chiến lợi phẩm lỉnh kỉnh. Tôi è cổ vác thêm một khẩu M79, một khẩu AR15 và mấy băng đạn đại liên, còn dìu thêm cả Hồng bị thương nữa.

Về đến thôn Đông Cầu đã 2 giờ sáng ngày 28/7. Tiếng gà trong từng xóm ấp le te gáy. Mọi người tranh nhau kể chuyện đánh giặc, nghe đến sướng cả tai. Trung đội trưởng Minh Ngọc, đầu quấn băng vẫn nhổm dậy: "Lệnh rút sớm quá, không tớ cho nó thêm vài chục thằng nữa!" Giọng Khải Rỗ ồm ồm: "Ta hết đạn B40, lấy chi mà đánh tăng? Thế là tốt lắm rồi! Dẫu ta có bị hy sinh mất mát..." Hồng nằm từ phía giường trong, nói vọng ra: "Đêm mai, cho út đi đánh giặc nữa, nghen!" Anh Cận nói như ra lệnh: "Không được! Em chuẩn bị lên trạm xá ngay! Vết thương của em nặng lắm!" Hồng nũng nịu: "Em hổng chịu đi mô!"

Mọi người vui vẻ ăn cơm, và khẩn trương đem thuốc bom ra nhồi mìn. Những quả mìn xếp ngay ngắn ngang dọc giữa sân, như những đoàn quân tí hon sắp ra trận. Tiếng gà gáy râm ran trong từng xóm ấp. Bình minh vươn vai đứng dậy. Chúng tôi cũng đứng dậy vươn vai, để bước vào ngày mới, với trận chiến đấu mới, giòn giã hơn hôm nay...

Xa xa, một vài quả đạn pháo của địch nổ ùng oằng ven truông núi Chùa.

GÒ LOI BI TRÁNG

Trong bữa cơm thân mật của Uỷ ban nhân dân huyện Hoài Ân tiếp đón các cựu chiến binh Sư đoàn 3 Sao Vàng, nhân kỷ niệm 40 năm ngày chiến thắng Hoài Ân, có một người tuổi đã già, đầu tóc bạc phơ, lại cụt một tay và cả một chân, ngồi mâm bên cạnh tôi. Ông cứ khóc ròng rã. Nghe tiếng khóc ông ta, ai cũng nao lòng. Tưởng chừng như xé cả ruột gan: "Đồng đội ơi! Mấy đứa bay ơi! Bay đi mô hết rồi? Chúng bay để tao ngồi một mình, ri hả? Ăn sao nổi bay ơi! Mấy trăm thằng, mà chừ còn mỗi mấy đứa thôi! Hu hu!.."

Tôi gạt vội nước mắt, lần sang chỗ ông ta. Chợt giật nảy mình!

- Ủa! Ai giống Công đen vậy? Công, lính đặc công tiểu đoàn 40, hả?

Hai đứa tôi ôm chầm lấy nhau, tưởng như ngất xỉu! Rồi cười. Rồi khóc. Rồi hét toáng lên! Như hai người điên già. Tủi mừng chan chứa. Ký ức và hiện tại chồng chất lên nhau. Không làm chủ được cảm xúc, miệng chúng tôi cười, nhưng những dòng nước mắt không nén được, cứ trào ra, lăn dài trên má, chảy xuống ướt cả ngực áo...

Nhớ rồi, Công đen thuộc trung đội 2, C1, D40 đặc công. Tôi và Công đen đã từng cùng đi trinh sát và tham gia trận đánh ác liệt Gò Loi. Một trận đánh ta giành thắng lợi đẫm máu, với tổn thất nặng nề. Nhưng kết thúc trận ấy, Công không bị thương. Thế mà giờ gặp lại, anh thành ra thân tàn ma dại thế này. Có lẽ anh tham gia một trận đánh khác, khốc liệt hơn trận đánh cao điểm Gò Loi bi tráng ấy. Tôi rất muốn biết sự thể của trận đánh, mà anh đã để lại một chân và một tay. Nhưng anh hình như chưa lấy lại được thăng bằng sau những phút giây buồn tủi trong ngày gặp lại. Hay anh không muốn nhắc lại kỷ niệm quá đau buồn, một trận đánh nhiều tổn thất, nơi anh mất một tay và một chân, cùng phần nhiều đồng đội trận ấy không trở về..?

Hai chúng tôi ôm nhau thổn thức. Cùng nhớ về trận đánh cứ điểm Gò Loi bi tráng. Nơi hai đứa cùng tham gia ngay từ đầu, khi theo đơn vị trinh sát *Tổng hợp* mới thành lập, có nhiệm vụ đi điều nghiên, chuẩn bị chiến trường, phục vụ trận đánh tiêu diệt cứ điểm Gò Loi. Do tính chất kiên cố, do đặc điểm địa hình, do binh lực và hỏa lực địch, Gò Loi thành quyết chiến điểm của một trận đánh lớn. Bởi vậy, cần một đơn vị trinh sát tổng hợp gồm nhiều binh chủng hợp đồng. Và cần thời gian tập dượt trên sa bàn...

Bộ phận trinh sát tổng hợp gồm người của hai đơn vị: Trinh sát Sư đoàn và Trinh sát tiểu đoàn đặc công 40. Trinh sát Sư đoàn, gồm có: đại đội trưởng Nguyễn Như Hoàng, trung đội trưởng Tô Tấn Tài, Nguyễn Mạnh Hùng, Trần Khởi. Trinh sát đặc công D40, gồm có: Lê Công và Nguyễn Bảy. Đi với đội hình, còn có trung đội phó Thông tin liên lạc Trần Văn Ngân. Chúng tôi có nhiệm vụ nắm đặc điểm địa hình, quân số địch, cách bố phòng, các loại vũ khí địch trang bị, nhằm chuẩn bị cho trận đánh cứ điểm Gò Loi năm 1972.

Gò Loi được coi là "*Cánh cửa thép*" bắc Bình Định. Đó là một khu đất cao, rộng khoảng 4000m2, nằm ở thôn Tân Thịnh, xã Ân Tường Tây. Gò Loi án ngự ngã ba Tân Thạnh - Ân Tường đến Kim Sơn, Ân Nghĩa, lên Vĩnh Thạnh, vào Bình Khê. Và từ Tân Thạnh, qua đèo Măng Lăng vào tây bắc Phù Mỹ... Được quân đội Mỹ tập trung xây dựng từ 1966, biến thành cứ điểm kiên cố bậc nhất ở phía bắc Bình Định...

Ở đây, địch xây dựng ba lớp vành đai, lô cốt dày đặc, bố trí theo kiểu vành nón, từ chân lên đến đỉnh. Mỗi lớp có một dãy tường đất cao 3 mét. Xung quanh, được bảo vệ bằng 24 hàng rào kẽm gai, với đầy rẫy những bãi mìn nguy hiểm. Ở đây còn có trận địa pháo 105 ly, sân bay dã chiến rộng 60m dài 800m. Túc trực, là Liên đoàn Bảo an số 48 Việt Nam Cộng hòa đóng giữ. Do tên đại úy khét tiếng Ngô Huỳnh chỉ huy, hắn đã từng ngạo mạn tuyên bố: "Chừng nào nước Kim Sơn chảy ngược, thì mới mất được Gò Loi!"

Xung quanh Gò Loi, có một mạng lưới chốt vòng ngoài bảo vệ, như chốt Đây En, Đồi Đá, Gò Dê, Gò Thị, Cầu bến Vách, Bàu Sen...

Để chuẩn bị cho chiến dịch Xuân Hè 1972 - 1973, và thấy được tầm quan trọng của cứ điểm Gò Loi, trước chiến dịch, đồng chí Chu Huy Mân, Tư lệnh Quân Khu 5, đã vào tận bản doanh Sư đoàn 3 Sao Vàng. Hơn thế, ông cũng trực tiếp đến giao nhiệm vụ cho Tiểu đoàn Đặc công 40. Sau khi nhấn mạnh tầm quan trọng về chiến lược của cứ điểm Gò Loi, ông nhấn mạnh: "Nếu đánh không thắng, thì các đồng chí có tội với đất nước với nhân dân!". Ông khẳng định đanh thép như một mệnh lệnh: "Các đồng chí chỉ có quyền tính thắng lợi! Không có quyền tính đến thất bại, thương vong!"

Suốt 6 tháng trời, tổ Trinh sát Sư đoàn, trực tiếp cùng đi trinh sát với tiểu đoàn 40 đặc công. Không quản gian lao, nguy hiểm, cho việc chuẩn bị chiến trường này. Chúng tôi nghiên cứu 6 hướng vào, sờ từng lô cốt, từng ụ pháo. Nghiên cứu cách rải đường dây điện thoại sao cho qua mắt địch. Có khi phải nằm lại trong hàng rào đến vài ngày, để định hướng và vẽ bản đồ...

Tôi nhớ mãi hình ảnh một trung đội trưởng Lê Công, hoạt bát nhanh nhẹn, dũng cảm, nhanh như sóc, và một đại đội trưởng trinh sát Sư đoàn Nguyễn Như Hoàng, hoạt bát nhanh nhẹn, mưu trí dũng cảm. Đã có lần các anh ấy, bị bọn địch đi tuần đêm, tiểu tiện trúng lên cả đầu.

Ban tham mưu tác chiến Sư đoàn 3 và Ban chỉ huy tiểu đoàn 40 đặc công, lại khẩn trương bắt tay vào đắp sa bàn, mở lớp tập huấn. Thảo luận, bàn đi bàn lại cách đánh, phương án đánh, dự trù những tình huống xấu nhất. Đồng chí Chu Huy Mân, Tư lệnh quân khu 5 cùng dự, bổ sung nhiều ý kiến. Trong đó, có một ý kiến, mà đến bây giờ, chúng tôi cùng các cán bộ tiểu đoàn 40 đặc công còn nhớ mãi. Đồng chí Chu Huy Mân cầm thước xoay xoay trên sa bàn một lúc, rồi đột nhiên chỉ thẳng vào hướng cửa chính trung tâm, và cười nói: "Theo tôi, nếu được chỉ huy, tôi đánh thẳng vào cửa chính, thọc thẳng lên sân bay!.."

Ý kiến này, sau đó được đơn vị tiếp thu, và kịp triển khai một mũi đánh thẳng, với lực lượng mạnh. Gồm 10 chiến sĩ với 5 khẩu B40, vượt qua cổng chính, do đồng chí Trần Công Khanh, trung úy Chính trị viên phó tiểu đoàn, làm mũi trưởng, và đồng chí Tình, quê Hải Phòng, xạ thủ B40, làm mũi phó.

Đêm 7/4/1972, Bộ Tư lệnh Tiền phương Sư đoàn 3 Sao Vàng, bí mật dời Sở chỉ huy xuống Dốc Sung, để trực tiếp chỉ huy trận đánh. Trong đó, có cả Tư lệnh Sư đoàn Huỳnh Hữu Anh...

Các mũi được sắp xếp, lựa chọn, bố trí hết sức chu đáo và cẩn trọng. Là đội ngũ cán bộ giỏi, đã có kinh nghiệm và có thành tích chiến đấu giỏi, được ghi nhận. Chính trị viên và tiểu đoàn trưởng, được phân xuống làm mũi trưởng. Các đại đội trưởng và chính trị viên đại đội, xuống mũi phó. Cụ thể, mũi từ Bến Vách đánh lên, do chính trị viên tiểu đoàn Nguyễn Quang Phụ và Lâm Quang Lự phụ trách. Mũi từ Bàu Sen đánh lên, do chính trị viên đại đội Thanh Bá phụ trách. Mũi từ Gò Thị đánh lên, do tiểu đoàn phó Nguyễn Thanh Đống phụ trách. Mũi đánh thẳng vào cửa chính, do chính trị viên phó tiểu đoàn Trần Công Khanh phụ trách...

19 giờ 30 ngày 8/4/1972, 40 chiến sỹ đặc công tiểu đoàn 40, đã có mặt tại Động Bích, cách Gò Loi khoảng 700m. Sau khi chấn chỉnh đội ngũ, ngụy trang, kiểm tra vũ khí, tiếng động, chính trị viên tiểu đoàn Nguyễn Quang Phụ và Tiểu đoàn trưởng Lâm Quang Lự, đến bắt tay từng người, động viên dặn dò từng chiến sỹ: “Dù có hy sinh đến người cuối cùng, cũng phải đập nát bằng được cứ điểm Gò Loi!”. Các chiến sỹ cảm tử, ai cũng hăm hở và xin thề: “Quyết đánh tan Gò Loi, mới quay về!”.

Vào lúc 1 giờ đêm, ngày 9/4/1972, đại đội trưởng Lương Ngọc Chiến giật quả bộc phá 20 kg đầu tiên, khai hỏa, phá toang cửa mở. Tức thì, 6 mũi ào ạt đánh thốc lên. Tiếng B40, B41, lựu đạn, xé rách cả trời đêm Ân Tường Tây.

Sau mấy phút chết lặng vì bị đánh bất ngờ, bọn địch hồi tỉnh. Chúng dựa vào lô cốt bê tông, phản đòn như mưa. Các chiến sỹ hy sinh ngày càng nhiều. Họ bị giam trong các hàng rào bùng nhùng, làm bia cho chúng. Pháo sáng rõ như ban ngày. Bộ đội ta hy sinh trong nhiều tư thế. Nằm vắt qua hàng rào. Mắc kẹt giữa hàng rào, đầu mình đang hướng về phía trước. Mũi tiền tiêu số 1 do đồng chí Nguyễn Quang Phù và Lâm Quang Lự phụ trách, áp sát đến lô cốt phía Đông, cột bọc phá vào cây tre dài, châm ngòi, đặt áp vào thành lô cốt, nhưng không may thành cao 3m, khối bọc phá nặng, cây chống ngã nghiêng, rơi xuống, tạo nên một tiếng nổ khủng khiếp. Đồng chí Nguyễn Quang Phụ và một số đồng chí hi sinh tại cửa mở. Đồng chí Lâm Quang Lự sau khi quay ra tại Bến Vách bị địch phục và hi sinh tại đó.

Mũi chính trị viên phó Trần Công Khanh đánh vào hướng cửa chính, sau mấy giây bối rối vì quả mìn thổi hàng rào không nổ, nhưng 5 khẩu B40, B41 đã đồng loạt phát huy hết tác dụng. Những quả đạn với ý chí và lòng căm thù nóng bỏng, tới tấp phá nát những lô cốt và công sự địch. Cứ điểm Gò Loi chìm trong khói lửa mịt mù. Các chiến sỹ còn lại, hết lớp này đến lớp khác, cứ ào ạt xông lên. Xác địch chất ngổn ngang, phủ kín mặt đất Gò Loi...

Đến 2 giờ sáng, ta và địch vẫn giằng co quyết liệt, chưa dứt điểm. Mũi Gò Thị của chính trị viên phó Thanh Đống, bị địch khống chế, không tiến lên được. Một số hy sinh, còn một số buộc phải chạy dạt xuống chân đồi. Lúc đó, Trưởng ban Tác chiến Sư đoàn Nguyễn Duy Thương xuất hiện ngay sát hàng rào, đốc thúc. Giọng ông dứt khoát, như một mệnh lệnh, vang lên trong máy: "Nếu 15 phút nữa không giải quyết được, thì sẽ thay tiểu đoàn 3!"

2 giờ kém 15, sau khi dùng súng phun lửa và mấy cân bộc phá, đánh sập hầm ngầm của chúng, thì ta mới chính thức làm chủ hoàn toàn cứ điểm Gò Loi. Trận đánh diệt gọn Ban Chỉ huy Liên đoàn Bảo an Số 48. Tiêu diệt 200 tên, phá hủy toàn bộ công sự, kho tàng, thu nhiều vũ khí và quân trang quân dụng...

Ấy vậy, nhưng ngậm ngùi thay, 40 chiến sĩ đặc công của Sư đoàn 3 Sao Vàng, chỉ còn lại 12 đồng chí mình đầy thương tích. Còn 28 chiến sĩ đã hy sinh anh dũng, hóa thân nằm lại vĩnh viễn với đất đai núi rừng Gò Loi, của mảnh đất Hoài Ân trăm thương ngàn nhớ.

Chiến thắng Gò Loi có một ý nghĩa hết sức quan trọng. Như một quả đấm thép đầu tiên, làm cho tinh thần binh lính địch phía bắc Bình Định lo sợ, rệu rã, tạo đà cho quân dân ta giải phóng Hoài Ân và 3 huyện thị bắc Bình Định. Đồng thời cắt đứt đường Quốc Lộ 1, đánh bại chiến đoàn 40, đánh quỵ trung đoàn 40 Sư đoàn 22 Việt Nam Cộng hòa.

Tuy nhiên, sau chiến dịch Xuân Hè năm 1972, hầu hết những huyện, thị trên khắp chiến trường miền Nam, mà quân ta đã giải phóng, thì quân địch đã lấy lại. Riêng hai huyện lỵ Hoài Ân và Phước Long, vẫn giữ được nguyên vẹn cho đến ngày toàn thắng 4/75. Đó là một kỳ tích chưa từng có, của quân dân Bình định và Cán bộ chiến sỹ Sư đoàn 3 Sao Vàng anh hùng!..

ĐÊM SINH NHẬT BÁC TRÊN ĐỒI 282

Tổ *Trinh sát - kỹ thuật* Sư đoàn, là bộ phận từa tựa như quân báo. Biên chế khoảng bảy hoặc tám người, trực thuộc Bộ Tư lệnh Sư đoàn. Chuyên sử dụng vô tuyến điện theo dõi đài địch, thường xuyên cung cấp tình hình đối phương cho Bộ Tư Lệnh Sư đoàn, trực tiếp qua Trưởng ban trinh sát, không qua Đại đội trinh sát.

Khoảng trung tuần tháng 5 năm 1973, Sở chỉ huy Sư đoàn 3 Sao Vàng, đã chuyển về xã Ân Tường, huyện Hoài Nhơn, nhằm chỉ huy đợt tiến công đánh địch lấn chiếm vùng giải phóng, lập công dâng Bác nhân ngày sinh nhật 19-5.

Tổ trinh sát - kỹ thuật chúng tôi được chia làm hai mũi: Mũi 1 gồm: Tôn Việt (tổ trưởng), Văn Phát, Sỹ Hùng, Ngọc Bệ và Trần Khởi. Mũi 2 có Văn Hường (tổ trưởng), Đào Quang Thắng, Văn Hưng, Thanh Xuân và Văn Diêm (đi hướng nam).

Nhóm chúng tôi chọn Đồi 282, tại Ân Tín, Hoài Ân, làm điểm đặt máy. Nhóm chúng tôi bận bịu suốt ngày đêm. Mỗi người sử dụng hết khả năng của mình, theo dõi mọi động thái địch. Tiến hành ghi chép, phân tích, sàng lọc thông tin, kịp thời báo cáo cho Bộ tư lệnh Sư đoàn.

Có một trường hợp đặc biệt, hy hữu xảy ra với nhóm chúng tôi. Thoạt đầu, chỉ như trò chơi giải trí, không cần phải báo cáo lên trên. Nhưng sau đó chúng tôi quá say, đẩy tình hình đi quá xa, gây nên cuộc hỗn chiến loạn xạ cho nội bộ các binh chủng địch ở đó. Khi nhận ra sai, thì đã muộn, buộc chúng tôi im re từ đêm đó. Coi như không có chuyện gì xảy ra. Bởi nếu để lộ ra việc tày đình như thế, chúng tôi sẽ bị kỷ luật nặng!..

Đó là đêm 19 tháng 5 năm 1973. Cả ngày hôm đó trời nắng gắt. Đêm không gió, oi nồng. Chúng tôi như bị rang trong chảo lửa trên Đồi 282. Những bụi lau phờ phạc, khô quắt đến tội nghiệp. Quần áo mặc trong người khô cong vì trộn lẫn bụi cát, đất, mồ hôi. Trong khi đó, tai, mắt không được rời máy. Mỗi người theo dõi hai máy. Một tay dò sóng, tay kia ghi chép đến rã rời.

Khoảng 18 giờ, sau khi toàn tổ đã tìm được sóng vô tuyến của địch, và nắm chắc phiên hiệu các đơn vị của chúng, chúng tôi nhận điểm đứng và báo cáo tình hình trong ngày vừa xong, thì đột nhiên, ở sóng tần số Chi khu Hoài Nhơn, có tiếng súng nổ chát chúa loạn xạ, vọng ra từ tai nghe. Tiếp đó là tiếng gọi gấp gáp của tên đại tá Hoài, Tiểu khu trưởng Tiểu khu Bình Định:

- Vĩ Long đâu? Vĩ Long đâu? Bạch Long gọi!..

Vĩ Long là mật danh của Chi khu Hoài Nhơn. Bạch

Long là tên mật của Tiểu khu Bình Định. Chế độ ngụy thời đó, cấp tỉnh gọi là Tiểu khu, cấp huyện gọi là Chi khu. Tỉnh trưởng như Chủ tịch tỉnh, kiêm cả quân sự.

Tên thiếu tá Long, chi khu trưởng Hoài Nhơn đáp lại:

- Bạch Long đâu? Vĩ Long trả lời!

Tiếng đại tá Hoài gắt:

- Tại sao chỗ "moa" có tiếng súng dữ vậy?

Tiếng thiếu tá Long nói ấp úng:

- Bẩm Đại Bàng! Lúc 18 giờ, "con cái" tôi, thằng "Hai đầu bảy chóp" (mật danh Liên đoàn 207 Bảo an), phát hiện hai tàu ngầm Trung cộng, nên chúng nó nổ súng...

- Bây giờ nó còn ở đó không? - Vẫn giọng của Hoài.

- Bẩm! Nó lặn mất tiêu!

Lặng một lúc, đại tá Hoài ra lệnh:

- "Moa" cho "toa" điểm đứng của tàu ngầm. Nhanh lên!

Lại im lặng một lúc, tiếng thiếu tá Long báo cáo:

- Metro(M).T:03- F:05 (tọa độ trên bản đồ của chúng).

Tiếng của Hoài:

- Được rồi! "Moa" cho "con cái" và các "gia đình" lân cận, rút khỏi khu vực trên!..

Anh em chúng tôi nhận định: Làm gì có tàu ngầm Trung Quốc ở đây? Chắc bọn Chi khu Hoài Nhơn có sự cố bắn lộn nhau. Rồi sợ bị tội, nên nói dối cấp trên để lấp liếm. Tôi bàn với Tôn Việt:

- Bọn này đem tàu ngầm Trung Quốc ra hù dọa thượng cấp, thì ta chơi cho nó một mẻ?!

Vì tôi và Phát đều biết ít nhiều tiếng Trung, nên hai người sẽ dùng máy của mình, liên lạc với nhau bằng tiếng Trung. Như thể có hai tàu ngầm của Trung Quốc đang liên lạc vậy.

Tôn Việt hơi phân vân, nói:

- Có nên báo cáo xin ý kiến anh Phiêu (Trưởng ban trinh sát) hay không? Tôi nghĩ chỉ đùa cho vui nên gạt đi, rằng:

- Ta lừa cho chúng bắn ra biển, để tiêu phí đạn. Chứ can hệ chi đến kế hoạch tác chiến của Sư đoàn, mà báo cáo?

Tôn Việt nghe phải, khẽ gật đầu. Tôi cùng Phát xắn tay vào cuộc.

Mở đầu là tiếng gọi lơ lớ của tôi:

- Ủa sư! Sứ lưu! Sứ san khuẩy tá? (16 đây, 13 trả lời)

- Sứ san thing xin sử! Sử lưu khuẩy tá! (13 nghe rõ, 16 trả lời)

Giọng Phát run run, nhưng cũng tạm được.

- Tả cha truẩn pây tran tâu! (Chuẩn bị chiến đấu!)

Lập tức, trên tần số Chi khu Hoài Nhơn, đang nhốn nháo liên lạc với nhau, bỗng im phăng phắc. Rồi có tiếng thiếu tá Long ra lệnh:

- Tất cả "con cái", sang số nhà "màu tím" mà ở! (mã sóng của chúng).

Lại xuất hiện tiếng tên Long ở sóng Tiểu khu Bình Định:

- Báo cáo "Delta"! Tàu ngầm Trung cộng lại làm việc ngay trên sóng của Chi khu tôi! Chúng liên lạc với nhau bằng tiếng Tàu.

Có tiếng đại tá Hoài ra lệnh:

- Đuổi hết "con cái" anh ra khỏi nhà! Không được động tĩnh gì. Theo dõi chúng. Tôi sẽ qua đó ngay! Lát nữa, có thông dịch Trung Hoa tới giúp.

Nghe chúng nói có phiên dịch tiếng Trung, tôi sởn tóc gáy, định bỏ cuộc. Vì sợ lộ chân tướng. Mình chỉ bập bõm tiếng Trung thôi. Nhưng rồi lại nghĩ, chắc chúng trấn an cấp dưới thế thôi, chứ tìm đâu ra thông dịch Trung Hoa lúc này?

Bỗng lại xuất hiện tiếng tên đại tá Hoài trên sóng Tiểu khu Bình Định. Y khẩn thiết yêu cầu gấp ba đơn vị pháo binh:

- Giro-se-vần-xích nai Giro to ri! (Bạch Long gọi)

Có tiếng đáp lại như ngái ngủ:

- Cái gì đấy..? Cái gì!?

- Nấu phở (Tioti)! Cấp tập vào, tọa độ M-T:03-F:05!

- Tính chất mục tiêu?

- Tàu ngầm đối phương!

Mấy phút sau, vùng biển Hoài Nhơn chìm trong đạn pháo. Pháo các cỡ của địch thi nhau nổ như ngô rang. Cảm giác biển ở đó đang sôi lên.

Lúc đó, chuông điện thoại hối hả reo. Tiếng của Trưởng ban trinh sát Phạm Văn Phiêu ở đầu dây bên kia:

- Tại sao địch bắn nhiều vậy? Ta đang chuẩn bị tập kích núi Chóp Chài đó, xem có lộ không?

Tôn Việt run run đáp:

- Không có gì đâu ạ! Chúng chỉ bắn ra biển. Có lẽ nó nghi ngờ tàu thuyền ta chở vũ khí vào, nên bắn chặn!..

Trưởng ban Phiêu động viên:

- Nhớ trực 24/24 nhé! Đêm nay sinh nhật Bác Hồ. Mình đã cho người mang ảnh Bác và tiếp tế lương thực lên cho các cậu rồi. Cử người xuống chân đồi mà nhận!

Tôn Việt bỏ máy, nghĩ ngợi một lúc rồi nói:

- Các ông ấy mà biết việc này, thì bọn mình chỉ có mà đi tù!

Tôi cười, bảo:

- Các ông đánh núi Chóp Chài, là để diệt sinh lực địch. Tụi mình làm cuộc chơi này, cũng là phá hủy phương tiện chiến tranh của chúng. Chẳng phải tốt lắm sao?

Phát đế thêm:

- Đã vào trận không được run! Phải chơi hết mình!

Tôn Việt im lặng. Tôi và Phát tiếp tục vào máy.

- Sử lưu chai nả? Sử san chai khu! (16 ở đâu, 13 gọi)

- Sử san chai! Sử lưu khuấy tả. (13 đây, 16 trả lời).

- Sử san bị thương nặng!

Tôi nói chen cả tiếng Việt, để xem chúng đã có phiên dịch chưa, cũng ngầm để cho bọn chi khu Hoài Nhơn biết.

- Nỉ xen chai nả? (Hiện nay anh ở đâu?)

- Hướng y, cách tọa độ cũ 3 hải lý!..

Tôi nói lung tung, chứ chẳng biết hướng y là hướng nào!

Một lát, trên sóng Tiểu khu Bình Định, có tiếng báo cáo của tên Long:

- Bẩm "đại bàng"! Tàu của chúng bị hỏng nặng. Hiện chúng vẫn quanh quẩn tọa độ cũ.

Tên đại tá Hoài cười:

- Ô-kê! Cho "nấu phở" tiếp!

Lại một đợt địch bắn pháo cấp tập. Đợt này dài hơn đợt trước. Biển Hoài Nhơn ồn ào như giông tố.

Chuông điện thoại lại vang lên. Lần này, là giọng trầm trầm của Tư lệnh Sư đoàn Huỳnh Hữu Anh:

- Tại sao địch bắn dữ vậy, mà các cậu đếch báo cáo gì? Bộ đội đã vào hàng rào thứ 3 rồi đó!

Tôn Việt trả lời rằng, các mục tiêu ta chuẩn bị tấn công, không có dấu hiệu bị lộ. Thủ trưởng cứ yên tâm!

Bất ngờ, tôi bắt được hai mật danh lạ trên sóng Chi khu Hoài Nhơn. Biết bọn dưới Chi khu chưa nhận được sóng này, vì chúng ở thấp. Tôi liền đóng giả máy của Chi khu trả lời:

- Các anh hãy "vặn cổ gà" đi! (Ý là chuyển sang băng khác).

Hai mật danh đó gặp tôi, tại tần số do tôi chỉ định:

- Vĩ Long đâu? "Mắt chột", "Mắt đui". Hãy cho đối chứng "lá bùa"!

Nó đang thử? Có phải nó đang thử ta không? Tôi nghĩ vậy, mà mạnh dạn bảo:

- Cho đi! Vito-xích xê-vần (17)

Nó hỏi lại:

- Ông "Delta", tôi tên gì?

Qua khẩu ngữ của chúng, tôi biết bọn này là hải quân. Liền đọc cả họ và tên nó, là Huỳnh Tấn Đạt. Hai thằng vui vẻ trả lời "Ô kê!". Giọng thằng "Mắt chột" ồm ồm trong máy:

- Tôi, hai tàu tuần tiễu của Hải đội Giê-rô phai (05) từ Quy Nhơn, ra hỗ trợ cho anh đây. Nghe nói có tàu Trung cộng, tôi sợ lắm! Tôi đang men theo bờ biển. Liệu chúng có ngoi lên như con cá voi khổng lồ, nuốt chửng chúng tôi không?

Tôi thầm nghĩ: Một lũ hèn nhát! Thì ra chúng sợ!..

Có tiếng máy bay sè sè, mỗi lúc một gần. Liền đó có tiếng gọi trên sóng Chi khu Hoài Nhơn, lúc được lúc mất. Tôi biết chắc chắn bọn Chi khu Hoài Nhơn chưa bắt được sóng này. Còn máy tôi thì nghe rõ:

- Vĩ Long đâu? Ngân Hà gọi! (Ngân Hà là mật danh không quân Phù Cát).

Tôn Việt vội bỏ máy của mình, cầm nhanh máy của tôi (đang đóng giả máy Chi khu Hoài Nhơn), nói một tràng tiếng Anh, bảo chúng chuyển sóng vào tần số theo chỉ dẫn của chúng tôi. Sau đó tôi đĩnh đạc hỏi:

- Cần đối chiếu "bùa hộ mệnh" không?

Bọn phi công trả lời:

- Khỏi cần!

Tôi mỉm cười nghĩ: Chắc là nó nghe tràng tiếng Anh của Tôn Việt, nên tin tưởng không bị lừa.

Bỗng dưng, Tôn Việt ra lệnh cho tôi và Phát đóng máy. Việt giải thích:

- Có thể phải Stop! Mình không ngờ lại thành to chuyện thế này! Cả bọn không quân của chúng, cũng được điều động chi viện. Thật là một lũ điên! Nếu việc này ảnh hưởng đến trận đánh của Sư đoàn, thì nguy to!

Sỹ Hùng từ nãy giờ ngồi im lặng, bỗng lên tiếng:

- Tôi lại cho rằng, đây là cơ hội mới! Các anh cứ dụ cho bọn không quân và hải quân oánh nhau đi! Như thế, địch sẽ hút vào đó, chẳng chú ý chi đến trận đánh của ta vào cứ điểm Chóp Chài đêm nay...

Tôn Việt gật đầu, đồng ý theo hướng đó. Tôi và Phát lại vào cuộc.

Đóng giả máy hai tàu tuần tiễu, tôi hỏi:

- Anh đi đâu, mà lạc vào số nhà của tôi?

- Được lệnh Phi đoàn Phù Cát, tôi cùng anh tiêu diệt tàu ngầm Trung cộng! Tên phi công trả lời - Hiện tôi đang ở Phốt-pho cải cách! (Mã đèo Phú Cũ)

Tên phi công có vẻ ngạo mạn, đọc cả thơ nữa:

"*Biển ồn ào sóng giội*
Tàu Trung cộng tiến vào
Không chịu nổi tên lửa
Bom chùm ở trên cao!"

Tôi khen nó thơ hay, và đọc tiếp một câu:

"*Coi chừng Việt cộng nuốt cả sao!*"

Đọc xong, tôi cười. Và hắn cũng cười, đáp:

- Hay! Hay lắm! Mà phản nghịch đó nghe!

Chiếc máy bay lượn mấy vòng, nghiêng cánh sà sát xuống mặt biển, rồi vọt lên cao. Nó thất vọng nói rè rè, liên lạc với Chi khu Hoài Nhơn. Lúc đó, sóng Hoài Nhơn vẫn do chúng tôi khống chế.

- Vĩ Long đâu? Ngân Hà gọi! Chẳng thấy gì cả! Chỉ có thuyền đánh cá.

Dừng một lát, nó nói tiếp:

- Hay đó là thuyền Việt cộng cụm lại, để chc giấu tàu ngầm?

Tôi sợ chúng bắn vào thuyền chài của dân, nên vội gọi:

- Ngân Hà đâu? Vĩ Long gọi! Không được bắn vào thuyền đánh cá! Họ kiện đấy. Ở đó, "con cái" của tôi đang lùng sục, kiểm tra...

Đột nhiên tên phi công nói:

- Thấy rồi! Thấy rồi! Có hai chấm đen nhỏ.

Tôi đoán chắc đó là hai tàu tuần tiễu của bọn Quy Nhơn, liền bảo:

- Đúng! Chính nó! "Nấu phở" ngay kẻo nó chuồn mất!.

Chỉ mấy phút sau, chiếc máy bay C130 bay tới. Và hai quả bom đầu tiên trút xuống hai tàu tuần tiễu địch.

Tôi giục tên phi công lái máy bay trinh sát:

- Xi nhan tiếp! Đúng mục tiêu rồi đó!

Thế là tên lửa, bom tạ, bom tấn, thi nhau trút xuống hai tàu tuần tiễu của chúng.

Lúc này, trên sóng của bọn tàu tuần tiễu liên lạc với sóng Chi khu Hoài Nhơn, la lối om sòm:

- Máy bay Việt cộng! Máy bay Viêt cộng!

Vậy là, các cỡ súng cao xạ của chúng ở Hoài Nhơn thi nhau bắn lên. Chiếc C130 lồng lộn tức giận, trút những quả bom cuối cùng rồi chuồn thẳng.

Có tiếng tên đại tá Hoài, trường Tiểu khu Bình Định, quát trên máy:

- Tất cả dừng lại! Không được bắn! Nhầm to rồi! Hai tàu tuần tiễu đi tiêu rồi. Đù mẹ! Tại sao lại chống nhau vậy?

Hắn ra lệnh cho bọn hiệu thính viên, rà tìm vô tuyến của ta, nhưng dù có xoay đến mòn tay, cũng không thể tìm ra.

Bọn tôi bỏ ống nghe cười vui. Lúc này gần 24 giờ. Một đêm thật tuyệt vời! Một trò chơi đầy căng thẳng và rất thú vị. Một món quà mừng Sinh nhật Bác thật ý nghĩa!

Bất chợt, một cơn mưa ập tới. Đồi 282 dịu mát dần. Lũ chúng tôi căng ni lông hứng nước mưa, và cởi trần tắm gội.

Đúng lúc đó, tiếng súng của ta ở Chóp Chài, Núi Chéo, Đồi 174… lần lượt rộ lên. Chiến dịch phản kích của Sư đoàn 3 Sao Vàng bắt đầu. Tôi hứng lên đọc luôn hai câu thơ:

"Đọc thơ Bác giữa chiến hào
Bom rơi, bụi đỏ bay vào sổ thơ"

Trên trời, một chiếc trực thăng bay qua bay lại mấy vòng, rồi có tiếng trên sóng của Tiểu khu Bình Định:

- Bạch Long đâu? Chim Ưng gọi!..

Tên đại tá Hoài nhanh nhảu thưa:

- Chim ưng đâu? Bạch Long trả lời!

Tức thì, tên Trung tướng ngụy Nguyễn Văn Toàn, tư lệnh Quân khu 2 Việt Nam Cộng hòa, nói giọng Bắc pha Nam:

- Tại sao "moa" không báo cho "toa" biết vụ đánh lộn?

Hoài chưa kịp trả lời, thì Toàn đã ra lệnh:

- Bravo, Cha-lie hâu - theo quy bách Đen ta (Về Bộ chỉ huy Quân đoàn gấp).

Tôi cười, nói với anh em trong tổ:

- Cuộc chơi của chúng ta, đã chấn động tới cấp quân khu chúng nó rồi. Thật đã!

Một chiếc trực thăng vọt lên cao và mất hút về phía nam. Vài quả pháo địch bắn vu vơ, lạc lõng, nổ ùng oàng phía bắc Đồi 282.

Chuyện có thật trên đây bây giờ mới nói. Âu cũng là kỷ niệm cuộc đời binh nghiệp. Coi như một nén nhang thắp cho Phan Văn Phiêu, người Trưởng ban trinh sát hiền lành và sâu sắc, một nén nhang tưởng nhớ Tôn Việt, tổ trưởng tổ, Nguyễn Văn Hường tổ phó Trinh sát - kỹ thuật cùng bao đồng đội đã ngã xuống trên mảnh đất Bình Định thân yêu!..

BÀI THƠ XIN NƯỚC

Cuối năm 1972 và đầu năm 1973 không khí chuẩn bị cho việc ký kết Hiệp định Pari về Việt Nam trên chiến trường miền Nam hết sức rộn ràng, khẩn trương và nóng bỏng. Dù Hiệp định bốn bên chưa được ký kết, nhưng nội dung quan trọng của nó gần như ai cũng đã rõ. Theo đó, quân Mỹ và quân các nước đồng minh (chư hầu) của Mỹ sẽ rút khỏi miền Nam Việt Nam. Trên chiến trường chỉ còn lại quân của hai lực lượng duy nhất tham chiến: Việt Nam Cộng hòa và Cộng hòa miền Nam Việt Nam (quân Giải phóng). Hai lực lượng này được quy định: ai đang ở đâu giữ nguyên ở đấy. Phần đất của mỗi phía, sẽ được cắm cờ phía mình, để phân biệt.

Như vậy, hiện trạng trên thực địa, quân của hai phía sẽ đan cài thế răng lược, hình thành loang lổ hình da báo. Và bên nào cũng chực để lấn chiếm vào đất phía bên kia. Đêm đêm sẽ bất ngờ đánh nống ra, vượt qua ranh giới để cắm cờ, chiếm đất. Nhất là giai đoạn Hiệp định chưa được ký, bên nào cũng tranh thủ đánh đuổi, đẩy lùi phía bên kia, nhằm mở rộng vùng đất chiếm giữ của mình.

Cả hai phía đang khẩn trương chuẩn bị cờ. Ở phía ta, các xưởng may lớn ở miền Bắc tập trung may cờ Giải phóng. Trong vùng giải phóng miền Nam, các xưởng may lớn nhỏ được trưng dụng, khẩn trương may cờ Giải phóng. Tất cả các mặt trận trên toàn chiến trường, phải đủ cờ Giải phóng trước giờ G, khi Hiệp định có hiệu lực. Các mặt trận lớn nhỏ của ta, khẩn trương nhanh chóng nhận cờ về.

Ở Sư đoàn 3 Sao vàng, Tổ Vệ binh - Trinh sát và Ban binh vận của Sư đoàn khẩn trương ngày đêm, vượt suối băng rừng ra Quân khu nhận cờ Giải phóng. Không để một nơi nào, dù khó khăn hiểm trở, mà không có cờ. Một số chị em cán bộ nằm vùng, len lỏi xuống vùng địch, mua vải để may cờ kịp chuyển lên. Các chị em nữ trong trung đội Trinh sát nằm vùng, như chị Minh, chị Long, chị Học, em Hồng, Sáu... cùng các mẹ các chị ở vùng ven, đêm ngày mải miết may cờ. Có nơi may bằng tay. Họ may suốt đêm, vừa may vừa chuyện trò rôm rả. Họ đang tận hưởng niềm vui tự do, của giờ phút thiêng liêng của dân tộc sắp đến...

Trên các mặt trận, không khí tranh thủ trước giờ G, để chiếm đất, giữ đất giữa ta và địch, xảy ra vô cùng nóng bỏng. Trước đêm tuyên bố Hiệp định Pari ký kết, đại đội trinh sát chúng tôi nhận được lệnh khẩn trương xuống đồng bằng, kết hợp cùng du kích địa phương và nhân dân tai chỗ, nhất tề nỗi dậy cắm cờ giành đất. Đoàn chúng tôi đi gồm có: đại đội trưởng Trần Sỹ Cận cùng các thành viên Trần Khởi, Thanh Ngọc, Tô Tấn Tài, Mai Văn Kháng, chị Nguyễn Thị Minh...

Ra đi, ai cũng phấn khởi, hào hứng. Dù trên lưng mang một bao tải nặng cờ Giải phóng, và trên vai một vác một bó to cán cờ. Chúng tôi được xác định, đây vẫn là trận chiến giành giật hết sức ác liệt giữa ta và địch. Thậm chí, có nơi còn có thể thương vong nặng nề, xương rơi máu đổ nhiều hơn trong chiến đấu.

Tôi và Tô Tấn Tài mò lên chân cao điểm 32 Lại Khánh, Hoài Ân (Cao điểm này bọn địch đang giữ). Hai thằng tôi hì hục, bí mật đào đào bới bới, cắm được hơn 10 lá cờ vòng quanh cao điểm. Nghe tiếng động, bọn địch bắn pháo sáng lên treo sáng trưng, và đi ra dòm ngó. Thấy chúng tôi, và thấy cờ Giải phóng đã cắm cờ ngay cổng chính, một tên rọi đèn pin, nói to:

- Các ông cắm ở ngay cổng thế này, chúng tôi đi sao được!

Chúng không dám nổ súng. Vì đây đã là giờ khắc cả hai bên ngưng tiếng súng. Tôi đứng lên nghiêm nghị, dõng dạc bảo:

- Đất này của nhân dân Lại Khánh, cũng là của quân Giải phóng chúng tôi, các anh đến lấn chiếm. Giờ chúng tôi thay mặt nhân dân, đến cắm cờ lấy lại!

Có lẽ thấy đuối lý, bọn chúng đứng im, chẳng nói gì. Bọn tôi đang đi xuống chân dốc, thì thấy tổ anh Trần Sỹ Cận và Mai Văn Kháng đang còn giành giật, to tiếng cãi nhau với nhóm linh Việt Nam Cộng Hòa, ngay tại chỗ có cái giếng cạn Gò Chuôm. Đây là một địa điểm vô cùng lợi hại. Bởi bên nào giữ được giếng nước, bên đó hoàn toàn chiếm được lợi thế. Vì thế, hai bên quyết giằng lấy cho được giếng nước Gò chuôm. Bên ta đã cắm được lá cờ Giải phóng bên thành giếng. Bọn địch xúm đến, quyết nhổ đi.

Khi hai bên đang xô đẩy, giành giật căng thẳng ở

cạnh giếng nước, thì chúng tôi kịp đến. Thấy bọn tôi đông, lại có cả ông Cận mang súng ngắn, bọn chúng lấm lét sợ. Chúng hiểu là bên quân Giải phóng không vừa, họ có cả sĩ quan. Với chốt của chúng, ước khoảng một trung đội, cùng lắm tên chỉ huy là một thượng sĩ nhất. Chúng không có sĩ quan trên chốt. Với chúng, cách nhau một cấp bậc, là cách nhau cả ngàn trùng! Không thể đương đầu được với chúng tôi. Chúng buộc phải buông lá cờ Giải phóng ra, và lễ phép kính nhường:

- Thưa các ông! Nếu các ông cắm cờ ở đây, anh em chúng tôi trên đồi sẽ chết khát hết!

Một người lính Việt Nam Cộng hòa khác, cầm cái bi đông lắc lắc, nói lí nhí nói thêm:

- Chỗ giếng ni, hôm qua bọn tui đã cắm cờ mà! Nhưng thôi, chừ ai cắm cũng được! Miễn xin các ông cho anh em chúng tôi lấy ít nước!..

Tình thế chỉ có một giếng nước này, mình không thể độc chiếm. Anh Cận thay mặt chúng tôi, tuyên bố:

- Được! Nhưng chỉ lần này thôi! Còn ngày mai, các anh phải báo với thượng cấp, rút lui khỏi vùng đất này ngay. Đây là đất là của nhân dân vùng này, đã từng được giải phóng. Nhưng bị các anh đến chiếm. Giờ thì buộc phải rút đi, trả lại đất!..

Mấy người lính phía bên kia khép nép, run run, múc mấy bi đông nước rồi lúc cúc leo lên đồi. Một người trông khỏe mạnh đeo lon thượng sỹ nhất, quay lui bóc thuốc lá mời tôi. Tôi từ chối, nói không biết hút thuốc. Sau đó tôi biết được nhóm này cũng mới vừa đi cắm cờ giành đất ở phía chân núi Du Tự về.

Chúng tôi biết, anh Cận nói cứng một cách kiên

quyết như thế, là để ép chúng rút quân khỏi chốt này. Nhưng điều đó rất khó thực hiện. Bởi chắc chắn, thượng cấp của chúng không bao giờ đồng ý bỏ chốt. Còn tự động bỏ chốt, chúng sẽ ra tòa án binh ngay. Chỉ còn trường hợp, là chúng đầu hàng, nhảy sang theo quân Giải phóng. Nhưng điều đó không khả thi. Vì mỗi người lính Việt Nam Cộng hòa ra trận, là nuôi sống sau lưng một bầu đoàn thê tử. Nếu họ nhảy sang quân Giải phóng, không những cả gia đình đói khát, mà còn chịu liên lụy...

Quả vậy, bọn tôi vừa quay xuống được chừng mươi bước chân, thì một loạt liên thanh trên đồi rống lên. Là cờ rách tua toe và, gãy đổ rụm. Tô Tấn Tài bị thương vào chân. Bọn tôi lại bò lên cắm cờ, và nhanh chóng áp đảo, vây lấy đồi bắc loa kêu gọi. Cuối cùng, buộc tên chỉ huy phải ra và ký vào biên bản xác nhận: "Khu vực giếng cạn Gò Chuôm, là đất của Quân giải phóng"...

Đêm tiếp theo, toàn tổ lại tuột xuống địa phận Hoài Đức, Hoài Nhơn làm nhiệm vụ. Đêm vắng vẻ. Mọi người lặng lẽ âm thầm đi. Nghe rõ cả tiếng những côn trùng rủ nhau đi ăn đêm. Chợt thấy trên một sân bóng chuyền, ai đó đã nhanh tay cắm cờ ba sọc. Anh Cận và chị Minh hí hoáy nhổ cờ, và thay vào đó mấy cây cờ Giải phóng. Anh Ngọc lại xóa hết vết vôi trên sân bóng.

Hôm sau, nghe anh Cận về kể lại, rằng sau đó, bọn chúng kéo nhau ra. Hai bên đấu lý, cãi nhau oang lên một trận ở vị trí sân bóng. Gay gắt vậy, nhưng sau đó hai bên lại rủ nhau đi xem Văn công của Quân giải phóng, diễn ở thị xã Bồng Sơn...

Cuộc giành giật cắm cờ, nhổ cờ ở hai chiến tuyến, diễn ra như cơm bữa. Kẻ địch cũng như bên ta, lợi dụng bên kia lơ là, là nhổ cờ đối phương, và cắm cờ bên mình vào thế chỗ. Đó là cách lấn đất, ăn gian đất không đổ máu, không tốn đạn...

Một lần, chúng tôi vừa xuống Bến Muồng, tiến ra hướng Cầu Vợi, thì thấy một tốp lính Việt Nam Công hòa đang đứng túm tụm, định nhổ mấy cây cờ của ta.

Tôi quát lớn:

- Bỏ tay ra! Không sẽ bắn!..

Tên lính vội bỏ tay ra, run run thưa:

- Bẩm các ông. Đường lộ 1, là đường lưu thông của chúng tôi. Các ông cắm cờ chắn ở đây, chúng tôi đi đường nào?

- Mặc các anh! Không được đặt chân lên đất quân Giải phóng!

Đêm hôm sau, súng lại nổ râm ran tứ phía. Hiệp định Paris bị phá bỏ ở đây, ngay khi vừa được ký kết. Những trận chiến giành đất diễn ra hết sức ác liệt. Nhất là chỗ giếng cạn Gò Chuôm, địch mấy lần muốn giành lại giếng. Mặc dù tên chỉ huy chốt địch đã ký vào văn bản, công nhận giếng cạn Gò Chuôm là đất quân Giải phóng, nhưng việc thiếu nước thì không thể chịu đựng được. Chốt ở trên đồi cao, nắng gió khô rang thổi hun hút. Một giờ thiếu nước đủ phát điên, huống chi một ngày, mấy ngày không nước?

Kẻ địch ở thế đường cùng. Chưa có nơi nào chúng rơi vào tình thế nan giải như vậy. Cả vùng đồi cao, chỉ độc có mỗi cái giếng cạn Gò Chuôm này là có nước. Nhưng quân Giải phóng đã cắm cờ mất rồi, và họ có một lực lượng hùng hậu chiếm giữ. Đằng nào cũng chết. Bỏ chốt, chết với thượng cấp. Tiếp tục giữ chốt, cũng chết, vì không có nước. Đầu hàng, cả gia đình cũng chết ráo!..

Một đêm, trinh sát ta nghe được cuộc thảo luận trong nội bộ địch, sôi nổi và gay gắt. Một tên nói:

- Không có nước, chúng ta chết chắc! Chi bằng, nhắm mắt ào xuống, múc lấy múc để, rồi chạy!..

- Không được! Đó là đất họ, mình xâm phạm, họ bắn chết hợp pháp!

- Vậy thì, ta bắn cho đổ cây cờ của Giải phóng đi. Coi như chỗ đó không có cờ họ. Và ta cứ xuống lấy nước thôi!

- Không được! Chỗ đó họ đã cắm cờ mấy hôm ni. Chừ mình kéo ra lấy nước, họ bắn thì sao?

Cuối cùng, chúng chọn cách liều chết để lấy nước...

Chúng nổ súng vào cờ của ta. Súng máy chúng quét một vùng rộng, mở hành lang cho một nhóm quân xuống giếng lấy nước. Và liên tục bắn yểm trợ, kiềm chế ta, cho đến khi số lấy nước chạy được lên đồi.

Chúng tôi phải nổ súng đáp trả, và lên dựng lại cờ Giải phóng. Việc bộ đội ta xuống lấy nước, giờ cũng cần phải thận hơn. Giờ đây chúng tôi hiểu rằng, giếng nước đã trở thành vị trí chiến lược của cả hai phía. Ta quyết giữ, nhưng kẻ địch cũng quyết nổ súng để lấy nước.

Quả thật, ngày hôm sau, địch lặp lại cách đi lấy nước hôm trước. Việc trước tiên, chúng phải bắn đổ cây cờ của ta, coi như vùng ấy chưa có cờ của ta, để chúng cãi lý khi đi lấy nước. Tiếp theo, súng máy chúng quét như vãi đạn về phía chiến hào bộ đội ta, tạo một hành lang khả dĩ cho nhóm cảm tử lao xuống giếng lấy nước. Chúng tôi lại nổ súng đáp trả, và lao lên cắm lại cờ Giải phóng bên thành giếng.

Trận chiến ở giếng cạn Gò Chuôm, diễn ra lặp đi lặp lại như thế. Một hôm, sau khi đánh trả địch và dựng lại cờ Giải phóng, chúng tôi mang theo một khung ảnh Bác Hồ, đóng cọc dựng ngay bên bờ giếng...

Không ngờ, từ hôm đó, địch không dám nổ súng vào cây cờ của ta nữa. Và tên chỉ huy từ tốn cầm loa phát sang bên ta, xin phép vào một giờ quy định trong ngày, được đi xuống giếng xin nước...

Đêm 30 tết, tôi trực chiến trên chốt Đá Giang, nghe phía bên kia đồi, nơi lính Việt Nam Cộng hòa đang chốt giữ, có tiếng kêu thân thiện vọng sang:

- Các ông Giải phóng ơi! Bên đó đón tết có vui không? Có những thứ gì nào? Cho anh em tui vui cùng?

Hóa ra, phía bên kia chiến tuyến, đa phần lính tráng cũng yêu chuộng hòa bình, mong muốn sống hòa bình. Chúng cũng muốn chung vui trong ba ngày tết cổ truyền. Tôi chợt vỡ ra một điều gì đấy, thiêng liêng và ấm áp, về Tổ quốc, đất nước, về Lãnh tụ Hồ Chí Minh. Lòng bâng khuâng, nhớ lại chuyện hôm trước còn giành giật nhau chuyện cắm cờ nơi cái giếng cạn Gò Chuôm. Tôi lẩm nhẩm trong đầu bài thơ "*Xin nước*" thế này:

Trước lệnh ngừng bắn mấy ngày
Chúng tôi đi cắm cờ giành đất
Cờ Giải phóng và cờ ba sọc
Chen lấn nhau rợp đất quê nhà

Dưới chân đồi có hố nước trâu đằm
Cả hai bên đều uống
Ta nhanh tay cắm cờ Giải phóng
Mấy loạt liên thanh trên đồi bắn thẳng

Lá cờ đổ sấp xuống đất
Đồng đội ôm chặt lấy hồ
Chúng tôi bò lên cắm cờ và treo ảnh Bác
Nòng súng trên đồi ngơ ngác lặng yên...

Trước mặt tôi là người lính bên kia
Nước mắt như hồ đầy tuôn chảy
- Xin Cụ Hồ!..
- Xin các ông cho ít nước!
Anh em tôi chết khát trên đồi!...

Tôi giấu nước mắt và nụ cười
Nghe âm vang lời Bác
"Đất này là của chung
Nước này là của chung
Chúng ta đều con cháu Lạc Hồng"

Tôi lấy nước trao tay người lính
Truyền hơi ấm Người vào trái tim anh!..

TRAO TRẢ TÙ BINH NĂM 1973

Hiệp định Paris về Việt Nam được chính thức ký kết vào ngày 27 tháng 01 năm 1973. Trong đó, có một điều khoản quan trọng, là việc trao trả tù binh của các bên. Việc trao trả này, được diễn ra trên nhiều địa điểm trên miền Nam Việt Nam, theo thỏa thuận của các bên.

Đầu tháng 3 năm1973, toàn đại đội Vệ binh - Trinh sát và tổ Trinh sát - kỹ thuật Sư đoàn, cùng tiểu đoàn 6 trung đoàn 12 và tiểu đoàn 16 phòng không 12,7ly, được lệnh di chuyển về thôn Long Quang, xã Ân Tín, huyện Hoài Ân, tỉnh Bình Định, để gấp rút chuẩn bị cho cho việc trao trả tù binh tại khu vực đó. Địa điểm này nằm dưới chân cao điểm 174, ngay chỗ cầu Bến Muồng, cách chốt điểm 82 khoảng 200m, nơi đang có lính Việt Nam Cộng hòa đóng giữ.

Đoàn đi thực hiện nhiệm vụ, có thượng tá nguyên Chính ủy Sư đoàn Lê Huấn làm trưởng đoàn, và đồng chí Lê Chung làm phó đoàn. Ngoài ra Ban tham mưu có bí mật điều thêm Phó ban tác chiến Đạt Thanh. Ban trinh sát có Trưởng ban Đức. Tổ quân báo kỹ thuật có anh Việt, anh Hường và tôi, cùng một số anh em Vệ binh trinh sát *(số này không được thông báo rộng rãi cho đơn vị).*

Mục đích chính mà bọn tôi được trên giao nhiệm vụ, là bảo vệ cho phái đoàn bốn bên (gồm đại diện: Mỹ, Việt Nam Dân chủ Cộng hòa, Cộng Hòa Miền Nam Việt Nam, Việt Nam Cộng hòa), góp phần việc trao trả tù binh thành công. Chúng tôi khẩn trương chuẩn bị cổng chào, khẩu hiệu, cờ. Đặc biệt phải làm nhanh 10 ngôi nhà để đoàn làm việc. Các đơn vị trinh sát vệ binh, bộ binh và pháo binh đóng vòng quanh phía ngoài, đề phòng trường hợp bất trắc có thể xảy ra, chẳng hạn việc lật lọng, tráo trở nổ súng. Một số đồng chí được cử vào phía trong, nhưng theo quy định, không được mang vũ khí.

Chúng tôi triển khai công việc trong một niềm phấn khởi xúc động lạ thường. Anh em mừng vui ngây ngất, ngỡ như ngày thống nhất đất nước đang đến gần...

Ngày 10/3/1973 tại thôn Long Quang, xã Ân Tín, huyện Hoài Ân, đại diện Chính phủ Cách mạng Lâm thời Cộng hòa miền Nam Việt Nam và đại diện Chính quyền Việt Nam Cộng hòa, đã tiến hành cuộc trao trả nhân viên quân sự hai bên, trên bãi chiến trường còn sặc mùi bom đạn. Ở đây, bộ đội ta đã dựng một khu nhà tranh với đầy đủ tiện nghi sinh hoạt làm việc cho phái đoàn 4 bên. Gồm nhà của Ủy ban Quốc tế giám sát và kiểm soát, nhà Ban Liên hợp quân sự 4 bên, nhà trao trả, nhà cấp cứu, nhà phát quân trang quân dụng, nhà giải khát...

Suốt dọc đường, cờ hoa rực rỡ. Cờ Mặt trận Giải phóng với nửa xanh nửa đỏ. Các băng rôn khẩu hiệu mang các dòng chữ: "*Nhiệt liệt chào mừng các chiến sỹ dũng cảm từ các trận tuyến ác liệt đã chiến thắng trở về*" Cờ Mặt trận phần phật tung bay trên cao điểm 174, như đang vẫy chào những người con, người anh hùng trở về trong vòng tay quê mẹ.

Đúng 10 giờ 15 phút 3 chiếc trực thăng sơn màu da cam có ký hiệu số 4, chở Đoàn cán bộ quân sự Liên hợp 4 bên, hạ cánh xuống sân bay dã chiến Bến Muồng. Thượng tá Lê Huấn, đồng chí Lê Chung ra tận sân bay đón đoàn và hướng dẫn họ về vị trí đã quy định. Thấy ông Đức vẫy tay, tôi cũng vào theo.

Lúc đầu còn ngỡ ngàng. Đoàn quân sự Liên hiệp 4 bên như còn chia làm hai phe, thì thầm chuyện trò cùng phía. Đoàn Mỹ và Việt Nam Cộng hóa đứng một phía. Đoàn Việt Nam Dân Chủ Cộng hòa và đoàn Cách mạng Lâm thời Cộng hòa miền Nam Việt Nam đứng một phía. Họ cẩn trọng, dè dặt theo dõi nhau...

Nhưng một lúc sau, thấy đoàn Việt Nam Dân Chủ Cộng hòa (Bắc Việt) mời thuốc hút các thành viên Đoàn Cộng hòa miền Nam Việt Nam và các đoàn khác, gắn huy hiệu Bác Hồ và ôm hôn nhau thắm thiết, khiến cho quang cảnh và không khí trước ngôi nhà Liên hiệp quân sự 4 bên sôi động hẳn lên. Từ đó, phái đoàn Mỹ và phái đoàn Việt Nam Cộng hòa cũng bị cuốn hút. Hình như họ nhận ra sự thù hận trên chiến trường không còn ý nghĩa nơi đây. Một không khí hòa bình, đoàn tụ, đã choán ngợp lòng họ. Và họ ngượng ngập ít giây, rồi vui vẻ cùng tiến lại gần và xin chụp ảnh lưu niệm chung.

Buổi trao trả diễn ra theo đúng thể thức mà Hiệp

định Paris quy định. Tại đây, long trọng có Ủy ban Quốc tế giám sát hòa bình, với các đại diện thường trực các nước Ba Lan, Hungari, Malaysia, Canada. Có tổ Liên hợp quân sự 4 bên. Có đại diện nước Việt Nam Dân Chủ Cộng hòa, đại diện Cộng hòa miền Nam Việt Nam, đại diện Hợp chủng quốc Hoa Kỳ và đại diện nước Việt Nam Cộng hòa...

Đúng 12 giờ (Giờ Hà Nội), cuộc trao trả bắt đầu. Hôm đó ta trao trả cho chính quyền Sài Gòn 170 tù binh. Sài Gòn trao trả cho ta 400 người. Ngày hôm sau 11/3, ta tiếp tục trao trả cho chính quyền Sài Gòn 270 tù binh(có 43 sỹ quan từ cấp thiếu úy đến Đại úy). Phía Sài gòn trao trả cho ta 600 người (có nhiều nhân viên quân sự và cả thường dân).

Khi những chiếc xe GMC chở anh em của ta vượt qua cổng chính, bước qua khỏi ranh giới kiểm soát phía bên kia, thì không khí diễn ra hết sức cảm động. Tất cả anh em của ta bên kia trao trả, đều đều cởi hết áo quần, giày dép, ném vứt lại phía bên kia ranh giới. Có đồng chí chỉ còn cái quần xịp. Nhiều đồng chí cụt chân, cụt tay, người ốm yếu tiều tụy, vẫn dìu nhau gắng gượng đứng thẳng dậy, hô vang khẩu hiệu: "Hồ Chí Minh muôn năm! Mặt trận Dân tộc Giải phóng miền Nam Việt Nam muôn năm! Đả đảo Nguyễn Văn Thiệu! Đả đảo bè lũ cướp nước và bán nước!.." Có người còn hô: "Đế quốc Mỹ cút khỏi..." Buộc tên thiếu tá quân cảnh Việt Nam Cộng hòa bám theo xe, vỗ vỗ vào thành xe bực tức nói to: "Hô thì hô, nhưng không được đả đảo, nghe chưa!" Anh em được đà càng hô lớn, tiếng hô vang dậy cả núi rừng đất trời Ân Tín, Hoài Ân buổi sáng hôm đó.

Anh em chúng tôi ùa cả ra đón. Mặc dù số vệ binh

và trinh sát được ở một cự ly quy định, nhưng anh em tôi nhanh chóng chớp lấy thời bí mật mò lên. Tất nhiên không được mang vũ khí vào. Chúng tôi gặp nhau, nghẹn ngào, nước mắt trào ra giàn giụa. Ôm chặt nhau đứng như phỗng, lặng im một lúc, rồi bất chợt òa lên khóc, làm cho những người bạn quốc tế cũng khóc theo. Một số người trong Ủy ban Quốc tế giám sát cũng chảy nước mắt theo chúng tôi. Có lẽ lần đâu tiên, họ được chứng kiến một cảnh đoàn tụ, giữa những ngươi lính đi đón và những người lính trở về từ cõi chết như vậy. Tôi còn nhớ một người cao to trong số họ, khóc nhiều nhất, khóc không kìm nén. Sau này hỏi ra mới biết, ông ta là người Hungari, trong đoàn Ủy ban quốc tế...

Có một chi tiết mà đến bây giờ, gần 50 năm tôi vẫn nhớ. Và không thể không kể lại ở đây. Nó xảy ra trong ngày trao trả đầu tiên (10/3/1973). Khi dòng người từ những chiếc GMC địch chở tù binh của ta đến, họ được lần lượt xướng tên, dứt khoát đi qua ranh giới, và bước hẳn sang phía anh em bên quân mình đón đợi. Dù ốm yếu, gầy trơ xương, nhiều người đuối sức phải dìu đi, nhưng ai nấy sà vào tay đồng đội, như lâu lắm mới được về nhà. Bỗng nhiên, trong dòng người tuần tự bước như thế, có hai người đi gần nhau, sau khi được xướng tên, họ chần chừ không muốn bước. Họ nhìn tới nhìn lui, nhìn thoáng qua phía ta đón đợi một giây, rồi lại nhìn lui. Họ không bước sang phía những ánh mắt trìu mến, những cánh tay đồng đội giơ ra đợi chờ.

Lập tức có thông dịch, nói với Ủy ban Quốc tế giám sát rằng, hai người đó không muốn trở về hàng ngũ Việt cộng! Họ muốn ở lại với Chính phủ Quốc gia. Và ngay tắp lự, có hai người Mỹ như chờ đợi sẵn từ lâu, lao đến kẹp nách hai người đó, xốc đi ngược trở lại...

Hóa ra, mọi cái đã được chúng mua chuộc, cài cắm từ lâu, khi còn ở trong tù. Giờ nhân có Hiệp định trao trả, chúng dàn dựng vở kịch này, nhằm chứng minh với phái đoàn Ủy ban giám sát Quốc tế rằng, chế độ của chúng là tươi đẹp, khiến cho tù binh đối phương không muốn quay về.

Ngay tức khắc, một số người trong số bên phía ta vừa được trao trả, đã chen nhau hét to lên:

- Ê!.. Đồ phản bội! Quân chỉ điểm!..

- Quân bán rẻ đồng đội, cầu vinh!

- Đã lòi mặt quân bán linh hồn cho quỷ dữ!..

Bị tiếng la ó đuổi theo, hai người quay lui cúi mặt, cố giấu đi sự phản bội nhục nhã của mình, ở thời khắc không thể tồi tệ hơn.

Hóa ra, ở trong tù, anh em ta đã nghi ngờ hai con người này từ lâu. Nhưng không có điều kiện xác thực để vạch mặt. Giờ chính chúng đã tự lột mặt nạ, tự vạch mặt mình. Tôi có ghi chép họ tên của hai người quay lui này trong sổ tay, nhưng giờ không cần thiết phải nói lại...

Ta biết rằng, bất kỳ cuộc chiến tranh nào, việc mưu sâu thâm nhập vào hàng ngũ đối phương, cài cắm để lấy thông tin, và đánh phá từ trong nội bộ họ, là chuyện cơm bữa. Nhưng ở trong nhà tù, việc đó càng diễn ra âm thầm và quyết liệt. Đó là một cuộc thử thách về lòng trung thành khủng khiếp nhất. Với các nhà tù lớn kẻ địch lập ra ngoài các đảo xa, không có tù thường phạm. Chỉ là tù chính trị và tù binh quan trọng chúng lọc ra từ các trận đánh bắt được. Hàng ngày, chúng tra tấn, xét hỏi và theo dõi, sàng lọc từng người một. Khi cần thiết, chúng biệt giam riêng lẻ, để dễ bề mua chuộc, dùng phương pháp bẻ gãy từng chiếc đũa một. Cuộc đấu trí, đấu lực, thử thách về ý chí, lòng kiên trung lý tưởng cách mạng, diễn ra không ngừng trong tù.

Trong cảnh thường xuyên đói khát, bị tra tấn thể xác lẫn tinh thần, trong cảnh tăm tối tù ngục không hẹn ngày về. Lại lỡ nếm chút đường mật từ kẻ địch, chắc chắn một số sẽ bị cám dỗ, bị sa ngã. Và hai người quay lui kia, trong vở kịch chuẩn bị trước của địch, là một ví dụ cụ thể. Trông họ cố lấy dáng đi xiêu vẹo, ra vẻ mình bị tra tấn đánh đập kiệt sức, nhưng dáng người khá đầy đặn, sắc mặt hồng hào, và ánh mắt láo liêng, đã nói lên tất cả sự dối trá...

*

Vài hôm sau, công việc trao trả có vẻ ì ạch. Xem chừng, phía Mỹ và Việt Nam Cộng hòa tìm cách thoái thác. Cơ chừng muốn xé rách hiệp định vừa ký. Bóng mây đen phía bên kia cố tình mang lại phủ kín lên Hiệp định hòa bình, phủ lên khu trao trả Bến Muồng và nhiều nơi khác trên mảnh đất miền Nam...

Quả vậy, pháo địch lại cấp tập giội bão lửa xuống nơi trao trả. Đạn cối phá hủy và cày nát cả khu vực đó. Nhất là khu vực phía bên ta. Có thể bên chúng nhận ra sai lầm. Vì trong số những người được trao trả, chúng phát hiện một số cán bộ giữ những chức vụ quan trọng, một số cán bộ cao cấp, mà trong quá trình giam giữ, khai thác, chúng đã không phát hiện được. Dẫu sao, qua hai ngày trao trả, phía ta đã đạt được những thắng lợi quan trọng. Một số cán bộ hoạt động mật quan trọng, một số cán bộ cao cấp, một số cán bộ gầy yếu, đã được đưa về an toàn...

Đạn nổ khá dày đặc. Suýt nữa tôi và trung đội trưởng Bá bị toi mạng. Khi đó, cũng may vừa bước xuống được chân dốc, nhìn lên đỉnh đồi, đạn pháo xới tung, mịt mù lửa khói...

Thế đấy! Hòa bình như tia chớp, lóe lên rồi tắt lịm. Chưa kịp mừng đón được anh em ta từ ngục tù trở về, kẻ địch đã tráo trở, xé bỏ hiệp định.

Và máu lại tiếp tục đổ!..

TỔ QUÂN BÁO TRINH SÁT KỸ THUẬT TRONG CHIẾN DỊCH BẮC BÌNH ĐỊNH 1972

Bắc Bình Định có một vị trí rất quan trọng trên bản đồ quân sự, với khoảng 50 km đường Quốc lộ1. Còn có đường Quốc lộ 19 nối Contum - Pleku và các tỉnh cao nguyên Trung phần. Là điểm hiểm yếu và hết sức lợi hại nối vùng chiến thuật 2 với các vùng chiến thuật khác.

Quân lực Việt Nam Cộng hòa đóng tại bắc Bình Định, có Sư đoàn bộ binh 22, gồm các trung đoàn 40 và 41, 3 chi đoàn xe tăng và xe bọc thép hỗn hợp, 42 khẩu pháo, 50 đại đội Bảo an, 200 trung đội lính Dân vệ. Lực lượng của ta có: Sư đoàn 3 Sao Vàng, gồm các trung đoàn 21, 12 và trung đoàn 2, và 2 tiểu đoàn Đặc công của Quân khu 5, cùng một số đơn vị du kích.

Trong chiến dịch xuân hè 1972, Tổ quân báo trinh sát kỹ thuật Sư đoàn 3 Sao vàng, đã mưu trí đột nhập được vào mạng lưới liên lạc vô tuyến của địch, đem về cho Ban tham mưu, Ban tác chiến Sư đoàn, những thông tin vô cùng quý giá, góp phần vào thắng lợi giòn giã trên chiến trường bắc Bình Định của Sư đoàn...

Ngày 9/4/1972, chiến dịch bắc Bình Định bắt đầu mở màn. Tiểu đoàn Đặc công 40 với 6 mũi, mật tập đánh ào ạt cứ điểm Gò Loi. Cứ điểm này rất kiên cố. Được xây dựng 24 lớp hàng rào, 3 tầng lô cốt xây theo kiểu vành khăn. Phía trong còn có cả hầm ngầm bằng bê tông. Bọn địch cậy thế cứ điểm bất khả xâm phạm, chống trả hết sức ác liệt. Dầu phải hy nhiều, nhưng cuối cùng chúng ta cũng đã làm chủ được trận đánh.

Vào lúc 4 giờ 30, từ cao điểm 282 Ân Tín, thôn Hà Đông, Tổ trinh sát - kỹ thuật chúng tôi, bắt được sóng liên lạc của địch. Trong đó bắt được bức điện mật từ bộ phận truyền tin của Liên đoàn Bảo an số 48, đang đóng giữ tại cứ điểm Gò Loi. Bức điện đề số 00973, ngày 10/4/1972, có đoạn: "*Mưa làm ướt áo chúng tôi. Kiến bò lan tràn khắp cả đồi. Đề nghị cho thằng mắt thần soi sáng. Chúng tôi sẽ làm đàn chuột chui vào hang. Yêu cầu thượng cấp cho thằng thuốc đỏ và cho gà gáy gấp...*"

Chúng tôi nhận định: Như vậy, bọn địch ở đây đang định chui xuống hầm ngầm. Và đang xin thả pháo sáng, xin chuyển thương, và cả xin pháo bắn trùm lên cứ điểm. Nhận được nguồn tin này, Ban tác chiến Sư đoàn lệnh cho bộ đội ta phải khẩn trương, bằng mọi cách phải áp sát, đánh sập những lô cốt địch, và lấy đó làm nơi ẩn nấp tránh bom, pháo địch sắp rót xuống.

Rạng sáng 10 và 11/4, Chi khu Hoài Ân điều 4 đại đôi Bảo an và Liên đoàn Bảo an số 46, cùng Chiến đoàn 40 của Sư 22 Việt Nam Cộng hòa, có 11 trực thăng yểm trợ, đến giải vây cứ điểm Gò Loi. Nhưng bị trung đoàn 2 của ta vận động, đón đánh tan tác. Bắn cháy tại trận 7 trực thăng. Bọn địch phải co vòi, bỏ chạy tán loạn.

Cùng lúc này, trung đoàn 21 đánh chiếm Bàu Đá,

Bàu Sen, Phú Khương, Gò Thị, Động Bích và chiếm luôn cầu Bến Vách...

Lúc 8 giờ sáng 10/4, Tổ quân báo - trinh sát kỹ thuật, đột ngột bắt được một bức điện của Tiểu khu Bình Định, gửi cho Liên đoàn Bảo an số 48. Bức điện được dùng mã khóa tiếng Anh, được dịch ra như sau: “”*Số 37500 ngày10/4/1972, cho LDBA4* 1345 Kali T03 F25 và co*n cái tập trung liên hoan tại “2 lầnTăngGo....*”

Vậy là, bọn chúng định tháo chạy. Một số tìm cách chạy lên chiếm Gò Dê (theo như khóa mã đã mở), còn một số sẽ chạy về ngã ba Tân Thạnh. Nguồn tin đó được kịp thời báo về Sở chỉ huy và Ban tham mưu tác chiến Sư đoàn. Bộ đội ta kịp thời triển khai 2 mũi. Vừa đánh chiếm Hòn Bồ, vừa bao vây ngã ba Tân Thạnh.

Trưa ngày 11/ 4, tổ Quân báo - kỹ thuật, lại nhận thêm một bức điện khẩn của tướng Ngô Du, Tư lệnh vùng 2 chiến thuật, và cả bức điện của Tư lệnh Sư 22 Việt Nam Cộng hòa Lê Đức Đạt, với nội dung: “*Lệnh 04 đến tại điểm đứng TăngGo TangGo...*” Như vậy, bọn địch điều Trung đoàn 40 của Sư 22 Việt Nam Cộng hòa và 2 Chi đoàn Thiết giáp đến giải vây tại ngã ba Tân Thạnh.

Lập tức, chúng ta đã nhanh chóng điều Tiểu đoàn 3 của Trung đoàn 2 giăng bẫy, đánh cho bọn địch một trận thất điên bát đảo. Tiêu diệt và bắt sống một số lớn tù binh. Cùng lúc này, Trung đoàn 12 hoạt động độc lập ở An Khê, cắt đường 19, cô lập Sư đoàn Mãnh Hổ Nam Triều Tiên, cắt giao thông giữa Tây Nguyên và vùng Duyên hải...

Ngày 14/5, hai tiểu đoàn Đặc công tập kích Sở chỉ

huy Sư đoàn 22 Việt Nam Cộng hòa ở Phù Mỹ, và một bộ phận tập kích Căn cứ Tam Quan.

Ngày 15/5, Trung đoàn 2 Sư 3 phát lệnh tấn công Hòn Bồ, cô lập chiến đoàn 40 Việt Nam Cộng hòa. Cũng vào lúc 14 giờ cùng ngày, Tổ trinh sát kỹ thuật bắt được bức điện khẩn từ Vùng 2 chiến thuật Việt Nam Cộng hòa. Nội dung mã khóa như sau "*- 12905 - 72146 - 007325 về Photpho metro*" Anh em chúng tôi loay mãi, cuối cùng cũng mở được khóa mã. Có nghĩa là, chúng lệnh cho Chiến đoàn 40 phải nhanh chóng quay về Phù Mỹ. Nhưng đã muộn, chúng ta nhanh chóng phục kích con đường rút lui của chúng. Trận thắng giòn giã. Đánh thiệt hại và xóa sổ chiến đoàn 40, tiêu diệt 400 tên, bắn cháy 17 tăng và xe thiết giáp...

Ngày 18 - 19/4, Trung đoàn 21 của ta đánh chiếm đồi 75, Truông Sỏi, núi Mộ, cầu Giao Ba, núi Bụt, Du Tự... Sư đoàn 22 Việt Nam Cộng hòa mất Hoài Ân, buộc phải rút khỏi vùng đất thánh. Vào lúc 16 giờ ngày 19/4, Tổ Tổ quân báo – kỹ thuật tại bắt được bước điện của Tư lệnh Trung đoàn 40 ngụy, xin với Tư lệnh Sư 22 Lê Đức Đạt. Nôi dung bức điện như sau: "*Chúng tôi xin phép được PAI -KIMJOF*" Có nghĩa, bọn chúng xin hủy 5 kho đạn. Tức là chúng chuẩn bị rút chạy. Quả vậy, ngay sau đó, Sư đoàn 6 không quân Việt Nam Cộng hòa, điều 12 máy bay đến ném bom, yểm trợ cho cuộc rút quân của Trung đoàn 40. Lập tức, tổ Trinh sát kỹ thuật chúng tôi, lừa dụ máy bay địch lại ném bom cả vào đội hình của chúng. 5 giờ ngày 19/4, ta hoàn toàn làm chủ quận lỵ Hoài Ân.

5 giờ sáng ngày 25/4, Trung đoàn 12 và Trung đoàn 21, cùng tiểu đoàn đặc công 40 và 2 đại đội đặc công

71, 72 của ta, tấn công dồn dập 20 chốt điểm của địch, từ Bồng Sơn đến Đèo Nhông. Đồng thời vây chặt tiểu khu Bình Dương. Địch cho Trung đoàn 41 đến giải vây, nhưng bị ta chặn đánh ở Kim Sơn, Trung Lương, Phú Văn. Tiểu khu Bình Dương phát lệnh di tản chiến thuật, chạy về Đèo Nhông. Nhưng Tổ trinh sát - kỹ thuật đã nắm được điểm đứng của chúng, kịp thời báo lên cấp trên. Ta nhanh chóng điều tiểu đoàn 2 và 3 Trung đoàn 2 đón đánh. Bắt sống và tiêu diệt 480 tên ở ngay cánh đồng Vĩnh Bình.

Ngày 29/4 các đơn vị Sư 3 đồng loạt tấn công cứ điểm Tam Quan và Bồng Sơn. Vào lúc 11 giờ trưa cùng ngày ta làm chủ thị trấn Bồng Sơn. Ngày 1/5 ta bao vây căn cứ Đệ Đức. Đây là trận cuối cùng của chiến dịch trên địa bàn này.

Để bạn đọc dễ theo dõi, tôi xin giới thiệu những nét cơ bản về căn cư này:

Căn cứ Đệ Đức nằm ở thôn Đệ Đức, thuộc xã Hoài Tân, huyện Hoài Nhơn, tỉnh Bình Định. Đây là căn cứ quân sự lớn, có vị trí áp sát đường Quốc lô 1 và đường sắt xuyên Việt, đoạn từ Bồng Sơn đến Tam Quan. Khi xây dựng căn cứ này, địch cho san ủi bốn quả đồi liền nhau trên địa phận các thôn Giao Hội, An Dưỡng và Đệ Đức. Chúng lập một hệ thống công sự liên hoàn, có các lô cốt bê tông cốt thép kiên cố. Ở đây có trận địa pháo 12 khẩu 105, và 155 ly, có sân bay dã chiến với đường băng 1km, máy bay C130 có thể lên xuống được dễ dàng. Từ những năm 1966 – 1968, Lữ đoàn 3 của Mỹ và Sư đoàn không vận số 1 chiếm đóng. Từ tháng 6/1968, căn cứ được giao lại cho Lữ đoàn dù 173 của Mỹ. Năm 1971, được bàn giao lại cho Trung đoàn 40, thuộc Sư đoàn

22 Việt Nam Cộng hòa. Còn có thêm một liên đội Bảo an, bốn trung đội dân vệ đóng giữ. Tất cả có trên 10.000 quân lính. Đây là nơi cung cấp vũ khí, bom đạn, phương tiện chiến tranh cho quân đội Việt Nam Cộng hòa bắc Bình Định. Căn cứ Đệ Đức có một vị trí chiến lược hết sức lợi hại, khống chế cả một vùng rộng lớn từ Tam Quan đến Bồng Sơn, bảo vệ trực tiếp mạn bắc Quận lỵ Hoài Nhơn.

Sau những thắng lợi giòn giã của quân dân Bình Định trong chiến dịch giải phóng Hoài Ân, bọn địch ở căn cứ Đệ Đức tỏ ra hoang mang lo sợ. Trước tình hình đó Bộ Tư lệnh Sư đoàn 3 Sao Vàng, quyết tâm tiêu diệt căn cứ Đệ Đức.

Ngày 29/4, Sư đoàn nổ súng đánh vào thị trấn Bồng Sơn. Bọn địch chống trả yếu ớt, đến 11 giờ, quân ta làm chủ Quận lỵ Hoài Nhơn. Các xã Hoài Châu, Hoài Hảo, Tam Quan, Hoài Thanh, Hoài Hương, chớp lấy thời cơ, quần chúng nhân dân đồng loạt nổi dậy, bức rút các chốt phía bắc Đệ Đức, tạo nên một vùng giải phóng mới rộng lớn. Các Trung đoàn 2 và 12 tập trung vây chặt 4 phía căn cứ Đệ Đức.

Đúng 5 giờ 30 phút ngày 2/5/1972, ta sử dụng pháo 105ly chiếm của địch ở Hoài Ân, giội bão lửa vào căn cứ Đệ Đức. Những loạt đạn pháo đầu tiên trúng kho xăng, kho đạn, đài ra đa... Tạo nên những cột lửa khổng lồ, và những tiếng nổ giội vang. Căn cứ Đệ Đức chìm trong khói lửa ngút trời. Được sự yểm trợ của pháo binh, bộ đội ta ào ạt xông lên. Nhưng địch liều chết bám lấy lô cốt, điên cuồng liều lĩnh chống cự. Lúc này, ở phía trong địch có khoảng 600 tên, phía ngoài ở đồi 46 có khoảng 700 tên. Chúng đang tìm cách mở đường máu để thoát ra Quảng Ngãi, Chúng gọi máy bay đến oanh tạc. Bọn địch trong căn cứ đã xuống các hầm ngầm cố thủ. Trên mặt đất, bom và pháo địch giội trùm lên cứ điểm.

Trước tình hình đó, lệnh của trưởng ban trinh sát, tổ trinh sát kỷ thuật bắt đầu vào cuộc. Tổ trưởng Tôn Việt qua một tràng tiếng Anh, đánh lừa được tên phi công lái chiếc A37, chỉ điểm cho chiếc máy bay đánh bom vào đội hình của chúng. Tôn Việt nói: "Bạn ơi, chúng tôi chạy ra ngoài hàng rào hết rồi. Lúc này trong cứ điểm đầy rẫy Việt cộng. Bạn hãy cho loại bom hạng nặng, đánh thẳng vào trung tâm...."

Chiếc máy bay chao liệng cua vơ mấy vòng, rồi thả xuống căn cứ mấy quả bom rung trời. Bom đánh sập mấy boong ke địch. Chúng hoảng loạn như ong vỡ tổ. Chửi bới la lói om sòm. Cả tổ đài trinh sát bấm chặt tổ hợp, nhằm khóa tai nghe của bọn truyền địch ở trong căn cứ. Quân ta ào ạt xông lên. Xác giặc chất đầy đồi. Tổ trinh sát kỹ thuật lại gọi một máy bay khác của địch, đến giội bom xuống đồi 46, nơi bọn địch đang đang cụm lại. Kẻ địch lại hứng phải cái chết, từ những trái bom hạng nặng của chiến hữu chúng trên trời.

Lúc 15 giờ cùng ngày, Tổ trinh sát kỹ thuật, lại bắt được bức điện khẩn của Tư lệnh Sư đoàn 22 Việt Nam Cộng hòa Nguyễn Đức Đạt. Bức điện có nội dung: "*Hãy cho con cái về Đenta-Novembo - KMJ LST và Quybach Novembo*" Dịch mã là: "*Hãy cho con cái đi về hướng Đông Bắc, Đến Núi Kho, tìm đường xuống biển theo thuyền ra Quảng Ngãi*" Biết được tin, Ban tham mưu Sư Đoàn đã kịp điêu Tiểu đoàn 4 Trung đoàn 12, và Tiểu đoàn 1 Trung đoàn 2, chặn đánh và bắt sống gần hết quân địch. Còn một số ít chạy xuống biển, cướp thuyền dân chạy ra Quảng Ngãi.

17 giờ 40, tiếng súng im hẳn. Quân ta làm chủ trận địa. Đệ Đức hoàn toàn được giải phóng. Khép lại chiến dịch giải phóng bắc Bình Định xuân hè 1972.

Chiến thắng bắc Bình Định, là bước tiến nhảy vọt của Sư đoàn 3 Sao Vàng, của Quân khu 5, về quy mô, thời gian và tốc độ. Đã xuất hiện loại hình tấn công tổng hợp. Đạt hiệu quả chiến đấu cao. Với chưa đầy 20 ngày, ta giải phóng bắc Phù Mỹ và hai huyện Hoài Ân, Hoài Nhơn, giải phóng 2 thị trấn, một chi khu, chặt đứt một đoạn đường Quốc lộ 1, từ bắc Phù Mỹ đến tận Sa Huỳnh. Đã xóa sổ chiến đoàn 40, Trung đoàn 40 của Sư đoàn 22 Việt Nam Cộng hòa, tiêu diệt và làm tan rã ngụy quân, ngụy quyền hai huyện Hoài Nhơn, Hoài Ân, thu rất nhiều vũ khí, đạn dược, quân trang quân dụng...

Chiến công bắc Bình Định 1972, là thể hiện ý chí quyết tâm nghị lực, binh pháp, tài thao lược của cán bộ chiến sỹ Sư đoàn 3 Sao vàng và quân dân Bình định anh hùng. Trong đó không thể không nhắc đến những chiến công thầm lặng của Tổ quân báo trinh sát kỹ thuật Sư đoàn, đã góp phần làm nên chiến thắng oai hùng nơi chiến trường bắc Bình Định thân yêu năm ấy...

NGƯỜI LÍNH ĐÀO HOA

Điện thoại của tôi lại reo. Màn hình hiện một số lạ. Không hiểu sao từ ngày tôi nghỉ hưu, khi cuộc chiến kết thúc hơn bốn mươi năm, tôi lại nhận được nhiều điện thoại đến thế. Có thể thời đại thông tin bùng nổ, con người có điều kiện tìm nhau, kết nối. Các cuộc gọi đến từ trong Nam, ngoài Bắc, của đa số bạn bè cựu chiến binh. Thỉnh thoảng có các cuộc gọi từ bên kia đại dương của những người gắn bó thời trận mạc ấy.

- Nè! Anh Ba còn biết giọng của ai đây không?

Trong máy bất ngờ giọng một phụ nữ còn khá trẻ. Tôi đứng lặng, cố lục lại trong ký ức về kỷ niệm gắn với âm thanh cái giọng nói miền trong ấy.

- Có trời mà biết được! Tôi bất lực thú nhận.

- Vậy anh quên ấp thôn Thiết Đính 2 rồi a răng?

- Ngọc Bé hả? Bé phải không?

- Hổng đâu, anh nhầm rồi đó! Bé nó lấy chồng trên Sài Gòn, từ đó em không gặp lại. Mà anh Ba lúc nào cũng chỉ nhớ đến Ngọc Bé thôi...

Tiếng phụ nữ đầu dây bên kia nũng nịu, hờn trách. Tỏ ra chúng tôi từng biết nhau khá kỹ. Tôi đứng như phỗng, rồi cười xòa:

- Này! Này! Có phải Phượng không?

Cả vùng khá rộng từ thôn Thiết Đính 2 đến Tam Quan Bắc, chúng tôi chỉ quen thân với hai người con gái ấy.

- Đúng rồi đó! Anh Ba tài thiệt!

- Vậy Phượng đang ở đâu, mà gọi cho anh đấy? Tôi hỏi gấp.

- Em đang ở quê, thôn Tam Quan Bắc, vẫn ngôi nhà có vườn vú sữa...

- À... Anh nhớ rồi. Làm sao em biết chỗ anh, mà gọi?

- Anh Hành ở Hà Nội cho em hay.

- Á... Thằng Hành! Cái thằng chết tiệt!.. Tôi mắng yêu.

Cả hai phía đầu dây đều cười vang. Thế rồi tôi nhớ lại…

*

Thôn Thiết Đính 2 vừa được giải phóng, bộ đội ở trong dân. Tôi và Hành ở cạnh nhà má Huỳnh. Hành quê gốc Nghệ Tĩnh, ra học đại học ở Hà Nội, và nhanh chóng nói giọng Bắc ngọt như mía lùi. Ai cũng tưởng Hành người Hà Nội gốc. Hành cao dong dỏng, người lép gầy, xương xương. Có lẽ do lính tráng đói ăn. Mông đít lép xẹp. Lại có dáng ẻo lả thư sinh, nên chúng tôi thường trêu "*Hành liễu Hồ Tây*", hay "*Hành trước sau như một*".

Nhưng nó trội hơn bọn tôi là bảnh trai. Khuôn mặt nam nhi đường nét dễ thương. Mắt lim dim, ướt át, đa tình. Lại thêm mấy cái tài lẻ, hát hay, làm thơ giỏi, chữ viết đẹp, nói chuyện có duyên, với cái giọng Hà Nội êm như nhung, khiến mấy em mê tít. Nói về độ tán gái, Hành là đối thủ đáng gờm của chúng tôi. Chỉ mỗi cái tội "cách sống tiểu tư sản", nên chỉ mon men lên cái chức trợ lý ban tác chiến và cái quân hàm thiếu úy mà thôi.

Nghe đâu, có lần xét để thăng cấp, hắn bị ông trưởng ban lăng xê ra rìa, bảo "Đảng viên mà lại ngâm thơ tình, cán bộ mà lại hát nhạc vàng, nhạc xanh…". Rồi còn biết bao nhiêu là chuyện chẳng hay về nó. Người ta định kiến, mặc cảm, nhưng không hiểu sao, tôi với Hành kết nhau như sam ngay từ những ngày đầu mới bước chân về đơn vị. Có thể do cùng lứa tuổi, cùng là sinh viên nhập ngũ, cùng mê thơ, mê nhạc, khiến tâm hồn chúng tôi đồng điệu.

Con người bề ngoài ẻo lả, nhưng bản tính Hành ngay thẳng, chân thật, yêu thương đồng đội rất mực. Có lần hắn bị sốt nặng, phải vào nằm trạm xá. Đợt đó địch càn dữ. Các cửa khẩu xuống đồng bằng bị chúng khóa chặt. Anh em thương binh mỗi ngày chỉ được một bát cháo cầm hơi, còn ăn toàn sắn. Đêm đó, dứt cơn sốt, hắn tung chăn ngồi dậy, bước lững thững, chệnh choạng đi ra ngoài trời. Đang đi, bỗng hắn quay lại, khi nghe anh lính pháo binh bị thương nặng, nằm ở phía trái cạnh giường đang rên la. Hành cầm mẩu sắn đút vào miệng anh ta, và năn nỉ: "Ăn đi! Không thì chết đó! Chẳng còn gì nữa đâu! Trạm xá thông báo đã kiệt sạch gạo từ hôm qua rồi". Hắn nói chưa dứt câu, bỗng nghe tiếng nổ chát tai. Lửa chớp nhoáng nhoang ba bên bốn bề. Tiếng lựu đạn, tiếng súng con, tranh nhau nổ giòn như bắp rang. Chết!

Bọn địch tập kích rồi! Hành nghĩ và lao thẳng xuống nhà ban chỉ huy trạm xá, chớp ngay khẩu AK. Anh hướng nòng súng ra phía những đốm lửa nhì nhằng ngoài xa xa, bắn mấy loạt liên thanh, yểm trợ cho anh em chuyển thương binh. Rồi cơn sốt bay biến, hắn nhanh như sóc, vừa chạy lui vừa bắn. Đến lán của mình, thấy lửa cháy rực, hắn xông vào xốc anh lính pháo binh nọ lên vai, vừa bắn vừa chạy ra phía bờ suối. Yên trận, người ta phát hiện Hành nằm gục, thở yếu ớt, đùi phải bị thương đầm đìa máu...

*

Hôm đó cả nhà má Huỳnh đi đâu vắng hết. Tôi đang nằm đọc sách, bỗng Hành kéo dậy, tay chỉ ra con đường trước ngõ. "Này! Này, em đi đâu đấy?" Là Hành vừa lay tôi, vừa gọi người con gái đi ngang qua ngõ. Bao năm ở rừng, ít khi gặp được bóng đàn bà con gái, giờ về đồng bằng, mấy gã lính trẻ chúng tôi thoáng thấy bóng mỹ nhân, là mắt sáng rực lên. Cứ hau háu muốn được nói chuyện giải buồn.

Người con gái mang bên mình chiếc xắc cốt da màu nâu sẫm, như người đi buôn. Nghe tiếng gọi của Hành, mặt cô đỏ chàm, sợ hãi khúm núm nói lí nhí: "Con lạy các ông! Con xin các ông!.." Có lẽ cô ta đang nghĩ đến chuyện xấu nhất, khi thân gái một mình, trước hai gã lính Việt cộng bặm trợn, mắt hau háu, từ rừng xanh mới về.

- Đừng sợ! Đừng sợ! Chúng tôi là quân Giải phóng. Đang muốn có người nói chuyện cho đỡ tẻ thôi.

Tôi nhỏ nhẹ trấn an. Cô gái bỏ đi không được, đứng lại cũng bất an. Đang lừng khừng, thì Hành nhảy ra, cầm lấy tay cô khẽ kéo vào, miệng rối rít:

- Mời cô vào đây uống chút nước, nói chuyện quê hương giải phóng nghe coi. Không ai hại cô đâu!

Cô gái hiểu rằng, mình đã thành tù binh của hai kẻ máu gái này, ngồi cúi gằm, run như cầy sấy. Tôi nhẹ nhàng rót nước mời, cố xua đuổi nỗi sợ hãi dâng đầy trong cô. Hành hình như không chú ý điều đó, chỉ cần có bóng giai nhân, là anh ta trổ tài. Cậu chàng đứng lên, giang hai cánh tay làm điệu bộ, xoay người mấy vòng như đang đứng trên sân khấu, rồi hát bài "*Anh quân bưu vui tính*", thường ngày cậu hay hát...

Giọng Hành khỏe, vang và ấm. Chưa bao giờ tôi được nghe Hành hát bài này hay đến thế. Có chất xúc tác, có khác. Nhưng người con gái không thôi sợ sệt. Có thể cô ta lạ hoắc trước lời bài hát nói về người lính đưa thư phía bên kia chiến tuyến. Hoặc có thể cô ta đang phán đoán mục đích hai người lính Việt cộng từ rừng xanh về. Cũng có thể cô đang nghĩ, rằng, nghe nói con hổ thường nhảy quanh, đùa giỡn với con mồi đang khiếp đảm dưới trăng khuya, trước khi ngoạm những miếng ngon lành... Cô chấp hai tay vái lia lịa vào hai chúng tôi. Miệng rối rít xin xỏ: "Con van các ông! Con xin các ông! Con là gái đã có chồng!.."

Cô gái còn rất trẻ, khoảng chừng 20 - 21 tuổi. Có lẽ cố ý làm xấu mình khi đi ra đường thời loạn lạc. Chiếc nón cũ kỹ đội đầu, bộ bà ba đen nhàu nhĩ, luộm thuộm. Nom như một bà buôn heo xuyềnh xoàng. Nhưng không che giấu được dáng hình trẻ trung, đôi mắt đen ướt long lanh, gương mặt ngây thơ khả ái. Con người cô toát lên cái nhìn hồn nhiên, trung thực, dễ mến. Hành hình như không chú ý đến lời van xin cầu khẩn của cô gái, anh vẫn say sưa đọc thơ cho cô nghe. Mãi sau, chừng như thấy hai gã lính Việt cộng không có ý hại mình, cô nàng dần bình tĩnh trở lại. Và lắng tai nghe thơ ngày một tỏ ra thích thú.

- À, em tên gì? Nhà ở đâu? Đang đọc thơ, Hành đột ngột hạ giọng, nhỏ nhẹ hỏi.

Người con gái như bị giật mình, hoảng hốt kéo nón che nửa mặt. Mắt nhìn lấm lét. Tôi đỡ lời:

- Đừng sợ! Các anh không làm gì hại em đâu. Muốn biết tên em, biết chỗ ở, để một mai có lỡ đường, thì tìm người quen giúp đỡ, uống chén nước...

- Dạ thưa hai ông, con tên Phượng, nhà ở Tam Quan Bắc, cách ít cây số thôi...

Hành vỗ đùi, hài hước:

- Ha ha ha!.. Hay quá rồi! Em tên là Phượng, anh sẽ đổi tên là Hồng, thành Phượng Hồng. Tuyệt quá! Nhắc ta nhớ đến những ngày hạ sân trường...

Chúng tôi vỗ tay tán thưởng, cười vang vì sự mồm mép tép nhảy, tếu táo của Hành. Phượng bẽn lẽn cười theo kín đáo.

- Này, em ở Tam Quan Bắc, đến đây có việc chi? Tôi buột miệng hỏi.

Phượng có vẻ nghĩ ngợi trước câu hỏi có màu sắc cảnh giác của tôi. Một lúc sau cô phân trần:

- Dạ thưa ông, nhà má Huỳnh đây là chỗ thân thiết, trong nhà có cô Bé là bạn thân của con...

- Cô làm công việc gì vậy?

- Dạ thưa, con đi chích cho bà con ốm đau, và...

Tôi chợt ngớ người, có cái gì quen quen lặp lại ở đây, nên hỏi:

- Sao ở đây có nhiều phụ nữ trẻ làm nghề y tá thế?

- Dạ thưa, đó là nghề hợp với phụ nữ. Nhiều người làm y tá, nhưng mỗi người có một địa bàn. Với lại, mỗi người chuyên sâu một công việc, có người chuyên đỡ đẻ, có người chuyên răng miệng trẻ em. Có người chuyên về mắt. Còn con chuyên về thú y, còn học thêm tiêm chích cho người nữa...

Phượng nói chưa hết câu, Hành đã cướp lời:

- A! Vậy em là thầy thuốc, hả? Em chữa dùm bệnh cho anh với!

Giọng Hành tỉnh khô, tay hắn bất ngờ xoa xoa lên ngực trái, mặt nhăn nhó làm ra vẻ như người bệnh tim đang lên cơn đau. Phượng hơi hốt hoảng, hỏi gấp, bỏ qua xưng hô "con, ông" từ nãy đến giờ:

- Anh đau bịnh chi? Bị vầy đã lâu chưa?

- Anh đau bịnh... thất tình! Bị từ hồi... em đi lấy chồng!..

Chúng tôi phá lên cười. Phượng thẹn, úp nón che khuôn mặt chín bừng. Có lẽ cô nàng không ngờ, lính Việt cộng lại nghịch hơn quỷ sứ vậy. Nhưng chính sự nghịch ngợm tếu táo lính tráng của chúng tôi, vô tình đã phá vỡ lớp băng lo sợ của Phượng. Chiếc nón trên đầu Phượng đã chuyển xuống úp trước ngực, để lộ khuôn mặt trắng trẻo, duyên dáng dễ thương.

Hành lại hào hứng đọc thơ, những bài thơ tình chép trong sổ tay. Có lẽ cảm thấy không bị hại, lại bị thơ tình Xuân Diệu, Huy Cận, Chế Lan Viên, Hàn Mặc Tử cuốn đi, đôi mắt Phượng dần ngời lên, lấp lánh. Mắt Phượng như dán chặt vào miệng Hành. Chốc chốc Phượng cầm nón phe phẩy như quạt mát cho Hành đọc. Và rồi, Phượng chấp nhận, nhẹ nhàng ngồi vào một góc của chiếc ghế mà Hành đã mời mọc ân cần lúc nãy…

Tôi chợt nghĩ, xem chừng con bé này say thơ và say luôn người đọc thơ mất rồi! Hành mãi đắm chìm với các bài thơ tình, có thể không biết những chuyển biến trong tâm hồn cô gái trẻ. Vả chăng, hình như Hành không muốn cô gái rời đi, nên cứ đọc huyên thuyên không dứt. Có thể vốn thơ tình đã cạn, đột ngột Hành chuyển gam, nói như reo lên:

- A! Anh sẽ đọc tặng em tiếp một bài thơ, nói về nỗi nhớ da diết của người vợ có chồng đi lính...

Tôi cướp lời, cười bảo:

- Vợ nào vợ chẳng nhớ chồng, đâu phải chồng đi lính mới nhớ?

Hành kín đáo nháy mắt cho tôi, ý chừng bảo đừng phá đám, rồi quay sang Phượng nhã nhặn:

- Mà em đã có chồng chưa?

Phượng chưa kịp trả lời, tôi lại trêu tức Hành:

- Thôi, đọc đi! Chớ hỏi lôi thôi! Mặt còn bấm ra sữa kia, lấy đâu chồng với con?

Nhưng Phượng đã nhoẻn cười. Cái cười rất khó đoán, vừa như thể ngây thơ chưa biết gì, lại như thể gái đây cũng đã từng trải. Hành ngây ngô không biết gì, đánh hắng mấy cái, lấy giọng đọc: "*Con nhớ anh nhiều đêm biếng ngủ. Nó khóc làm em cũng khóc theo...*" Mặt hắn nhăn nhó, làm bộ như sắp khóc. Bất ngờ, hắn giơ tay với lấy cái áo trên móc, vo tròn lại ôm trước ngực, như đang ẵm đứa con dại. Tôi thấy hắn diễn vụng về, nóng ruột, sợ người đẹp chán bỏ đi, nên vội giục:

- Nhanh lên! Điệu vừa chứ!..

Hắn lườm tôi một cái muốn rách con mắt. Rồi lúng liếng đến đa tình, nhìn sang phía Phượng, đọc tiếp: "*Anh nhớ gửi về manh áo cũ. Đắp cho con đỡ nhớ anh nhiều*".

Vừa hết câu, hắn tung chiếc áo ra, khoác lên vai Phượng. Tôi há hốc miệng trước cử chỉ bột phát của Hành. Mặt Phượng chín bừng, không biết vì e thẹn, hay đồng cảm. Nhưng hai bàn tay với những ngón thon của cô nàng bất ngờ giơ lên vỗ lia lịa, tán thưởng. Lại còn thỏ thẻ nói:

- Nhớ chồng lại không nói, cứ đổ cho con, nói là con nhớ, con khóc. Còn bảo chồng gửi manh áo cũ về đắp cho con đỡ nhớ. Thực ra là muốn ngửi mồ hôi chồng...

Tôi và Hành lặng đi, trước sự mạnh dạn bất ngờ của Phượng. Hơn thế, là sự cảm nhận sâu sắc của cô nàng về ý tứ bài thơ. Việc cô nàng bảo người phụ nữ trong bài thơ nhớ mùi mồ hôi chồng, khiến tôi ngờ ngợ Phượng đã có chồng. Để cho Phượng không nhận ra ý nghĩ của hai chúng tôi, tôi vỗ đùi, lên tiếng:

- Hay! Hay! Em bình hay lắm!

Được khen, Phượng đỏ mặt, sững sờ. Ánh mắt có chút ngơ ngác và thích thú. Tuồng như cô không hiểu sao tâm hồn mình phút chốc đồng điệu với hai gã lính Bắc Việt này. Hành như thấy sự chan hòa giữa những người tuổi trẻ, bất phân chiến tuyến, nên buột miệng:

- Này! Bây giờ em còn sợ các anh nữa không?

Phượng bẽn lẽn thú nhận:

- Em nghe họ đồn, các ông Việt cộng đáng sợ lắm! Nào giết người như chớp. Nào ba người leo một cọng đu đủ không gãy... Phượng dừng lại che miệng cười, nói tiếp - Chừ gặp, thấy là những chàng trai khỏe mạnh, hiền lành, vui tính... Hì hì!.. Lại đáng yêu nữa!..

Môi Phượng cười. Mắt Phượng cũng cười. Gương mặt đẹp rạng rỡ. Hai chúng tôi sướng ngây ngất. Tôi định nói, bây giờ Phượng kể chuyện mình đi, thì Phượng đã kịp lên tiếng:

- Hẹn mấy anh khi khác nghen! Chừ em phải đi chích thuốc đúng giờ cho bà con đã. Cô nàng đứng lên chào, nghiêng người nói thêm với Hành - À, lúc mô anh rảnh, chép tặng em bài thơ lúc nãy!..

Tôi vội nói:

- Này, mai mốt chúng tôi đến chơi nhà em cho biết, nhá?

- Dạ, em mời hai anh. Tam Quan Bắc chưa đến vài cây số mô, ngôi nhà mái ngói nâu xỉn, giữa vườn vú sữa xanh um. Rất dễ tìm...

*

Hôm sau, Hành sốt sắng rủ tôi đi Tam Quan Bắc chơi. Tôi biết vì sao hắn nóng ruột muốn đến nơi ấy, liền làm ra vẻ chần chừ. Hành xăn văn xó vó như bị lửa đốt trong lòng, bảo:

- Đi! Ngại chi?

- Cậu mê con Phượng rồi á? Tôi buột miệng trêu.

- Mình chỉ thích... tâm hồn nghệ sĩ của nó thôi! Hành bao biện.

Tôi và Hành, hồi hộp đi tìm nhà Phượng, theo hướng dẫn cô nói hôm trước. Chúng tôi rẽ vào một con ngõ khá rộng, hai bên vườn tược cây trái sum suê. Gặp một ngôi nhà khá đẹp, chỉ một tầng, nhưng cấu trúc kiểu biệt thự vườn, mái ngói nâu lồi lõm tạo kiểu dáng sang trọng. Đặc biệt, có mấy cây vú sữa đầu sân và cuối vườn, tạo sự hòa hợp cho ngôi nhà. Xem ra, là cơ ngơi có máu mặt trong làng.

Nghe tiếng bước chân từ ngoài ngõ, Phượng đã lao ra sân đón chúng tôi, tựa thể cô cũng chờ chúng tôi lâu lắm. Cô nàng reo lên:

- A! Anh Hành! Anh Hành!..

Tôi chợt buồn, cười gượng và nói nửa đùa nửa thật:

- Chỉ có chào anh Hành thôi há? Thì anh về đây!

Phượng vội chạy đến cầm tay tôi, cười xởi lởi:

- À, em quên! Em xin lỗi ông anh!..

Tôi cười xí xóa:

- Này, phạt hát ba bài đấy!

Phòng khách khá sang trọng, bày biện lại gọn gàng. Phía trong bàn thờ được che bằng bức mành sáo rất kỳ công. Bên ngoài đặt bộ salong bàn trà, ấm chén sứ trắng bóng. Mùi trà thơm bốc khói. Phượng cười bẽn lẽn, mắt kín đáo không rời mắt Hành. Tôi giả vờ không biết gì, cứ đưa chân bách bộ quanh phòng, mắt nhìn các bức ảnh treo trên tường. Tôi chợt giật mình, khi chạm phải bức chân dung một viên trung úy cảnh sát Việt Nam Cộng hòa, đứng bên một chiếc xe Jeep. Tôi buột miệng:

- Chồng em đây phải không, Phượng?

- Dạ!.. Nhưng ảnh mất đã gần năm rồi!..

Rồi theo mạch ấy, Phượng kể, em yêu anh ấy từ ngày ảnh còn cắp sách đến trường. Người yêu của em chẳng bảnh trai đâu! Được cái là ảnh cũng hay thơ, hay nhạc như mấy anh. Mà hình như, trái tim em cũng bị thơ nhạc đày ải hay sao đó. Sau khi đỗ tú tài toàn phần, ảnh vào trung tâm đào tạo cảnh sát. Thời buổi không thể trốn lính, nhưng ảnh sợ ra trận đánh nhau, nên chọn nghề cảnh sát. Ai ngờ, anh cũng chết trong một trận người dân nổi dậy, khi quân giải phóng đánh vào thành phố. Ngôi nhà này là quà cưới của bố chồng cho chúng em, ông mua lại của một sĩ quan cảnh sát được thăng cấp, chuyển lên thành phố.

Hành hình như không quan tâm đến những điều Phượng kể, mắt cậu chàng sáng hực lên, khi chợt thấy cây đàn ghi ta treo trên vách. Trời vô tình tạo dịp may cho hắn chăng? Cậu chàng đứng dậy, vươn người như vồ lấy cây đàn. Và ngón tay lập tức khua một tiếng, như thử dây đàn.

Phượng cười tít mắt, bảo:

- Chắc anh Hành chơi đàn giỏi? Anh đàn cho em nghe một bản đi?

Tôi lại nổi máu tự ái. Sao cái chi em cũng *anh Hành*? Mà sao ba cái tài lẻ dùng tán gái ấy, trời lại dồn hết cho *hắn ta*? Hành hình như quên mất có tôi, hắn cười vẻ khiêm tốn:

- Cũng chỉ bập bõm thôi!..

Hành nói, mắt liếc nhìn Phượng, rồi cầm đàn so dây. Mới dạo qua mấy tiếng mà Phượng đã sững sờ. Mắt đắm đuối nhìn vào mắt Hành si mê. Hành vờ như không biết điều đó, vô tư buông ra giai điệu bập bùng mượt mà và lãng đãng của bài "Đêm đông"...

Bây giờ thì tôi biết được thế nào là người ta yêu nhau, say nhau. Chưa bao giờ Hành chơi ghi ta hay đến thế. Những ngón tay gầy lão luyện buông nhấn, nhả ra những âm thanh buồn da diết, nhớ trông vời vợi, của lữ khách đêm đông lạnh lùng. Trái tim Phượng rụng rơi đáy ngực. Tan nát. Đôi mắt tình cháy lên ngời ngợi, lóng la lóng lánh. Đêm ở ấp Bình Khê chìm trong tiếng đàn yêu đương nồng cháy...

Tôi lo lắng và sợ hãi vô cớ. Có thể vì chồng Phượng đã mất, nên trái tim Phượng đang rơi vào khoảng trống cô đơn, lại gặp một chàng trai hào hoa, sẵn lòng bù lấp khoảng trống. Cũng có thể vì Hành là đồng đội của tôi, người lính có trái tim lãng mạn và mềm yếu, dễ quên điểm dừng. Tôi lo hão. Bởi đã có sức mạnh nào của lý trí, của vũ lực trên đời này, thắng được tình yêu đâu? Tuy thế, tôi vẫn muốn lôi hai người ra khỏi cơn lửa rơm. Muốn thời gian chín, tình yêu chín. Tôi nêu đề nghị:

- Hay lắm! Giờ ta chuyển sang bài khác đi!

Nói xong, tôi liền hát bài "*Tình em*" của Nhạc sĩ Huy Du, cốt để Hành đệm nhạc theo: "*Khi chiếc lá xa cành. Lá không còn màu xanh. Mà sao anh xa em. Đời vẫn xanh rười rượi. Có gì đâu em ơi! Tình yêu là sự sống...*"

Đúng như tôi mong đợi, tiếng đàn của Hành đã đệm theo say sưa. Những ngón tay gầy của Hành lướt mềm mại trên những dây đàn, làm rung lên bản nhạc du dương mà khỏe khoắn, sâu lắng và mượt mà... Gương mặt Phượng sáng bừng. Thơ thới. Tựa như chồi non lần đầu gặp được ánh sáng ban mai. Có thể cô nàng đã thuộc

"Đêm đông", và lịm đi theo từng giai điệu. Nhưng với "*Lá xanh*" thì lần đầu cô được biết. Và một cảm xúc tươi mới, mướt mát dâng trào, choán ngợp cả tâm hồn lãng mạn của cô nàng...

Tôi thấy vừa đủ, liền bấm Hành một cái, ra hiệu chào tạm biệt. Phượng nhanh ý nhận ra cử chỉ của tôi. Cô nàng đứng dậy một cách luyến tiếc, tần ngần dặn với theo. Nhưng cũng chỉ nói với Hành:

- Anh Hành ơi! Nhớ chép cho em cả bài hát này nữa, nhé!

- Được rồi! Anh còn nhiều bài nữa hay lắm! Hành cười không giấu giếm.

Từ đó, mỗi lần Hành rủ đi chơi nhà Phượng, tôi kiếm cớ thoái thác, để cậu ta đi một mình.

Tâm tính Hành dần thay đổi. Nó ít tâm sự, chia sẻ với tôi. Có hôm, tôi thấy Hành lén đứng quay mặt vào tường, ngắm nghía cái gì đó. Rồi bỏ vào túi ba lô. Khi Hành đi vắng, tôi lục coi. Đó là chiếc khăn mùi xoa, thêu lồng 2 chữ PH viết hoa quấn quít vào nhau. Đường thêu hẳn là của Phượng, nhưng nét chữ rõ là của Hành. Hôm khác, tôi mượn bộ áo quần của nó về thăm bà con ở Tam Quan. Giữa đường, vô tình tôi sờ thấy bức thư Phượng gửi cho nó, để quên trong túi áo còn mới tinh. "*Anh Hành ơi! Phượng đã yêu anh mất rồi! Anh chớ cười em nghe! Tình yêu mãnh liệt này bắt nguồn từ sự hiểu biết sâu sắc và đầy thú vị về người lính Việt cộng. Em biết mình mắc lỗi, nhưng không cách chi ngăn được trái tim nổi loạn...*"

Tôi choáng váng, gấp lá thư tay nhét vào chỗ cũ, như thể mình chưa bao giờ biết nó. Rồi bàng hoàng lo lắng. Tôi lo sự việc đổ bể, rồi mình liên lụy. Vừa giận Hành nông nổi, vừa cảm động với tình yêu của Phượng. Lại ngầm thương một mối tình ngang trái. Hành vẫn đến với Phượng đêm đêm. Một hôm, tôi nửa đùa nửa thật, cảnh báo:

- Này! Vợ cũ của viên sĩ quan cảnh sát ngụy tử trận đấy! Liệu chừng!

Hành cười trừ, rồi xổ ra một câu ỡm ờ, nửa đùa nửa thật, lại phi chính trị:

- Tình yêu không giai cấp, không biên giới, không chiến tuyến! Hì hì...

Một đêm đi về khuya, Hành không kịp thay đồ, lăn ra ngủ như chết. Tôi nhìn nó ngủ như chó con, thấy thương thương. Tình yêu nó đày đọa thể xác con người thế đấy. Mãi tôi mới chợp mắt, bỗng nghe tiếng đại bác nổ rền trời. Tôi hiểu, cái Hiệp định Paris về Việt Nam có trên giấy tờ, văn bản, nhưng trên thực địa, như sợi chỉ mong manh. Cả hai phía đều tìm cách nống ra chiếm đất. Sư đoàn 3 Sao Vàng đang tiến quân, cắt đứt đường Quốc lộ 1 hàng trăm cây số, thì có Hiệp định ấy, buộc dừng lại. Nhưng trên thực địa, sư đoàn bị kẹp từ hai phía. Nếu bất ngờ, chúng phá Hiệp định, cùng lúc ồ ạt đánh từ ngoài vô và từ trong ra, thì chúng tôi rơi vào thế bất lợi. Quả là như thế...

Tiếng kẻng báo động cấp tập. Tin địch nống ra chiếm lại vùng bắc Bình Định bay về. Rạng sáng, bầu trời phía ấy chìm trong khói lửa mịt mù. Địch tập trung máy bay, xe tăng, đại pháo cùng các liên đoàn biệt động quân và Sư đoàn bộ binh 22 phản kích mạnh mẽ, hòng lấy lại vùng đất thánh của chúng.

Dân tình hoang mang, lo sợ khi Sư đoàn bộ rút khỏi nơi đây. Trong nhà má Huỳnh, tiếng rộn rạo nổi lên. "Bọn bay đưa tụi nhỏ đi với?" Giọng má Huỳnh khẩn khoản với chúng tôi. Nhà má Huỳnh ở sát chỗ chúng tôi. Má và gia đình cưu mang hai chúng tôi những ngày sống ở đây. "Anh Hành ơi! Ảnh đưa mấy em đi cùng, hổng tụi nó giết sạch đó!" Thằng Minh sợ sệt, mếu máo. Lập tức, máy bay trực thăng xành xạch trên đầu. Địch bắn bừa bãi vào xóm thôn. Một quả ca nông nổ chát chúa đầu truông, làm cho dân tình hoảng loạn thêm. Tôi thấy Hành rất lạ. Xăn văn không yên, cứ như đầu óc sắp nổ tung. Tôi hiểu là Hành đang lo lắng cho Phượng, nghĩ kế đưa nàng đi theo. Tôi kéo Hành ra ngoài, nói khẽ:

- Không thể đưa đi cùng đơn vị được! Kỷ luật đấy!

- À, hay ta đưa đến Hội An, Kim Sơn, gửi đó...

Không kịp nữa rồi. Tiếng súng nổ ngày một gần hơn, nghe rõ mồn một tiếng súng của ta và địch. Chúng tôi được lệnh rút lui. Địch nống ra, kẹp chúng tôi từ hai phía. Sư đoàn 3 Sao Vàng buộc phải lên rừng lần nữa.

Bộ Tư Lệnh sư đoàn rút về đóng bản doanh tại phía nam sông An Lão. Nơi đây có thể gọi là vùng tự do. Xung quanh toàn đồi núi trập trùng, dân cư thưa thớt. Từ đây xuống đồng bằng phải mất đến hai ngày đường. Không thể ở lại chỗ cũ khi chúng tôi rút đi, gia đình má Huỳnh cũng chạy giặc lên sơ tán vùng này. Cách chỗ chúng tôi không xa.

Tôi và Hành tự làm cho gia đình má Huỳnh một túp lều bằng lau sậy, cạnh rìa núi, nơi toàn đá đứng đá ngồi, vừa đủ cho bốn mạng người nằm chen chúc. Má Huỳnh năm đó 60 tuổi. Người còn khỏe mạnh. Gia đình má nằm trong sổ đen của Sở cảnh sát chi khu Hoài Nhơn. Trước nhà má, địch cắm một cái bảng có gạch chéo, nghĩa là *Gia đình Việt cộng*. Chồng má tập kết ra Bắc hồi 1954. Anh trai đầu làm Chính ủy một trung đoàn quân Giải phóng ở Tây Nguyên. Còn Ngọc Bé, cô con gái bà, bạn thân của Phượng, năm đó tròn 20 tuổi. Bé có thân hình cân đối, tính tình nết na, nói năng nhẹ nhàng. Trước đây, Bé yêu một thanh niên điển trai trong làng. Anh chàng sau đó đi lính không quân Quốc gia, lái máy bay thuộc phi đoàn 3 sân bay Phù Cát. Má Huỳnh không đồng ý mối tình ấy. Trong nhà má còn có Tân, em trai Bé, đang học năm thứ nhất trường Đại học Luật Quy Nhơn về nghỉ hè, cũng bị mắc kẹt lại đây.

Đói khát, ốm đau hành hạ gia đình má đến khổ, nhưng vẫn không làm mất đi cái vẻ mặt hiền từ nhân hậu, tình yêu cách mạng. Những lúc được cử xuống đồng bằng lấy gạo, Hành và tôi cũng bớt xén chút ít, mang đến cho gia đình má. Má ngại ngùng, nói: “Bay cho tao, rồi anh em lấy chi mà ăn?” Có lần, tôi và Hành trên đường ra công tác quân khu, đêm ngủ lại nhà má. Tôi bảo Hành: “Mình phải dậy từ lúc ba giờ sáng để đi, không má sẽ nấu cơm đó!” Nhưng tỉnh dậy, tôi bàng hoàng khi nhìn hai bát cháo trắng để sẵn trên bàn. Hai đứa bùi ngùi. Bởi mấy ngày qua, gia đình má ăn toàn sắn.

Rảnh rỗi, Hành thường đến dạy cho cậu út Minh học. Đọc thơ, kể chuyện cho cả nhà nghe. Và ba cái tài lẻ ấy của Hành, đã làm trái tim Bé chết lặng đi vì cậu ta từ lúc nào. Một hôm, Hành về, hớt hải bảo nhỏ với tôi:

- Này! Cái Bé nó chuồn mất tiêu rồi!

- Đi đâu? Tôi sửng sốt.

- Xuống vùng địch...

Hành nói, trong thất vọng não nề. Mặt có vẻ lo lắng.

- Tại sao?

Tôi dò hỏi, lòng nghĩ đến điều không hay, rằng Bé đã thuộc đường đi lối lại nơi Sư đoàn bộ đóng. Nhưng Hành lại nói:

- Chắc nó giận mình, Khởi ạ!

- Không thể! Nó còn mẹ và hai em ở đây mà! Tôi bần thần một lúc, nói thêm, bực bội - Cũng tại cái tính đào hoa của cậu cả thôi!

Thật may! Mấy hôm sau thì Bé trở về, gặp Hành, kể lại mọi việc.

Ra khỏi cửa rừng, Bé hít một hơi thật sâu, rồi can đảm chạy dọc truông Thiết Đính, tìm về nhà mình. Bé bàng hoàng, xót xa khi thấy căn nhà thân yêu chỉ còn trơ lại mấy cái cột cháy đen sì. Còn nhà chị Thiệt bên cạnh, tiếng la lói om sòm. Súng trên các bốt canh của sân bay Thiết Đính vọng về inh tai. Bé lau vội nước mắt, quyết định tìm đến người bạn thân. "Á! Mi về lúc mô rứa?" Phượng ôm lấy Bé, nói trong lo sợ. "Tau mới về! Đi một mình sém hết hồn luôn!" Bé thở hổn hển. Phượng hạ giọng: "Vô trong ni! Mấy ổng cảnh sát chi khu Hoài Nhơn đang lùng mi riết lắm!" Phượng kéo Bé vào buồng trong. Lát sau gặng hỏi: "Này! Trên rừng về, hả?" "Ừa!" "Trên nớ ra răng?" "Khổ, nhưng vui lắm mi ơi!" Phượng lặng đi một lúc, rồi đưa tay vặn nhỏ ngọn đèn. Có tiếng chó sủa, rồi tiếng cười nói trên đường cái quan. Phượng ra nghe ngóng một lúc, quay vào nói nhỏ: "Này! Mi lên trên nớ, có gặp mấy ảnh hồi ở trong làng không. Anh Hành, anh Khởi í?" Bé mở to mắt: "Ừ, đúng rồi!" Phượng bật dậy, giọng phấn chấn: "Các anh ấy khỏe không? Mi có nghe các anh nhắc đến tau không?" "Các anh vẫn khỏe! Cuộc sống khổ cực thiếu thốn, nhưng các anh hò hát ngâm thơ suốt ngày. Các anh thương gia đình tao lắm" Chợt nhiên, Bé giật mình: "Này! Sao mi hỏi các anh nhiều thế? Quen mấy ảnh lúc mô, mà tau chẳng hay?"

Đêm, cả hai đứa đều không ngủ. Dạ bồi hồi, xao xuyến. Đầu óc theo đuổi những ý nghĩ riêng. Phượng chẳng kìm nổi cảm xúc, kể say sưa hết với Bé, về những lá thư, chiếc khăn tay. Bé nằm im thinh thít. Phượng lay lay: "Này! Mi ngủ rồi hả?' Nước mắt Bé ứa ra, Phượng không hay biết, hỏi: "Răng rứa, mi ốm hả? Lúc mô lên chỗ mấy ảnh, cho tau theo cùng?"

Sáng hôm sau tỉnh dậy, Phượng chẳng thấy Bé đâu. Phượng ngơ ngác, tìm mãi chỉ thấy một mảnh giấy nằm trên bàn. Mảnh giấy ghi mấy dòng ngắn ngủi: "*Phượng* ơi, tau không ngờ… cả hai chúng ta đều cùng đi trên một con đường đầy hoa thơm, cỏ lạ, ngây ngất say. Thôi chia tay mi nghen! Tau phải lên rừng cùng mẹ và các em đây! Tau sẽ nói với anh Hành, mi thương ảnh lắm!". Cuối thư có cả dòng chú thích: "*Xem xong đốt ngay*!"

*

Giọng Phượng vẫn trẻ trung, tiếng cười giòn tan phía đầu dây bên kia. Tôi buột miệng hỏi:

- Gia đình, chồng con em vẫn khỏe cả chứ?

- Dạ, sau chiến tranh, em xây dựng với một anh vốn là sĩ quan Việt Nam Cộng Hòa cải tạo trở về. Chúng em đã có hai mặt con, một trai một gái. Cuộc sống nông quê cũng yên ổn, anh ạ...

- Sau chiến tranh, cuộc sống yên ổn vậy, là tốt rồi!

- Dạ, nhưng em vẫn nhớ đến các anh. Muốn gặp lại

anh Hành một lần... Nhưng anh phải đứng ra sắp xếp. Em sợ vợ anh Hành nghĩ sai...

- Không, vợ Hành còn thoáng hơn cả em. Vừa rồi, Ngọc Bé có ra thăm Hành tận nhà. Hai bà nói chuyện rất tâm đắc. Vợ Hành còn đưa Ngọc Bé đi du lịch, lễ chùa mấy hôm...

- Rứa hả anh? Tuyệt quá! Em cũng muốn được như Ngọc Bé...

NHỚ MÃI HANG CHÙA

Ngày 15/6/1972, cán bộ và chiến sỹ Bộ Tư lệnh Sư đoàn 3 Sao Vàng bùi ngùi, lưu luyến chia tay mảnh đất và nhân dân bắc Bình Định với khí thế hừng hực quyết tâm giải phóng tiếp các huyện phía nam tỉnh này. Chúng tôi buộc phải rút lui, khi địch tràn lên như nước...

Bám sát đằng sau Tư lệnh Sư đoàn Huỳnh Hữu Anh, tôi dự cảm được tâm trạng lo lắng lúc này của ông. Khi địch đã lấy lại một số vùng giải phóng phía bắc. Lúc này, vừa hành quân đi qua dưới chân Chốt 174, mọi người xót xa đến đứt ruột. Ngước nhìn lên đồi 174 lửa khói ngút trời, địch tràn lên như kiến cỏ. Tôi nhớ trước đó, trận địa chìm trong khói lửa. Tiếng B40, lựu đạn, AK vẫn nổ râm ran. Nhưng lúc sau, trận địa im lìm đến nghẹt thở... Bỗng một chiến sỹ, người đầy máu me, hớt hải chạy lảo đảo từ trên đồi xuống, nói không ra lời:

- Địch đã chiếm cao điểm! Tổ chốt hy sinh cả rồi! Các đồng chí ơi! Đạn hết! Em phải chạy về, các anh tha tội cho!..

Một kết cục bi thảm! Tất cả cán bộ, chiến sỹ của Sư đoàn mang cả lòng căm thù, ý chí và sức mạnh vào trận huyết chiến phía nam tỉnh Bình Định lần này. Vậy mà Chốt 174 mất rồi ư? Chúng tôi ra đi, nuốt thầm nước mắt. Thôi chào nhé Chốt 174 bất tử! Chào nhé, những cán bộ chiến sỹ anh hùng của Sư đoàn 3, hóa thân nằm lại vĩnh viễn trên cao điểm 174, trên mảnh đất bắc Bình Định thân yêu. Trên đường hành quân, tôi lẩm nhẩm trong đầu mấy câu thơ về chốt 174:

Lại bom lại pháo
174 bị nghiền ra bột
Alo! 174 còn ai không?
Còn 3! Đạn sắp hết, lương thực thực phẩm hết
Lại bom lại pháo
Những cột bom đùn lên như nấm
Địch tràn lên như kiến
Tiếng AK thưa dần...
Alo! 174 còn ai không?
Còn ai không?
Rừng yên, không tiếng trả lời
Nhìn 174
Huyết, nến chảy ròng ròng!

Ngày hôm đó, toàn bộ các cơ quan của Bộ tư lệnh Sư đoàn bộ binh 3 Sao Vàng, vội vã hành quân vào phía nam, đặt bản doanh chỉ huy chiến dịch tại Hang Chùa, thuộc thôn Hội Khánh, xã Mỹ Hòa, huyện Phù Mỹ, tỉnh Bình Định.

Hang Chùa nằm lưng chừng núi Chùa, là một trong những nhánh núi của dải Trường Sơn ăn ra biển. Từ Hang Chùa nhìn ra, giữa một vùng đồng lúa bao quanh, tít tắp. Ngó xuống phía đông, là quận lỵ Phù Mỹ.

Đường lên Hang Chùa, quanh co khúc khuỷu, qua hàng trăm bậc đá gập ghềnh. Ở ngay trên vòm cửa hang, có một khối đá lớn dày 2m, rộng 15m, phía trước nhô ra như mái che từ 5 - 6 m, cong theo hình mu rùa. Và ở dưới mặt đất, có 15 tảng đá khá phẳng, như 15 cái bàn. Lòng hang vào rất sâu và khá rộng, có sức chứa trên cả ngàn người. Thật lạ, trong hang có cả đường lên trời và đường xuống âm phủ. Trong hang lại có nước...

Hang Chùa còn có tên Thiên Sanh Thạch Tự, hay Thạch Cốc tự. Nghĩa là Chùa Đá trời sinh. Dân gian thường gọi là Chùa Hang, hoặc Hang Chùa. Có khi gọi tắt là núi Chùa. Do vị trí đắc địa, Hang Chùa đã đi vào lịch sử chống ngoại xâm tự trăm năm trước...

Quả vậy, Chùa Hang là nơi ẩn nấp và huấn luyện quân sỹ của các tướng Trần Cao Vân, Bùi Diêm, trong thời kỳ đầu kháng chiến chống Pháp. Và thời chống Mỹ cứu nước, đây là nơi hoat động, ẩn náu của các cán bộ cách mạng. Ngày 29/1/1968, giặc Mỹ đã đánh bom ngạt, giết hại 24 người dân địa phương vô tội vào ẩn tránh.

Ngày 16/6/1972, tổ *Trinh Sát - Quân báo - Kỹ thuật* của Sư đoàn, được phân làm hai nhóm. Nhóm 1 gồm: Nguyễn Tôn Việt, Trần Khởi, Văn Xuân, Ngọc Bệ, có nhiệm vụ bám sát Bộ Tư lệnh leo lên cao, tìm chỗ đặt máy theo dõi tin địch. Tổ 2 (dự bị) gồm: Nguyễn Văn Hường, Phác, Hùng, Điêm, Thắng, Hưng... đặt máy ở sát dưới chân núi Chùa.

Đêm 16/6, ta nổ súng tấn công quận lỵ Phù Mỹ và một số nơi, nhưng đều bị địch đẩy lui. Quân ta bị thương vong nhiều. Chưa hiểu lý do gì, nhưng có lẽ nguyên nhân chủ yếu ta đang giải phóng bắc Bình Định, phải dừng lại một thời gian dài. Do vậy, địch đã kịp thời củng cố, đề phòng cẩn mật, và cài bẫy chúng ta. Mặt nữa, chúng ta cũng thiếu cảnh giác, đã để cho một số tù binh địch cùng tham gia xung trận lần này...

8 giờ sáng ngày 17/6, máy dò sóng của tôi đang theo dõi tần số của Tiểu Khu Bình Định của địch, bỗng đột ngột nghe tên đại tá Nguyễn Mãnh Tường, Tiểu khu trưởng Việt Nam Cộng hòa, xin với Trung tướng Ngô Du, Tư lệnh Vùng 2 Chiến thuật, tọa độ đánh bom khẩn cấp. Theo đó, mã vùng tọa độ là W = trái 05, phải 03, và mục tiêu là đã phát hiện Việt Cộng. Lúc đó, tôi cũng đang loay hoay mở khóa mã của chúng về vụ đang đánh bom ở Lai Khánh, nên không mấy chú ý đến tọa độ trên.

Cũng lúc này, trên trời xuất hiện chiếc máy bay C130 quần đảo. Và tiếng của viên đại tá Nguyễn Mãnh Tường, thông báo với tên thiếu tá Hoàng, Chi khu Phù Mỹ, vang lên trên chiếc loa của anh Hường, đang nắm tần số, nghe rõ cả ý lẫn lời: "Có một Việt cộng đêm qua chiêu hồi, báo tin, Bộ tư lệnh Sư đoàn 3 Sao Vàng đang ở hang núi Chùa". Như sực nhớ điều gì, anh Hường vội hỏi tôi:

- Lúc nãy, cậu vừa nhận một điểm xin đánh bom của chúng phải không?

Tôi bảo:

- Nãy giờ, em nhận đến 6 phi vụ rồi! Thấy anh em bộ đội chiến đấu dưới đó hy sinh, đổ máu nhiều, mình phải mở khóa mã trước để tránh thiệt hại cho đồng đội...

Trên trời, máy bay quần lượn dòm ngó, săm soi Hang Chùa. Tổ trưởng Tôn Việt đang nắm sóng Không đoàn của phi trường Phù Cát, thông báo:

- Có khả năng địch sẽ đánh bom và đổ quân ở khu vực này, nhưng chưa biết được tọa độ chính xác...

Tôi cùng anh Hường vội vã lần mò lại sổ sách, ngày giờ, ghi chép, và mở đối chiếu, giải từng khóa mã một.

Tôi giật mình, hoảng hốt như người bị phạm tội. Trước mắt tôi là tọa độ Hang Chùa, được hiện ra: W = trái 05, phải 03. Đem mở khóa chuẩn chấm lên bản đồ, thì đúng y xì Hang Chùa. Như vậy, đúng chính xác địch sẽ đánh bom Hang Chùa rồi!

Tin khẩn cấp đó, nhanh chóng được truyền đi các cơ quan Sư đoàn bộ. Và kịp thời được triển khai với tinh thần bình tĩnh bám trụ. Nếu địch đổ quân, thì quyết chiến đấu đến cùng. Tất cả các cơ quan chuyển sâu vào trong hang...

Lúc này, các trận địa pháo mặt đất và Hải pháo của địch bắt đầu giội bão lửa lên Hang Chùa và các vùng lân cận. Tổ đài kỹ thuật số 2 nằm dưới chân núi, lãnh trọn một quả pháo 105mm. Nhưng may thay, viên đạn không nổ. Các anh bỏ dưới ấy, chạy lên rúc túm tụm vào chỗ chúng tôi. Bom phạt nổ râm ran. Hang Chùa mịt mù lửa khói. Cây cháy đổ ngổn ngang. Bên ngoài, đã có vài người bị thương, trâu bò chết đây đó, máu me vung vãi. Chỉ phút chốc, Hang Chùa cây cối đang xanh um, trở nên trơ trọi, và hiện nguyên hình toàn đá và đá, cùng miệng hang sâu hun hút...

Chợt, trên sóng Tiểu khu Bình định mà tôi đang nắm giữ tần số, vang lên tiếng của đại tá Nguyễn Mãnh Tường: “Mày xem hang đó sâu bao nhiêu? Đánh loại bom gì thì khoan được?” Tên thiếu tá Hoàng trả lời: “Em không rõ lắm, nhưng trước đây vợ em đi Chùa về có bảo, hang rộng dài lắm, chứa được hàng ngàn người. Hang nằm giữa lưng chừng núi...” Tên đại tá Tiểu khu trưởng, báo: “Theo phòng điều hành phi vụ của vùng Chiến thuật 2, thì khoảng 15 phút nữa, sẽ có loại bom dù hạng nặng UPU ghé thăm lũ Việt cộng! Nhớ chỉnh Xitmoc (đạn khói chỉ điểm) đúng mục tiêu...

Nguồn tin đó, được báo khẩn cho cấp trên tức thì. Và y xì, lệnh đeo mặt nạ chống độc hóa học được ban ra trong từng cơ quan. Mọi người thấp thỏm nóng ruột ngồi đợi bom UPU. Một số cán bộ chạy sang hang tụi tôi, ngồi nghe ngóng tình hình địch.

Phải nói rằng, lúc này ai cũng lo và sợ. Vì chưa biết, chưa hiểu và cũng chưa chạm loại bom này bao giờ! Chưa rõ tác hại của nó ra sao? Việc đài Kỹ thuật tụi tôi báo trước, khiến ai cũng thấp thỏm lo âu. Người xin bông, người xin giẻ để bịt tai lại. Thấy không khí đeo mặt nạ tưng bừng, cũng đủ ai nấy ớn lạnh rồi.

Bọn tôi vừa gấp cần ăng ten lại, chui vào sâu hơn, thì Trưởng ban 2 Đức quát ầm lên: "Các cậu không được đóng máy! Không được vào sâu! Phải trực 24/24. Ai đóng máy, sẽ bị kỷ luật!" Vậy là, cả tổ chẳng ai dám chống lệnh! Mười tên đành mò mẫm chui ra ngoài. Tất cả 10 máy đều chổng ăng ten lên trời, nghe bọn phi công và pháo binh chúng dọa: "Qua trái! Qua phải! Qua phải! Qua trái! Bắn!.. Bắn!!.."

Lại một loạt bom phát quang hạng nặng nữa, giội lên cửa Hang Chùa. Ba cần angten máy của Văn Hùng, Đào Quang Thắng, Ngọc Bệ, bị gảy rụm! Tất cả tổ Đài Kỹ thuật hồn bay phách lạc, lại rúc đầu bò vào hang. Khốn khổ, chưa kịp thở đã bị ông Đức xua đuổi: "Lặng bom rồi! Các Cậu ra mở máy ngay!" Tất cả chúng tôi đứng trố mắt nhìn nhau. Chưa ai chịu mò ra khỏi hang. Giọng ông Đức khẩn khoản mà lại tức cười: "Tôi lạy các cậu! Sinh mạng Bộ Tư lênh nằm trong tay các cậu đó..!'

Vậy là, tất cả 10 anh em chúng tôi bò ra khỏi hang. Bảy máy giương cần Angten khẩn trương làm việc. Còn

3 máy đắp chăn nằm ngủ.

Trên trời, xuất hiện chiếc C130. Chúng đang liên lạc với Tiểu khu Bình Định và các đơn vị thuộc chi khu Phù Mỹ, nhằm điều chỉnh pháo khói.

Được lệnh của trưởng ban, toàn tổ bất chấp hiểm nguy, đã sôi nổi bước vào trận chiến đánh lừa địch, nhằm giảm bớt thương vong cho đơn vị. Sau mấy câu tiếng Anh, cậu Tôn Việt dẫn chiếc C130 của địch sang tần số khác. Còn tôi, Phác, Điêm, bám chặt, cố khóa tai nghe trưởng Tiểu khu và Chi khu chúng liên lạc với nhau. Anh Hường cũng khống chế tần số bọn Hải pháo, gây khó khăn cho bọn chúng thông tin liên lạc.

Quả Xitmoc chỉ điểm, bắn găm thẳng vào trước cửa Hang Chùa. Khói trắng đùn lên trùm lấy hang. Anh em trong hang có phần hoảng loạn. Tiếng kêu gọi, hướng dẫn thông báo, chỉ đạo in tai cả lên: "Chú ý! Chú ý! Chúng thả bom khói! Nhớ vào sâu trong hang!.."

Chiếc máy bay C130 chao liệng mấy vòng, rồi nghe tên Phi công hỏi: "Được chưa! Được chưa, bạn ơi!?". Tôn Việt vội nói: " Sai rồi, sai rồi, bạn ơi! Chưa thể được! Ra xa nữa! Xa nữa! Cách cột khói về hướng đông *Tu* km!" Lại một quả khói trùm lên giữa cánh đồng, làm trâu bò chạy tán loạn. Tên phi công lại nói: "Được chưa?" Tôn Việt đỉnh đạc trả lời: "Ok!" Quả bom treo lủng lẳng dưới chiếc dù to đùng, được chiếc C130 thả xuống cánh đồng trống, hết sức chính xác. Tạo một tiếng nổ lớn rung chuyển cả trời đất. Tạo thành một hố nước mênh mông sâu hoắm, phá tan đến mấy héc ta ruộng lúa. Đứng trên Hang Chùa, nhìn rõ mồn một.

Mọi người lại thở phào, khi nghe vị trung tướng ngụy Ngô Du, Tư lệnh Vùng 2 chiến thuật, quân lực Việt Nam Cộng hòa, thông báo khẩn với đại tá Nguyễn Mãnh

Tường, là máy bay không thể tiếp tục các phi vụ, vì tập trung ưu tiên cho mặt trận Tây nguyên. Nhưng đổi lại, chúng cho Trung đoàn 40, Sư đoàn 22 Việt Nam Cộng hòa đổ quân ngay trên đỉnh núi Chùa. Nghĩa là ngay trên đầu Bộ Tư lệnh Sư đoàn 3 Sao Vàng!

Trước tình thế đó, Bộ Tư lệnh Sư đoàn chỉ đạo cho các đơn vị phía dưới đồng bằng, nổ súng để kéo giản địch về. Và cho một bộ phận của Trung đoàn 2, vận động đến bố trí quanh Hang Chùa. Một số bộ phận khác, bám sát và tìm cách tiêu hao lực lượng địch ngay trên đỉnh núi Chùa. Quyết không cho chúng mò xuống hang. Phải tìm mọi cách giải vây cho Bộ Tư lệnh. Nhưng bọn chúng đánh hơi, và quyết bám lấy Hang Chùa để giăng bẫy.

Được lệnh trên, tổ Trinh sát - Kỹ thuật, có 2 bức công điện mật trao đổi bằng tiếng Anh và tiếng Trung, cố tình đánh lừa và làm lộ cho địch biết là ta chuẩn bị đánh lớn ở Đập Đá.

Sẩm tối ngày 17/6/1972, toàn bộ các cơ quan Bộ Tư lệnh Sư đoàn, được lệnh bí mật, lầm lũi rời hang Chùa. Đơn vị hành quân băng qua thôn Mỹ Hòa, lần theo truông Mỹ Hòa, tìm đường lên núi. Pháo sáng địch soi tìm ráo riết. Pháo địch cũng bắn râm ran tứ phía, ánh chớp lấp lóa trời đêm.

Tôi đi đằng sau Tư lệnh Quang, ngây ngô hỏi đùa:

- Mình ra đi, không kèn không trống, thủ trưởng nhỉ?

Ông mặt buồn buồn, nói:

- Đánh giặc, có thắng thì thua, chứ em?

Đến nay, tôi vẫn nhớ câu nói đó. Nghĩ lại, cứ thấy thương thương...

NGƯỜI THẦY THUỐC BÊN KIA CHIẾN TUYẾN

Hôm qua, tôi đột ngột nhận được cú điện thoại từ Washington gọi về.

- A lô! Đây có phải số điện thoại anh Trần Khởi?

Một giọng nữ, khá nhộn.

- Vâng, tôi đây! Tôi đáp, hơi ngạc nhiên, vì không biết đầu dây bên kia là ai? Hơn nữa, lại gọi về từ bên Mỹ!

- Xin chào ông Việt cộng Trần Khởi! Em là Phu đây! Phu năm 1972 chữa bịnh cho anh và anh Thành, ở Ngã ba Bồng Sơn đó! Anh còn nhớ không?

Tôi chưa kịp nói lại, đột nhiên không hiểu sao, điện thoại phía bên kia tự nhiên câm bặt. Chẳng còn liên lạc được với Phu nữa...

Tôi vỗ trán. À nhớ ra rồi! Phu y tá, nữ thầy thuốc bên kia chiến tuyến. Vợ của một bác sỹ, đại úy Sư đoàn Bộ binh 22 Việt Nam Cộng hòa.

Nhớ không có sai! Khi về giải phóng bắc Bình Định 4/1972, toàn bộ Bộ Tư lệnh Sư đoàn 3 Sao Vàng, đóng bản doanh tại thôn Thiết Đính 2, dưới chân cao điểm 174. Lúc này, tôi sốt nặng. Thứ bệnh nhiều năm ở rừng nước độc. Mất ngủ, da vàng bủng, tóc rụng nhiều. Mặc dầu anh Phong y sỹ của đơn vị, cho uống nhiều loại thuốc, nhưng chẳng thuyên giảm chút nào...

Hôm đó, tôi và Thái Văn Thành, đang ngồi ở nhà bà Tam, thì thấy một người con gái khoảng chừng 20 tuổi, có làn da trắng trẻo, khuôn mặt dễ thương, mang túi cứu thương xuất hiện. Bọn tôi bám lấy dò hỏi, bà Tam cho biết:

- Con bé tên Phu, vợ của một bác sỹ - đại úy Việt Nam Cộng hòa. Nhà nó ở ngã ba Bồng Sơn...

Thành nói nhỏ vào tai tôi:

- Chẳng ngại chi! Làm quen để xin thuốc đã! Phía mình khó khăn, nên thiếu thốn. Chứ bọn nó, có nhiều thuốc Mỹ...

Chúng tôi lân la trò chuyện. Mạnh dạn dần. Chẳng mấy chốc, đâm ra mến nhau. Đây là thời gian ngừng bắn, hai bên chiến tuyến có ranh giới tạm thời. Có lẽ Phu thấy mấy ông Việt cộng vẻ có học, lại cũng hiền, không đáng sợ. Vả lại, hai vợ chồng chỉ làm nghề thầy thuốc cứu người, không trực tiếp bắn giết, gây nợ máu. Lúc sau, Phu chân thành và thật thà, nói:

- Nhà em ở ngã ba Bồng Sơn. Ở đó, có biển hiệu đề: "*Cổ cơ sinh*"...

Thấy chúng tôi có vẻ chưa hiểu, Phu giải thích:

- Là chỗ để giúp phụ nữ sinh đẻ! Rồi Phu nói thêm -

Hôm nay em lên quê ngoại, để chữa bịnh cho bà con, và cũng là đi lánh nạn...

Thấy chúng tôi chăm chú nghe, Phu mạnh dạn kể về tình yêu và nỗi đau, về hạnh phúc của hai vợ chồng họ trong chiến tranh loạn lạc. Giọng Phu trầm lại, ngắt quãng:

- Hôm rồi, tụi em vừa tổ chức lễ tân hôn xong, thì bất ngờ xảy ra hai bên đánh nhau to. Chồng em bị các ông bắt đi. Còn em phải phiêu dạt lên quê ngoại. Vài ngày sau, ngưng tiếng súng, em quay về, thì ôi thôi, nhà cửa tan nát...

Phu xít xoa, nói thêm:

- Em tiếc nhất tập thơ của chồng em viết. Bị ai lấy mất! Đó là những kỷ niệm vui buồn của hai đứa, không thể nào quên, anh à!

Tôi chau mày, giật nảy mình! Đưa bàn chân gãi gãi vào chân Thành dưới gầm bàn. Hai đứa sững sờ trố mắt nhìn nhau. Ngẫu nhiên quá!

Tôi làm ra vẻ thản nhiên, hỏi lại Phu:

- Ở ngã ba Bồng Sơn? Nhà có cái biển đề: "*Cổ cơ sinh*" à?

Phu gật đầu. Tôi nói:

- Nè! Em còn nhớ bài nào trong tập thơ của anh ấy không? Đọc anh nghe một bài? Một đoạn cũng được!

Phu lưỡng lự một giây, rồi nói:

- Em nhớ mấy câu ni: "*Ta giết nhau bằng viên đạn/ Ta thương nhau bằng mũi kim/ Đêm Bồng Sơn lửa khói/ Nhức nhối trong tim mình...*"

Phu đọc chưa hết, Thành đứng bật dậy reo lên:

- Đúng rồi! Đúng rồi! Chính nó!..

Phu mở to mắt, vẻ nghi hoặc. Như chưa nghe rõ, hỏi:

- Chi vậy anh?

Tôi nói lãng đi, xí xóa:

- Không! Không có chi cả!

Lúc chia tay, Phu cho tôi một số thuốc, và dặn cách uống. Cô không quên mời hai anh em tôi chủ nhật tuần sau, ra thăm nhà. Dù hai chiến tuyến vẫn sẵn sàng chiến đấu, nhưng lúc này, ở phần đất giải phóng, chúng tôi coi như hòa bình. Có thể đi lại thăm nhau...

Theo lời hẹn, chủ nhật tuần đó, hai đứa tôi bí mật cải trang, thay áo quần, làm dân thường, mò ra nhà Phu. Mặc dầu vẫn biết đó là nhà một sỹ quan Việt Nam Cộng hòa, nhưng uống thuốc của Phu, tôi thấy bệnh chuyển biến rõ rệt, nên cũng muốn đến để cảm ơn. Hơn nữa, để mua thêm thuốc. Mặt khác, để xác định lại, có phải đó là ngôi nhà, mà bộ ba Khởi, Thành và Khải, gây tai họa cho họ đêm đó không?

Tôi và Thành đứng lặng, thả ra những cơn thở dài ân hận. Lòng day dứt trước ngôi nhà có biển đề "*Cổ* cơ sinh" ấy. Nhà sát cạnh đường Quốc lộ số 1. Trên cánh cửa, và trên tường nhà, còn lỗ chỗ vết đạn của Khải Rỗ...

Phu niềm nở ra đón chúng tôi. Dưới con mắt của tôi, Phu giờ không đơn thuần là một phụ nữ vùng mới giải phóng, mà là một thầy thuốc. Chồng của Phu ở trại cải tạo Dốc Đót, cũng mới được trên cho về. Viên sĩ quan - bác sĩ bên kia chiến tuyến, cứ lấm lét nhìn tôi...

Tôi bồi hồi nhớ lại đêm ấy. Đó là đầu tháng 5 năm 1972, ba chúng tôi gồm: Khải, Thành và tôi, từ Thiết Đính, rủ nhau ra ngã ba Bồng Sơn. Lúc này đường Quốc lộ 1 qua bắc Bịnh Định đã bị cắt đứt. Đêm im lìm đi vào chiều sâu. Trên trời, lóe lên những chùm pháo sáng địch từ quận lỵ Phù Mỹ bắn lên. Và tiếng canong địch nổ xa xa. Khải Rỗ chỉ vào ngôi nhà trước mặt, có biển hiệu "*Cổ cơ sinh*", ghé tai nói nhỏ:

- Cẩn thận! Đây là nhà tên đại úy ngụy!

Ba đứa giản thưa đội hình, súng lăm lăm cầm tay, tiến vào. Khải gọi to:

- Có ai trong nhà không? Mở cửa gấp!

Gọi đến ba lần, chẳng có lời đáp lại. Khải hô tiếp:

- Nếu không có ai trả lời, chúng tôi sẽ phá cửa!

Và kèm theo, một loạt AK rống lên gắt gỏng, giội vang trong màn đêm dày đặc. Phá tan cả ổ khóa. Tiếng nổ làm rung cả ngôi nhà. Nghe cả tiếng loảng xoảng rơi vỡ đồ đạc bên trong. Khải Rỗ và Thành, nhanh chóng lách người vào trong, bấm đèn pin, lục lọi một hồi. Tôi đứng canh phía ngoài, chờ đến sốt cả ruột. Lúc sau, thấy Thành ló đầu ra, giúi vào tay tôi một cuốn vở.

Tôi hất hàm gặng hỏi. Thành cười, bảo:

- Thơ! Thơ tình của lính ngụy đấy!

Tôi trố mắt, quát:

- Sao mi lại lấy của người ta!?

Thành cười:

- Tau có lấy chi mô! Chỉ lấy cuốn sổ này, xem tâm trạng của người bên kia chiến tuyến. Càng hay chứ sao?!

*

Phu bổ dừa, làm nước mời bọn tôi uống. Thấy người đàn ông còn trẻ, lầm lì ngồi giường bên, đang viết gì đó, tôi vội đến mời anh sang. Anh ta ngại ngùng từ chối. Tôi cầm chặt tay anh ta, nói:

- Đừng ngại! Chúng ta đều là bạn cả!..

Phu như thể đã hiểu nhau từ trước, nhanh miệng giới thiệu với chúng tôi:

- Đây là anh Đông, chồng em! Ảnh vừa trên trại cải tạo Dốc Đót về...

Tôi chợt nhớ ra, hỏi:

- Bác sỹ à?

Đông khúm núm chắp hai tay:

- Dạ! Đốc tờ!

Tôi nhanh chóng bắt chuyện, và đẩy cốc nước dừa sang Đông:

- Trên trại, có đông không?

- Dạ! Có đến bảy, tám trăm người! Đông khẽ khàng trả lời.

- Ăn uống thế nào?

- Dạ, cũng tạm được ạ! Đông trả lời mạnh dạn dần.

- Trên ấy, ngày phải làm gì? Các anh được đối xử ra sao?

- Dạ học chính trị, chính sách, khai báo lý lịch. Em còn tham gia vào đội y tế, khám và chữa bịnh cho tù nhân ạ. Các anh bên đó, đối xử với tù nhân rất tốt ạ!

Tôi bóc thuốc mời, anh ta bảo không hút thuốc. Như sực nhớ điều gì, tôi vội hỏi:

- Nghe nói, anh làm thơ hay lắm?

Đông giãy nảy:

- Không! Ai bảo với các anh?

Phu cười xuề xòa:

- Là em... mách đó!

Thấy khuôn mặt Đông ngày một vui thêm, Thành lấn sâu thêm:

- Cậu viết bài thơ "Đêm Bồng Sơn" rất hay! Mình rất thích câu thơ *"Ta giết nhau bằng viên đạn/ Ta thương nhau băng mũi kim/ Đêm Bồng Sơn lửa khói/ Nhức nhối cả tim mình!"*

Thành nói chưa hết câu, Đông đã đứng bật dậy. Anh chắp tay vái Thành mấy cái, cười nói:

- Ui cha! Răng các ông thuộc thơ tui tài rứa?

Tôi hỏi:

- Anh viết bài thơ trong trường hợp nào?

Ngẫm nghĩ một lúc, rồi Đông kể:

- Tháng trước, hai bên còn đấm đá nhau. Bệnh viện dã chiến trung đoàn 40 của em, đặt tại Trường trung học Bồng Sơn. Một đêm, nghe tiếng súng nổ dữ dội. Em được lệnh ra vùng chiến địa, chỗ gần sân bay Thiết Đính, để cứu thương. Trên bãi chiến trường, thấy lính Việt Nam Cộng hòa chết 4 người. Nằm bên cạnh, có hai ông Việt cộng bị thương rất nặng. Một người bị thủng bụng, lòi cả ruột ra ngoài. Em và cậu y tá, tiêm trợ lực, rồi băng bó cho các ông ấy. Và gọi cho xe, chở về trạm. Tình cảnh chiến trường ám ảnh em mãi. Cũng là con dân nước Việt, những chàng trai trẻ, trong đó có em, bị đẩy về hai phía cuộc chiến. Và nổ súng vào đầu nhau. Đêm hôm sau, trằn trọc không ngủ được, em liền cầm bút viết liền bài thơ đó...

Tôi khen bài thơ ý tứ sâu xa, mới mẻ. Anh ta cảm ơn, và thấy vui ra mặt. Chúng tôi chuyện trò, như chưa từng ở hai chiến tuyến.

Cuối buổi, vợ chồng Phu tiễn chúng tôi ra về. Đông không quên đưa thuốc cho tôi, và dặn dò kỹ lưỡng cách uống. Tôi rút tiền ra trả, nhưng cả hai vợ chồng Phu đều kiên quyết lắc đầu, không chịu nhận...

*

Hôm sau, từ Hà Nội, Thành gọi điện vào cho tôi, nói:

- Vợ chồng Phu nay định cư tại Washington. Phu có điện về hỏi thăm mày. Nó nói định về nước, và xin lại tập thơ của chồng nó...

Tôi bảo:

- Thôi, mày trả lại cho người ta! Và xin lỗi họ đi! Mình sai rồi! Thơ là sản phẩm cho con người, nhưng bản quyền thuộc về tác giả! Họ còn là những người thầy thuốc đáng kính. Có lúc bị đưa vào lính, nhưng vẫn là người thầy thuốc chân chính, chú trọng cứu người, bất kể người bên này hay bên kia!..

Lúc sau, tôi nói thêm với Thành:

- Họ còn là ân nhân cứu mình đó, Thành ơi!

Tôi biết, Thành cũng đang lắng nghe qua điện thoại. Thành là đứa rất thích thơ. Nó giữ tập thơ của chồng Phu, là giữ một kỷ niệm đẹp thời trai trẻ ở chiến trường. Tôi cũng vừa in xong tập thơ "*Chim cu xanh và đá mồ côi*", liền nói với Thành:

- Mình cũng vừa xuất bản tập thơ, sẽ gửi ra cho Thành một cuốn. Và khi nào vợ chồng Phu về Việt Nam, mình cũng sẽ gửi tặng họ một cuốn...

GIẢI PHÓNG PHAN RANG

Thị xã Phan Rang là thủ phủ tỉnh Ninh Thuận, quê hương Tổng thống Việt Nam Cộng hòa Nguyễn Văn Thiệu, cách Sài Gòn chỉ hơn 300 km. Nơi có đường quốc lộ số 1và đường sắt xuyên Việt. Phía bắc, có căn cứ quân sự Bắc Ái. Phía tây có đèo Ngoạn Mục, có đường 27 nối Đơn Dương - Đà Lạt - Lâm Đồng qua đường 20. Còn có các căn cứ quân sự địch hết sức quan trọng: Chi khu quân sự Du Long, án ngự phía bắc thị xã, có sân bay Thành Sơn, có cảng dân sự Tân Thành và quân cảng Ninh Chữ. Phan Rang có nhiều đồi núi, chốt điểm, như: Du Long, Kiền Kiền, Ba Râu, Ba Tháp, Suối Đá...

Lúc này, khắp chiến trường miền Nam, các cánh quân của ta thần tốc theo các hướng, đánh thốc về Sài Gòn. Kẻ địch cũng lập các phòng tuyến vững chắc, quyết tâm đánh tử thủ. Các chuyên gia quân sự cho rằng: Nếu mất phòng tuyến Phan Rang - Xuân Lộc, thì Sài Gòn sẽ không còn. Thấy được điều đó, địch ném vào đây một lượng binh lực, hỏa lực dày đặc và hùng mạnh nhất.

Bố trí và sắp xếp binh lực của Việt Nam Cộng hòa tại Phan Rang gồm có: Lữ đoàn dù số 2, do đại tá Nguyễn Thu Lương, làm tư lệnh; Liên đoàn Biệt động quân số 31, do đại tá Nguyễn Văn Biết, làm tư lệnh; Trung đoàn 4 và trung đoàn 5, thuộc Sư đoàn 2 vừa tái lập; Có hai pháo đội gồm 10 khẩu 155ly và 105ly; Hai chi đội thiết xa gồm 10 chiếc, do chuẩn tướng Nguyễn Văn Nhật chỉ huy. Hải quân, có Duyên đoàn 27 gồm 2 khu trục hạm, một giang pháo hạm, một hải vận hạm, và một số tàu yểm trợ. Không quân, có 3 Phi đoàn ném bom A37, Không đoàn 72 chiến thuật, hai Phi đoàn máy bay lên thẳng, 1 Phi đoàn máy bay trinh sát, một Phi đoàn máy bay vận tải. Tổng số máy bay từ 80 - 100 chiếc. Tất cả binh lực nói trên, được đặt dưới sự chỉ huy của tướng hai sao Tư lệnh Tiền phương Quân đoàn 3 Nguyễn Vĩnh Nghi.

Về binh lực của ta, gồm có: Bộ binh Sư đoàn 3 Sao Vàng, gồm các Trung đoàn: số 2, số 12, Số 141, số 25. Về Pháo binh, gồm có 2 cụm: 36 khẩu 155ly, 105ly, 85ly, Pháo phản lực H12; Tiểu đoàn Pháo cao xạ 37ly gồm 18 khẩu. Như vậy, Sư đoàn không có xe tăng chi viện, buộc phải tự tương tự tác. Và các lực lượng của Quân đoàn 2 chưa kịp vào, lực lượng xe tăng 203 còn rớt lại phía sau.

Để kịp mở màn chiến dịch, Bộ Tư lệnh Sư đoàn 3, cho trung đoàn 2 đánh chiếm quận lỵ Du Long, một số điểm chốt của địch ở hướng bắc. Và cho trung đoàn 25 đánh chiếm một số điểm ở hướng tây bắc, nhằm khai thông cửa ngõ. Cùng lúc, cho vây hãm sân bay Thành Sơn, tạo cho trung đoàn 2, trung đoàn 12 và trung đoàn 141, thọc sâu vào thị xã Phan Rang.

Ngày 11/4/1975, Sư đoàn 3 có thêm sự chỉ đạo của

tướng Trần Bá Khuê, lúc này đã có mặt tại thôn An Quý, trực tiếp chỉ đạo chiến dịch.

Ngày 14/4, pháo binh Sư đoàn 3, giội tới tấp vào các cao điểm khu quân sự địch ở hẻm Du Long. Kẻ địch chưa kịp ngoi lên khỏi công sự, thì Trung đoàn 2 đã đánh vỗ mặt, phá tuyến phòng thủ của Trung đoàn 5, Sư đoàn 2, Liên đoàn Biệt động quân 31 Việt Nam Cộng hòa, đang trấn giữ tại hẻm Du Long. Một tiểu đoàn của Trung đoàn 2 ta luồn sâu vào phía nam, bất ngờ đánh chiếm ấp Ba Râu. Tạo thế khép chặt vòng vây Phan Rang, ngay tại các điểm: Ba Râu, Du Long, Kiền Kiền, Ba Tháp, Suối Đá.

Khi đó, ở hướng tây bắc, Trung đoàn 25 đánh bật các đợt phản kích của Trung đoàn 4, Sư đoàn 2 bộ binh Việt Nam Cộng hòa tại đèo Ngoạn Mục.

Máy bay địch liên tục ném bom bắn phá, đánh sập cầu Kiền Kiền, rồi đổ quân xuống các cứ điểm Kiền Kiền, Ba Tháp, hòng chặn đứng mũi tấn công của Sư đoàn 3. Bọn địch dựa vào những chốt điểm và công sự kiên cố, chống trả hết sức quyết liệt. Bộ đội ta bị thương vong khá nhiều, nhưng cán bộ và chiến sỹ Sư đoàn vẫn kiên cường dũng cảm chiến đấu. Địch buộc phải bỏ một số chốt vòng ngoài, để lui vào phía trong trung tâm thị xã, dọc theo đường Quốc lộ số 1.

Chiều ngày 15/4, Quân đoàn 2 của ta đã vào đến nơi. Sư đoàn 325 đã vào đứng đằng sau đội hình Sư đoàn 3. Lúc này, Sư đoàn 3 tập trung kiềm chế địch ở Ba Tháp, Ba Râu, bàn giao một số cứ điểm cho Sư 325. Và Sư đoàn 3 nhanh chóng điều toàn bộ lực lượng, áp sát sân bay Thành Sơn, thọc sâu chia cắt địch. Sân bay Thành Sơn, nơi bản doanh Bộ Tư lệnh tiền phương Quân đoàn

3 Việt Nam Cộng hòa, bị vây chặt. Ở đó có Tư lệnh Tiền phương Quân đoàn 3 Nguyễn Vĩnh Nghi, chuẩn tướng Sư đoàn 6 không quân Phạm Ngọc Sáng, và cả chuẩn tướng Nguyễn Văn Nhật, tư lệnh Sư đoàn 2 của chúng.

Tư lệnh Sư đoàn 6 không quân Phạm Ngọc Sang phía Việt Nam Cộng hòa, lệnh đánh phá mạnh Du Long, đánh sập hầu hết các cầu, cống phía bắc, nhằm chặn đứng đà tiến quân của quân Giải phóng.

Lúc này, một cánh quân của Sư 325 ta, có cả xe tăng của Lữ đoàn 203, và nhiều xe bánh lốp, chở bộ đội Sư đoàn 3 tiến công dọc đường số 1, thẳng tiến vào thị xã Phan Rang. Địch cho máy bay giội bom, đánh phá ác liệt. Một số xe tăng của sư đoàn bị máy bay địch bắn cháy.

Ngày 16/4, 36 khẩu trọng pháo 155ly, 105ly của pháo binh Sư đoàn 3, cấp tập giội bão lửa vào sân bay Thành Sơn. Rất nhiều quả pháo trúng đường băng, kho tàng, làm cho Bộ Tư lệnh Tiền phương Quân đoàn 3 và quan tướng Sư đoàn 6 không quân Việt Nam Cộng hòa hoảng loạn, tìm cách mở đường máu để tháo chạy về hướng nam. Chúng vượt qua cống số 1, lên Cà Ná. Lúc này, Trung đoàn 12 của ta, đã làm chủ thị xã Phan Rang. Trung đoàn 101 tăng cường, chiếm dinh Tỉnh trưởng, bắt sống đại tá Nguyễn Văn Tú, tỉnh trưởng tỉnh Ninh Thuận. Tên này trước đó, hèn nhát bỏ chạy, nhưng tối 15/4 bị tướng Nguyễn Vĩnh Nghi triệu hồi về dinh.

Trưa 16/4/1975 dưới vườn điều thôn An Quý, thị Xã Phan Rang, khi nghe Trung đoàn 52 đã làm chủ được sân bay Thành Sơn, toàn tổ Quân báo - kỹ thuật - trinh sát Sư đoàn 3, được lệnh của Trưởng ban 2 Nguyễn Khắc Vẽ, mở máy theo dõi tin địch. Lúc này trên trời xuất hiện một chiếc trực thăng liều lĩnh quần lượn soi mói trong làn đạn lửa pháo phòng không của ta. Toàn tổ đang mò mẫm lần tìm tần số của chúng. Khi tôi đang xoay Volum, bỗng xuất hiện tiếng gọi lạ. Tiếng gọi mãi chẳng có ai thưa. Tôi dừng lại nghe ngóng hồi lâu.

"Đại Bàng đâu Chim Ưng gọi?.. Đại Bàng đâu Chim Ưng gọi?.. Chim Ưng gọi Đại Bàng nghe trả lời?"

Lại tiếng rè rè phát ra từ tai nghe.

Lúc đó, Đào Quang Thắng nói với tôi:

- Khả năng dưới đất còn bọn chúng, chưa chạy thoát, nên cho trực thăng đến để bốc. Nhớ bám chặt, dò cho ra điểm đứng của lũ chúng!..

Một lúc sau, cũng trên sóng đó, lại xuất hiện tiếng trả lời thì thào, lúc được lúc mất:

"Chim Ưng đây, Đại Bàng gọi lại! Chúng tôi đang còn 100 cái nón sắt, có mấy con cóc, có một ông hai sao, ông không sao và cả thằng mũi lõ!"

"Chim ưng hỏi, Đại Bàng đang đi về hướng nào? Cho ngay ""Eodi" (Bãi đáp), để tôi cho chuồn chuồn hốt quân?".

Lập tức, tướng Nguyễn Vĩnh Nghi chộp ngay lấy máy bộ đàm của tên truyền tin, nói không ra tiếng: "Nói nhỏ thôi! Lộ hết! Tôi đang đi men theo hàng rào phía nam, lên hướng Ca Rá... Hiện nay Cộng quân đầy rẫy ở khu vực này. Không thể cho Sitmoc (đạn khói). Sẽ lộ ngay! Không cần đâu, chúng tôi sẽ tự liệu lấy! Và tướng Nghi lệnh cho lũ truyền tin khóa máy, không liên lạc nữa!

Nguồn tin đó kịp thời báo cho Bộ Tư lệnh Sư đoàn. Và Tư lệnh Trần Bá Khuê ra lệnh, phải khẩn trương khoanh vùng cho được điểm đứng của bọn địch dưới mặt đất!

Lợi dụng lúc bọn truyền tin của chúng đóng máy, tôi nhảy vào sóng của Chim Ưng (máy bay trực thăng). Sau mấy câu, tôi dẫn chúng đi sóng khác. Tên phi công nói: "Bạn có thể cho tôi một quả xitmoc được không?" Tôn Việt điện thẳng về cho anh Vẽ, anh Phiêu, xin ý kiến. Anh Phiêu nhanh chóng chạy sang tổ đài mang lệnh khẩn của trên: "Các Cậu có thể cho nó một tọa độ phía tây sân bay. Bộ đội ta đốt khói để chỉ điểm cho máy bay. Bộ binh và cả pháo binh đã triển khai, để bắt sống chiếc máy bay này. Đồng thời, nhất định sẽ phát hiện và tóm gọn bọn tàn binh đang lẩn trốn".

Lát sau, trên trời, chiếc trực thăng liệng qua liệng lại, cua vơ mấy vòng, rồi hạ thấp độ cao. Từ máy bộ đàm vang lên: "Bạn đã thấy tôi chưa? Thấy chưa..?"

Chợt ở dãy núi phía tây, rộ lên mấy loạt đạn của bộ đội ta. Chiếc máy bay hoảng hốt chuồn thẳng ra biển.

Khi tôi báo tin này, chẳng mấy ai tin. Họ nói: Làm gì có chuyện, đến cả trăm tên lính Việt Nam Cộng hòa, có cả trung tướng Nguyễn Vĩnh Nghi, lại liều lĩnh nằm sát nách Bộ tư lệnh Sư đoàn 3 Sao Vàng? Ấy vậy, nhưng Ban tác chiến vẫn triển khai Trung đoàn 2 khép vòng vây. Và đêm 17/4 đã bắt gọn toàn bộ Bộ tư lệnh Tiền phương Quân đoàn 3 của Việt Nam Cộng hòa. Trong đó, có cả Trung tướng Nguyễn Vĩnh Nghi, Tư lệnh tiền phương Quân Đoàn 3, cùng Chuẩn tướng Phạm Ngọc Sang, Tư lệnh Sư đoàn 6 không Quân, và cố vấn Mỹ Jave cùng toàn bộ Bộ tư lệnh Quân đoàn 3 Việt Nam Cộng hòa.

Chiến thắng Phan Rang - Xuân Lộc phá toang "Cánh cửa thép" của địch, để đại quân ta tiến về giải phóng Sài Gòn.

Chiến thắng Phan Rang, ta tiêu diệt và bắt hơn 1 vạn quân địch. Thu 40 máy bay các loại, 60 khẩu pháo, hàng chục xe tăng và rất nhiều quân trang quân dụng khác. Xóa sổ Sư đoàn 2 bộ binh, Liên đoàn Biệt động quân 31, Sư đoàn 6 không quân, Bộ tư lệnh Tiền phương Quân đoàn 3...

Và Sư đoàn 3 Sao Vàng là một trong những đơn vị bắt sống tướng Việt Nam Cộng hòa đầu tiên của chiến dịch. Cũng chính nơi đây, sân bay Thành Sơn này, đã nâng cánh cho máy bay phi công Nguyễn Thành Trung và đồng đội anh, lập chiến công vang giội, ném bom xuống phi trường Tân Sơn Nhất, góp phần làm cho chiến dịch Hồ Chí Minh sớm đến hồi kết thắng lợi...

VŨNG TÀU - CẦU CỎ MAY VÀ KHÁCH SẠN PALATS

Cuộc chiến đấu vượt sông Dinh ở cầu Cỏ May, của Trung đoàn 2 trên hướng tiến công chủ yếu, gặp khó khăn ngay từ những phút đầu tiên. Khi chiếc cầu độc nhất cửa ngõ vào thành phố Vũng Tàu bị địch đánh sập, và phía nam cầu, chúng xây dựng một trận địa phòng thủ hết sức kiên cố và lợi hại. Địch bám chắc lấy đầu cầu bên kia, khống chế mặt sông rất chặt. Nhiều lần tiểu đoàn 3 tổ chức vượt sông, nhưng không thể qua được.

Ba giờ sáng ngày 29/4/1975, lợi dụng nước thủy triều lên, địch phải lùi khỏi bãi sú bờ bên kia, tiểu đoàn trưởng Lê Đình Như, bí mật cho hai đại đội và cối ĐKZ vượt sông, nhằm đánh chiếm bàn đạp cho trung đoàn. Nhưng khi bộ đội cập vào được bãi sú, thì trời sáng. Nước thủy triều bắt đầu rút. Tình hình trở nên hết sức bất lợi. Bộ đội ta trơ mình giữa bãi sình lầy, vận động hết sức khó khăn.

Phát hiện ra lực lượng ta đã sang sông, địch tung quân ra phản kích. Những chiếc xe tăng được giấu kín trong các hầm tránh pháo, bắt đầu ngóc dậy, vãi đạn như mưa xuống đội hình của tiểu đoàn 3, và bắn xối xả xuống mặt sông, xuống bãi sình lầy đã cạn trơ.

Trung đoàn ra lệnh cho tiểu đoàn bám chắc trận địa, nhanh chóng đào công sự và đề nghị hỏa lực Sư đoàn chi viện. Chỉ một lát sau, đạn pháo ta đã dồn dập giội xuống đầu cầu bên kia. Lợi dụng pháo bắn, đại đội còn lại của tiểu đoàn 3, tổ chức vượt sông tiếp. Nhưng không được, vì đạn đại liên địch đan dày trên mặt sông. Nhiều cán bộ và chiến sỹ ta ngã xuống trên bãi lầy. Nhưng số còn lại vẫn bám chắc vào bãi đất như rễ đước, rễ sú. Các chiến sĩ đánh địch liên tục suốt bảy giờ đồng hồ. Máu của các chiến sĩ hy sinh loang đỏ trên mặt bùn. Đến trưa, đội hình vẫn không phát triển lên được mặt đường, nhưng bọn địch cũng không đánh bật được họ ra khỏi bãi sú.

Ở hướng vu hồi phía đông, tiểu đoàn 5 trung đoàn 12, được nhân dân giúp đỡ, đã dùng thuyền bí mật vượt qua eo biển Phước Tĩnh, đổ bộ lên bãi cát phía đông, và phát triển về phía nam thành phố.

Trước tình hình đó, thường vụ Đảng ủy Sư đoàn họp, quyết định phải lật cánh, chuyển hướng tiến công. Hướng chủ yếu sẽ là trung đoàn 12. Đây là một quyết định nhạy bén, kịp thời. Vì nếu cứ tập trung lực lượng để vượt cầu Cỏ May, thời gian tiến công sẽ chậm lại, mà bộ đội thương vong nhiều. Trong khi đó, mũi vu hồi Phước Tĩnh với yếu tố bí mật bất ngờ cao, sẽ là một đòn hiểm hóc trong tiến đánh Vũng Tàu.

Lúc đó, địch tin chắc có eo biển, có đầm lầy án ngữ, hoàn toàn không ngờ Sư đoàn 3 sẽ đổ bộ lên hướng đó.

Phía ta, trung đoàn 2 chỉ để lại một tốp nhỏ, bắn nghi binh ở đầu cầu phía bắc.

Việc đổi hướng tiến công chủ yếu, đã kéo theo những thay đổi sử dụng binh lực và hỏa lực của Sư đoàn. Tiểu đoàn 7 đang chuẩn bị trên hướng cầu Cỏ May, được điều gấp về Phước Tĩnh, làm dự bị cho trung đoàn 12. Tiểu đoàn pháo cao xạ 37 cũng được tăng cường cho hướng đó. Tham mưu trưởng Nguyễn Duy Thương được cử đi trực tiếp tổ chức chỉ huy hướng chủ yếu này.

Nhận được mệnh lệnh của Sư đoàn, sở chỉ huy Trung đoàn 12 quyết định huy động thêm thuyền của nhân dân, đưa ngay tiểu đoàn 4 và tiểu đoàn 6 vượt tiếp qua eo biển. Bám sát tiểu đoàn 5 đang thọc sâu vào trung tâm Vũng Tàu. Nhanh chóng đánh chiếm Núi Lớn, chia cắt thành phố và cản phía sau, không để địch rút chạy ra biển. Trận địa pháo được bố trí thành ba tầng: tầng một gồm cối, DKZ, 12ly8. Tầng hai: pháo 105ly, 85ly. Tầng ba: pháo 130ly. Tất cả do phó trung đoàn trưởng trung đoàn 68 Nguyễn Văn Lưu chỉ huy. Vừa yểm hộ trực tiếp cho bộ đội vượt sông, vượt biển, vừa chi viện chiến đấu kịp thời.

Tình hình thay đổi rất nhanh, khi trung đoàn 12 được chuyển thành mũi tiến công chủ yếu. 9 giờ 15 phút, các chiến sĩ đánh chiếm điểm cao 31, và ấp Chí Linh, rồi tiến xuống tiêu diệt cụm quân địch ở trại nghỉ mát Thủy Vân. Để chi viện cho cuộc vượt sông ở cầu Cỏ May của trung đoàn 2 (lúc đó đã trở thành hướng quan trọng), sư đoàn ra lệnh cho đại đội 2 của tiểu đoàn 6, băng qua gò cát rộng gần một ngàn mét, bất ngờ đánh chiếm ấp Phước Thành bên trục đường số 15. Cô lập bọn địch ở cầu Cỏ May với trung tâm thành phố.

Mũi chia cắt lợi hại này, đã làm cho bọn địch đang chốt chặn ở đầu cầu Cỏ May dao động. Nắm chắc thời cơ, Trung đoàn 2 mở đợt tiến công mới lên bờ bên kia sông. Sau một hồi chống cự tuyệt vọng, bộ binh và xe tăng địch rút chạy về cầu Cây Khế. Tiểu đoàn 3 của Trung đoàn 2, được lệnh truy kích. Địch ở cầu Cây Khế tan rã từng mảng, vội rút về Vũng Tàu. Nhưng vừa đến Phước Thành, chúng đã bị đại đội 2 của tiểu đoàn 6, từ hai bên đường đổ ra đánh úp. Hàng loạt xe tăng, xe GMC bị bắn cháy. Số còn lại đạp lên nhau chạy thục mạng về Vũng Tàu.

Các chiến sĩ tiểu đoàn 3 và tiểu đoàn 6 gặp nhau trên mặt đường. Tiểu đoàn trưởng Lê Đình Như ôm chầm lấy phó chính trị viên tiểu đoàn 6 Nguyễn Trọng Ba: "Xin cám ơn tiểu đoàn 6. Nếu không có mũi tập hậu hiểm hóc của các anh, thì bọn lính dù chưa chắc đã chịu rút chạy!"

Nửa giờ sau, hai tiểu đoàn được lệnh phối hợp phát triển tiếp về phía thành phố. Bọn lính thủy đánh bộ địch, định giật mìn phá cầu Rạch Bá, nhưng không kịp. Đại đội 2 của tiểu đoàn 3, đã kịp thời xáp tới. Dùng hỏa lực bắn nát các lô cốt hai bên đầu cầu. 18 giờ, tiểu đoàn 3 chiếm căn cứ hải quân Yên Thế, trong tiếng reo mừng hoan hỉ của đồng bào phường Thắng Nhứt.

Lúc đó, toàn bộ đội hình Trung đoàn 2, đã vượt qua sông đoạn cầu Cỏ May, dùng xe địch thọc sâu vào trung tâm thành phố. Ở phía đông, Trung đoàn 12 cũng chia thành nhiều mũi, tiến thẳng vào thành phố.

Sau khi phân tích tình hình, Sư đoàn trưởng ra lệnh cho pháo binh ngừng bắn các mục tiêu trong thành phố. Đồng thời, chuyển ra bắn chặn tàu biển và khống chế các bến cảng. Cơ quan tham mưu Sư đoàn quy định lại các ký, tín hiệu hiệp đồng, khi đánh vào nội thành. Các bộ phận thu chiến lợi phẩm của cơ quan hậu cần, được điều gấp xuống các hướng. Chủ nhiệm chính trị Sư đoàn cũng kịp thời thảo một bức điện gửi các đơn vị, động viên và hướng dẫn cán bộ, chiến sĩ, những công việc phải làm, khi làm chủ trong thành phố. Đồng thời, phổ biến chính sách dân vận, tù hàng binh, chiến lợi phẩm, nhất là việc bảo vệ các trung tâm kỹ thuật và kho tàng quân sự.

Đã bao lần tiến công dứt điểm một trận đánh, đã bao lần cầm súng xông lên lô cốt cuối cùng của địch trên cứ điểm, nhưng chưa khi nào cán bộ, chiến sĩ Sư đoàn Sao Vàng, lại thấy lòng mình hăng hái và xúc động mạnh mẽ như đêm nay. Nắm chắc địch có âm mưu dùng một bộ phận cố thủ, ngăn chặn, để đội hình lớn rút chạy, Bộ Tư lệnh Sư đoàn ra lệnh cho các đơn vị đồng loạt tiến công vào trung tâm thành phố Vũng Tàu, ngay trong đêm 29 tháng 4, đêm trước của buổi bình minh giải phóng hoàn toàn miền Nam, thống nhất đất nước...

1 giờ 35 phút ngày 30/4, tiểu đoàn 4 nổ súng, tiến công đánh chiếm trường huấn luyện công binh, trường Thiếu sinh quân của chúng. Bọn địch ở đây ngoan cố, chống trả quyết liệt. Nhưng cuối cùng bị bao vây, tiêu diệt. Một số quăng súng, giẫm đạp lên nhau, chạy xuống hướng biển.

Ở phía nam, tiểu đoàn 5, mũi vu hồi của trung đoàn 12, tiến công Núi Bé vào 5 giờ sáng. Chiếm gọn khu đèn biển và mỏm núi phía nam thành phố Vũng Tàu. Diệt và bắt sống hàng trăm tên, thu 30 xe quân sự, trong đó có sáu xe tăng, xe bọc thép.

4 giờ 30 phút sáng ngày 30/4, Trung đoàn 2 tiến công khu vực Núi Lớn, đánh thẳng lên Trung tâm vô

tuyến viễn thông, làm chủ đài ra-đa. Tiếp đó đánh chiếm Bến Đình và điểm cao 236. Đoán được hướng rút chạy của địch, một mũi vòng ra Bến Đá, đánh chiếm bãi xe, bắt sống 500 tên địch, thu 29 xe, có bảy xe tăng.

Trận đánh kéo dài, quyết liệt nhất, ở trung tâm thành phố Vũng Tàu, là trận đánh vào khách sạn Pa-lát. Cũng là trận đánh sau chót của chiến dịch.

Khách sạn Pa-lát là một ngôi nhà cao chín tầng, đứng sừng sững ở mé biển phía nam thành phố. Bọn sĩ quan ác ôn, hầu hết tập trung cố thủ ở đây, nhằm chờ tàu biển vào đón chạy. Nhìn tòa nhà cao đồ sộ, phó tiểu đoàn trưởng tiểu đoàn 6 Lê Anh Kiên, chưa nắm được lực lượng và cách bố phòng của địch ra sao? Ông lệnh cho đại đội 61 đào công sự vây ém, phục bắt tù binh.

Gần sáng, một chiếc xe tăng dẫn đầu bốn chiếc GMC, chở lính từ bãi biển chạy xộc vào đội hình bao vây của đại đội 61. Chính trị viên đại đội Nguyễn Viết Năng, cho bộ đội xông ra bắt sống toàn bộ bọn địch, trong đó có tên thiếu tá Bình. Bình khai, trong khách sạn có khoảng 450 đến 500 sĩ quan và lính. Chúng nhốt dân tỵ nạn ở tầng dưới làm lá chắn, nhằm cản sức tiến công của ta.

Tình hình trên, được báo về tiểu đoàn và trung đoàn. Chính ủy Trung đoàn 12 Trần Hữu Biển, ra lệnh: "Dùng tên Bình kêu gọi địch đầu hàng. Nếu chúng ngoan cố, thì đánh! Phải tìm mọi cách đưa dân ra trước!"

Mờ sáng ngày 30 tháng 4, khi tiểu đoàn 6 điều chỉnh lại đội hình, và tiến hành công tác binh vận, bọn giặc vẫn câm lặng, không chịu đầu hàng. Tiểu đoàn 6 được lệnh nổ súng. Bộ đội liên tục mở nhiều đợt tiến công, nhưng đều bị địch dùng đại liên và lựu đạn đánh bật trở lại.

Trực tiếp chỉ huy trận đánh, phó trung đoàn trưởng Nguyễn Hồng Sơn, cho hỏa lực bắn liên tục 30 phút, chi viện cho bộ đội vượt tường vào tiếp cận, dùng lựu đạn phá cửa tầng dưới, đưa đồng bào ra ngoài. Sau đó, bộ đội vòng xuống phía nam, luồn qua các đường hẻm của khu dân cư, đánh vào bên sườn khách sạn.

Đây là những thước đất đẫm máu. Trung đội trưởng trung đội 3 của đại đội 63 hy sinh, phó trung đội trưởng lên thay thế. Trung đội trưởng trung đội 1 và trung đội 2, bị thương nặng, nhưng vẫn tiếp tục chỉ huy đơn vị diệt các ổ đại liên địch. Chiến sĩ B.41 Đinh Sĩ Cương, bắn bốn quả đạn vẫn chưa diệt được chúng ở tầng tư. Từ phía sau, một chiến sĩ mới của đại đội 62, nhanh nhẹn vác đại liên lên sườn đồi bên cạnh, bắn chi viện cho đơn vị bạn. Hỏa điểm địch bị dập tắt, nhưng người chiến sĩ trẻ dũng cảm đó, đã hy sinh bởi một loạt đại liên khác của chúng.

Ở sở chỉ huy Sư đoàn, giữa lúc mọi người đang căng thẳng theo dõi trận đánh vào khách sạn Pa-lát, thì trưởng ban trinh sát Nguyễn Khác Vẽ thông báo về việc Dương Văn Minh đang kêu gọi ngừng bắn, để bàn giao chính quyền. Anh bật công tắc mở to đài Sài Gòn, cho mọi người cùng nghe.

Lúc đó, cũng là lúc trung đoàn 12, đang tổ chức đợt tiến công mới vào khách sạn Pa-lát. Các tầng khách sạn, lần lượt bị các chiến sĩ Sư đoàn 3 Sao Vàng đánh chiếm. Cuối cùng, không chịu nổi sức ép ngày càng tăng của hỏa lực và bộ binh ta, chúng phải kéo cờ trắng và phát loa xin đầu hàng.

Hỏa lực ta ngừng bắn. Các chiến sĩ đứng chặn ở các

cầu thang, kiểm soát từng tốp địch, đang lũ lượt từ mấy tầng trên cùng bước xuống. Hơn 400 tên, xếp thành hàng dài, từ thềm nhà khách sạn, ra đến cổng chính.

Chiếm được khách sạn Pa-lát, tiểu đoàn 6 đã đập tan cụm quân đầu sỏ, ngoan cố nhất của bọn địch trong thành phố Vũng Tàu.

Đến 13 giờ trưa 30/4/1975, thành phố Vũng Tàu hoàn toàn giải phóng!

NGƯỜI CON GÁI
Ở NGÃ BA XUÂN LỘC

Tôi bất ngờ gặp lại em. Không thể nhớ ngay ra tên em được. Giữa đông đúc những khuôn mặt một thời đạn bom trận mạc, giờ trông vừa lạ vừa quen. Bởi so với những năm tháng gian khổ, khi tuổi mười tám đôi mươi trẻ trung sôi nổi ấy, giờ chúng tôi đều đã lớn tuổi.

Ngày kỷ niệm 45 năm thành lập Sư đoàn 3 Sao Vàng tại Quy Nhơn, Bình Định, Ban tổ chức bố trí ngồi theo bàn tròn, mỗi bàn độ chín, mười người. Lòng ai cũng mừng mừng tủi tủi. Cuộc gặp mặt đồng đội cũ, nhưng thật khó nhận ra nhau ngay. Sau những cái tay bắt mặt mừng, là lắng lại những ngậm ngùi, vì một số đồng đội không trở về, và một số khác đã sớm ra đi...

Tôi cố vui ngoài mặt, nói cười xởi lởi, nâng ly chạm cốc, mừng ngày vui đoàn tụ, nhưng trong lòng không khỏi ái ngại. Đồng đội một thời sống chết trong bom đạn, giờ trông ai nấy lạ hoắc...

Bỗng từ bàn bên, có một người con gái cứ chằm chằm nhìn tôi. Người trông có nét, và còn khá đầy đặn. Tôi cố vắt óc suy nghĩ. Cô ta trước ở đơn vị nào? Đã gặp nhau ở đâu? Nếu chưa gặp nhau, sao cô ta cứ nhìn mình chằm chằm? Hay cô ta đã nhầm với một ai?

Cuối cùng, hình như không chịu nỗi sự thờ ơ của tôi, cô ta bước sang, khẽ khàng, hỏi:

- Anh còn nhớ... em không?

Tôi nhíu mày. Trách đầu óc mình sao quá nông cạn, đến nỗi một thiếu phụ còn giữ được nét đẹp thế này, mà cũng không nhớ nổi! Sau một hồi trân trân nhìn, cuối cùng đành bất lực. Tôi khẽ lắc đầu, vẻ nuối tiếc:

- Xin lỗi!.. Giờ có chút tuổi, không còn nhớ nổi!..

Tôi nghĩ là cô ta sẽ giận, bỏ đi. Nhưng không, cô ta khẽ cười thân thiện. Một nụ cười hiền lành và thông cảm. Hẳn là cô nghĩ rằng, với những người lính trận thuở ấy, sống sót qua được chiến tranh, là vĩ đại lắm rồi! Còn đò hỏi nhớ mọi chi tiết trong đạn lửa, là e quá sức họ...

Nhưng bất giác, tôi thảng thốt. Chính cái cười của cô, hé lộ cái răng khểnh rất duyên, khiến tôi chột dạ! Mình đã gặp người này! Hẳn thế. Nhưng gặp ở đâu, trong hoàn cảnh nào, thì không nhớ ngay được...

Tôi đang lục tìm trí nhớ, thì cô ta chậm rãi nói. Như một kiểu bóc bánh, không vội mở ra tất cả ngay, mà hé dần từng lớp lá:

- Lúc đó, anh bị thương rất nặng...

Hả? Gặp cô ta trong trường hợp mình bị thương? Nhưng suốt cuộc chiến, tôi bị thương có đến chục lần. Thậm chí, nhiều lần bị thương không biết gì, khi tỉnh lại, đã thấy nằm trong Trạm phẫu tiền phương...

- Chân anh sưng vù, đầm đìa máu...

Tôi há miệng nhìn cô ta, như nghe chuyện cổ tích. Lại hiểu rằng, vẫn còn mông lung, chưa thể xác định. Bởi tôi bị thương ở chân cũng đến mấy lần. Đôi khi bị ra máu nhiều, ngất đi...

Cô nàng vẫn chậm rãi gợi ý, vỗ về trí nhớ của tôi. Như thể thời đi học, cô giáo gợi ý cho học trò giải toán khó, bằng những câu gợi mở, từ xa đến gần. Bây giờ, sau mấy chục năm, trí nhớ thời trận mạc cũng bị cỏ thời gian che phủ, tôi thành cậu học trò già chậm nhớ:

- Lúc đó, phòng tuyến thép đã bị chọc thủng. Mắt xích phòng thủ kiên cố bị bóp nát. Đại binh ào ạt lao lên phía trước, theo hướng tiến quân. Địch tan rã từng mảng. Bom rơi, pháo nổ ngút trời... Bom pháo từ phía địch dội xuống, cố chặn bước tiến đối phương. Pháo cối từ phía ta nổ cấp tập, cố ghìm quân địch xuống, để mũi tiến công thần tốc lao đi. Chỗ em gặp anh, là một bãi chiến trường đã gần như im tiếng súng. Xung quanh, ngổn ngang lính ta, lính địch chết và bị thương. Tiếng rên la thảm thiết...

Tôi biết, khi đã phá toang cửa mở, tức vòng tuyến kiên cố bảo vệ Sài Gòn của chúng bị chọc thủng, mặt trận như nước vỡ bờ. Tất cả ào lên. Không để lỡ thời cơ. Trong chiến tranh, thời cơ là vàng ngọc. Để tuột thời cơ, rất dễ trả giá. Các đại lộ chọc thẳng xuống Sài Gòn, xe pháo quân ta thần tốc như nước chảy!

- Lúc đó, chỉ mình em, lại thân gái giữa đây đó xác người. Em 18 tuổi. run lẩy bẩy, lóng nga lóng ngóng. Và rất sợ ma. Người chết thì thành ma, phải không anh?

Tôi thốt giật mình, ngờ ngợ. Đã hình dung ít nhiều

về hoàn cảnh mình bị thương. Nhưng nói ra ngay, nếu sai, sẽ bị hố. Sẽ bị chê là trí nhớ kém cỏi. Nên để em chơi ú tim, lần mở tiếp lớp lá thứ tư của chiếc bánh:

- Anh rên dữ! Thiếu phụ nói tiếp - Cứ nằng nặc đòi uống nước! Em luống cuống, nước ở đâu ta? Lấy nước ở đâu bây giờ? Xung quanh, chỉ toàn là rừng cao su mênh mông, hiu quạnh. Bên cạnh mình, chỉ la liệt xác chết và người bị thương, cùng tiếng rên la mang âm sắc nhiều miền quê khác nhau, của cả hai sắc lính. Ta và địch. Nhưng, âm thanh giội vào tim em, mãi đến giờ vẫn còn vang, ấy là tiếng gọi: "*Mẹ ơi!..*" Bộ đội Giải phóng, khi bị thương cũng khóc ời ời, gọi "*Mẹ ơi!*". Lính Việt Nam Cộng hòa, phút lâm chung, cũng nức nở: "*Má ơi!*" Tiếng lên la đau đớn, thảm thiết dậy cả khu rừng...

- Tôi nhớ rồi! Nhớ rồi!.. Tôi vỗ đùi, reo lên như trẻ con, nắm chặt bàn hai tay người thiếu phụ khả ái - Ngã ba Xuân Lộc! Ngã ba Xuân Lộc! Khi ta chọc thủng phòng tuyến kiên cố cuối cùng, mở toang cửa ngõ vào Sài Gòn!..

Hai chúng tôi ôm chầm lấy nhau, nước mắt ứa ra, miệng cười như nắc nẻ. Tôi cố nhìn người thiếu phụ lúc này, và nhớ lúc đó là một cô gái khá vụng về, giữa chiến trường đã im tiếng súng. Nhưng chẳng thể im được tiếng rên đau đớn của thương binh, từ hai chiến tuyến. Cô không phải là y tá, mà là diễn viên Đoàn văn công của Sư đoàn. Đêm qua, đoàn còn diễn phục vụ cán bộ chiến sĩ trung đoàn 2 giữa rừng cao su. Đây là một mũi tiến quân của Sư đoàn, bị mắc kẹt, bị giam chân, ở một chốt phòng ngự dày đặc hỏa lực của địch. Chốt này nằm ở ngách trái, trong hệ thống phòng thủ kiên cố cuối cùng, dài dằng dặc, từ Xuân Lộc đến Vũng Tàu.

- Đêm diễn cho bộ đội Trung đoàn 2, mà phần đông là thương binh, mãi đến khuya mới dứt. Các anh ấy bị thương nằm chờ chuyển về tuyến sau khá đông, bọn em phải đến từng chiếc cáng cứu thương đông viên. Gần sáng, bộ đội mới để chúng em nghỉ ngơi. Vừa chợp mắt, đã nghe tiếng pháo giội, bom gầm khủng khiếp. Mặt đât nghiêng ngả. Cây cối, đất đá bay rào rào như mưa. Ai cũng tưởng là bị địch tấn công bất ngờ. Bộ đội gấp rút chuyển thương. Nghe có thông báo truyền đi, rằng địch đã ném một trái UPU ở đâu đó. Tấ cả thất kinh. Đây là loại bom gây ngạt khí. Đoàn văn công của em hỗn loạn, mạnh ai nấy chạy ra khỏi tầm ảnh hưởng của bom UPU...

Người diễn viên xinh đẹp xưa dừng lại, khẽ rùng mình, tựa thể không muốn nhắc lại những giây phút kinh hoàng thuở ấy. Nhưng cuối cùng, buột miệng nói tiếp:

- Em và hai đứa nữa trong đoàn, như mấy con thỏ non cắm cổ chạy. Hoàn toàn không biết chi phương hướng. Bỗng gặp một toán lính rất đông, chặn ngay trước mặt. Trong tinh mơ, không biết là ta hay địch. Họ vồ lấy ba chúng em, ấn vào tay mỗi đứa một lá cờ Giải phóng. Và ra lệnh đi đầu toán quân, giương cao lá cờ. Em chợt hiểu ra, đây là toán lính địch, cũng đang mất phương hướng. Chúng dùng ba đứa em, cùng ba lá cờ Giải phóng, làm bình phong để tẩu thoát. Từ xa, lầm tưởng đây là một cánh quân giải phóng, sẽ không bị nổ súng. Nhưng bất ngờ, bom giội xuống toán quân. Kẻ chết, người bị thương loạn xạ. Toán quân rã đám tứ tung. Em nhanh chân tẩu thoát. Một mình cắm cổ chạy về một hướng im lặng phía trước. Không ngờ, lại gặp bãi chiến trường vừa im tiếng súng, còn nóng bỏng và khét lẹt mùi thuốc súng. Ở đó, vô tình em gặp anh...

Tôi nhớ, mình đang ngồi trên xe cùng mấy cậu trong tổ trinh sát, tay ôm chiếc máy truyền tin, thì bỗng nhiên bị hất tung. Chiến trường lúc đó râm ran các loại súng, bom nổ gần, chẳng nghe tiếng. Một chân tôi như bị chém lìa, người rơi vào khoảng không lửng lơ vô định. Tôi lịm đi, máu trào ra ướt sũng ống quần. Khi mở mắt, bốn phía lặng im, đây đó chỉ còn nghi ngút khói. Mùi thuốc súng thuốc bom khét lẹt. Khẽ đưa mắt nhìn quanh, thấy rất nhiều xác lính ngụy nằm các tư thế. Nhiều tiếng rên nổi lên. Rồi như dây chuyền, tiếng rên đây đó nối nhau. Có tiếng la thảm thiết, như thể để báo cho những người đi nhặt xác, rằng mình còn sống, hãy nhanh tay cấp cứu. Nghe âm thanh phát ra từ các tiếng rên, biết là của lính ngụy. Lính ta bị thương có rên theo bản năng, nhưng cố nén. Không thảm thiết như bị cắt cổ, của lính phía bên kia...

Bỗng xuất hiện một bóng người con gái, trong bộ bà ba đen, mảnh mai và yếu đuối, dáng rụt rè và sợ hãi, đến gần chỗ tôi. Tôi bị mất nhiều máu, đã đuối sức. Nhưng cũng kịp phán đoán, có thể cô ấy là dân quân địa phương, đang tìm cứu bộ đội bị thương. Tự nhiên, trong người nổi máu làm nũng, muốn được bàn tay búp măng mềm mại kia nâng đỡ...

- Lúc đó, anh rên dữ! Người thiếu phụ khẽ cười, nụ cười của người mẹ trước đúa con nũng nịu, nói tiếp - "Miệng thều thào: Nước!.. Nước!.." Em hoảng quá, sợ anh chết ngay, luống cuống nhìn quanh tìm nước. Bỗng lúc đó, em co người lại, sợ hãi, rúm ró. Trước mắt, lố nhố trong đám xác chết, cả trong các bờ bụi, lổm ngổm bò đậy, số tàn binh bên kia chiến tuyến. Họ thấy em đang ở bên anh, biết là người của Giải phóng. Họ biết phải làm gì, khi cuộc chiến gần như đã kết thúc. Lúc đầu từng người một, sau hai ba người một, rón rén đến dâng nộp súng đạn, rồi thoát thân. Súng AR15, lựu đạn mỏ vịt, cối cá nhân M79, các băng đạn... Có cả quần áo rằn ri. Chất thành đống. Hình như họ cần thoát thân ngay, nhưng không phải trong trang phục người lính Việt Nam Cộng hòa. Em bối rối, chưa cắt nghĩa được tình huống đó, đã lại nghe tiếng anh giục lấy nước. Em hốt lên, chẳng biết lấy nước đâu!..

Tôi nhớ, lúc đó nhìn cô nàng lóng ngóng và bất lực, tôi bực tức. Người khát đến cháy họng. Tôi chỉ tay về một xác chết anh lính Việt Nam Cộng hòa, ở bên kia, cách chỗ tôi nằm độ năm bước chân, nói nhanh:

- Nước đó!.. Nước đó!..

Theo cái chỉ tay yếu ớt của tôi, chiếc bi đông nước đeo bên thắt lưng xác tên lính ngụy hiện ra. Nhưng ngay tức khắc, thấy mặt cô nàng biến sắc. Người co rúm lại, thần hồn nát thần tính. Cô nàng khuỵu xuống, lả ra như xác chết. Cúi mặt lắc đầu, nói lí nhí:

- Em sợ lắm!.. Em chết mất!..

Quên cả đau, tôi quắc mắt. Nhìn trừng trừng nhìn người con gái run rẩy tội nghiệp. Nhưng bản năng giữa cái sống và cái chết, không cho phép chần chừ, tôi nghiến răng hét lên:

- Cô định để tôi chết, hả?

Có thể, khẩu ngữ tôi lúc đó như mệnh lệnh. Ánh mắt tôi lúc đó như tia chớp. Đã vực cái xác cô diễn viên văn công trẻ tỉnh lại. Cô run run, cắn chặt môi, lần từng bước một cách khổ sở. Xác người lính kia chiến tuyến, đã cứng đơ, nhưng sắc mặt nhăn nhó, hai mắt vẫn mở chong trừng trừng. Tựa hồ hăm dọa, cố không cho cô ta giật chiếc bi đông nước bên thắt lưng.

Cô gái lại gục xuống, bên cái xác như còn sống kia. Tay chân co quắp sợ hãi. Không sao dám sờ động chiếc bi đông. Miệng tôi chợt bất ra tiếng gọi yếu ớt: "Nước! Nước!..", khiến cô ngồi bật dậy, đưa tay giật chiếc bi đông. Nhưng chiếc bi đông cứ trì lại, không cho tay cô lấy đi. Mấy lần giằng co như thế giữa xác chết và cô gái trẻ. Tôi hiểu chuyện gì đang xảy ra. Và hướng dẫn cô trong tiếng ngắt quãng yếu ớt: "Có cái móc thép cạnh miệng bi đông, đã móc vào đai quần. Em lấy ngón tay bóp lại, lôi bi đông ra..."

Giây khắc, tôi thấy cô nhỏm người, quay ù té chạy về phía tôi!..

- Tim em vọt ra ngoài! Hồn vía bay đâu mất! Hai thái dương giật giật liên hồi. Thiếu phụ như vừa thoát chết, kể tiếp - Trong tay em, không tin đó là chiếc bi đông nước!

Người thiếu phụ nhìn tôi cười bẽn lẽn. Có lẽ cô đang hình dung lại giây phút kinh hãi đó. Và không tin mình đã làm được một việc ngoài tưởng tượng. Lóng ngóng mãi mới gỡ được chiếc bi đông nước, từ thắt lưng một xác chết lính trận, mặt mày bặm trợn, quả là trên mức phi thường đối với phụ nữ!

- Được nước rồi, anh cứ đòi uống hoài hoài! Thiếu phụ âu yếm cười, coi tôi thuở ấy như trẻ nhỏ, nói tiếp - Em chỉ dám rỉ cho anh nhấp từng nắp bi đông một. Vì trước đó, người ta đã dặn, với thương binh đang chảy máu, uống nhiều nước, sẽ càng gây mất máu nhiều hơn. Rất nguy hiểm.

Thiếu phụ dừng lại, nhìn tôi cười bí mật, kể tiếp:

- Nhìn ánh mắt, em biết anh lúc đó rất căm hờn. Muốn uống luôn cả con sông Đồng Nai! Nhưng em như mụ phù thủy keo kiệt, khư khư giữ chặt chiếc bi đông trong tay...

Câu chuyện qua đã ba mươi năm, giờ thiếu phụ kể, tôi nghe hấp dẫn như chuyện cổ tích lần đầu được nghe. Nhiều chi tiết tôi đã quên, có chi tiết cô ấy giấu tôi. Dẫu sao, hai chúng tôi đã qua những phút sâu sắc hơn kỷ niệm. Giờ nhắc lại, thấy tươi ròng, như vừa mới xảy ra hôm qua.

- Lúc đó, thiếu phụ nói tiếp - Anh biết không? Em nhìn thấy phía sau lưng anh một quãng, người lính ngụy nhìn em cầu cứu. Anh ta ra hiệu xin tí nước. Người đó bị thương ở bụng, một tay đang đè chặn phần ruột chực lòi ra. Máu me bê bết, dính ướt cả khói bụi, cỏ rác chiến trường, trông rất tội nghiệp. Nhưng đó là một người lính dáng hộ pháp, chân tay trông còn rất khỏe. Đôi mắt anh ta hấp háy cầu cứu, miệng thều thào rất nhỏ: "Cô ơi!.. Cho xin chút nước!.."

Em đưa mắt nhìn anh, dò hỏi. Thấy anh khẽ nhắm mắt, như đồng tình, em liền cầm bi đông nước đi về phía anh ta. Động tác hệt như với anh, rót nước ra nắp bị đông, rồi nâng đầu anh ta cao lên. Khẽ để anh ta dùng lưỡi nhấp từng ngụm. Em không nghĩ có tình huống này. Bất đồ, anh ta dùng hai bàn tay hộ pháp của mình, chộp lấy chiếc bi đông, và giữ chặt lấy. Miệng tu không kịp nuốt. Ừng ực! Ừng ực!..

Anh biết không? Một cái gì bản năng nhanh như điện, em bất ngờ giằng được chiếc bi đông nước từ tay anh ta. Em không muốn anh ta chết! Dẫu sao, đó vẫn là một chàng trai đất Việt, thân dài vai rộng, không thể chết lãng xẹt như thế. Nhưng con hổ trúng thương trong anh ta gầm lên. Ma quỷ trong anh ta xui kiến. Hai mắt anh ta đỏ rực như hai đốm lửa. Sợ quá, em cầm chiếc bi đông, quay người vùng chạy...

Nhưng muộn rồi! Cánh tay dài như vượn, và những ngón tay ma quỷ giờ như chiếc kìm sắt của anh ta, bóp chặt cổ chân em...

Mất đà, em đổ vật xuống đất. Quay ngoắt người dậy, đã thấy chiếc bi đông nước trong hai tay anh ta. Thân nằm ngửa, hai tay bóp chặt đến muốn vỡ chiếc bi đông, dốc thẳng vào miệng. Nước ồng ộc chảy. Đó là cuộc uống nước của ma quỷ! Không phải của người. Em gào lên: "Anh không được chết! Nghe không! Chiến tranh chấm dứt rồi! Đất nước thống nhất rồi!" Nhưng vô vọng, những giọt nước cuối cùng đã hết. Những ngón tay thép của anh ta đã lơi lỏng. Chiếc bi đông trượt xuống bên má, anh ta dạng thẳng chân tay, rồi nằm im. Lát sau, người giật lên mấy cái, rồi lịm đi. Trên nền cỏ, máu tươi chảy ướt lênh láng...

Ngay lúc đó, từ ngã đường đổ vào chiến địa, rộn rập bước chân dân quân, dân công hỏa tuyến, làm nhiệm vụ thu dọn chiến trường. Xe cộ, băng ca, cáng võng đổ xuống. Họ nhanh chóng lật tìm người bị thương còn sống, của cả hai phía chiến tuyến, đưa đi cấp cứu. Em cùng với hai cô dân quân nữa, vật vã một lúc mới đưa được anh đặt vào cáng, rồi đưa lên xe..."

- Giờ thì anh đã nhớ ra cả rồi! Nhớ được cả tên em nữa, cô văn công Sư đoàn trẻ măng và xinh đẹp thuở ấy! Tôi nói - Em đã theo xe, đưa anh về Trạm phẫu tiền phương. Và ở lại đó chăm sóc anh đến ba ngày. Hạnh Vân! Hạnh Vân!.. Cám ơn em! Cám ơn em rất nhiều!..

SAU CUỘC CHIẾN

Thành cho tay vào túi áo, lôi ra một vật gì trăng trắng, rồi vội nhét vào bâu áo tôi, nói:

- Cái Lâm nó gửi thư cho mày đó!

Tôi trố mắt. Cuộc chiến tranh đi qua, biết bao thăng trầm, xương rơi máu đổ. Và cũng biết bao mặt người đi qua ký ức, không thể một lúc nhớ được, gọi tên ngay. Ai đang gửi thư cho tôi?

- Lâm, hả? Lâm nào?

Thành bỉu môi, cười mỉa. Hẳn là cậu ta nghĩ, tôi giả vờ làm bộ...

- Giả vờ nữa! Lâm văn thư, cháu vị Tư lệnh Sư đoàn mình đó! Thành dừng lại một giây, săm soi vào mặt tôi, cười giễu - Đã yêu nhau tha thiết, còn bày đặt ra vẻ xa lạ...

- Lâm cháu ông Tài, hả? Nhớ rồi. Nhớ rồi!.. Nhưng mi nói tau yêu nó khi mô?

- Ai mà biết được cái tổ con chuồn chuồn! Thành hơi gân cổ, cao giọng - Thư đây! Chứng cớ giấy trắng mực đen đây! Nó bảo, nó yêu mi ghê gớm...

Tôi hoài nghi, cười nói:

- Mà tau yêu nó khi mô? Mi yêu nó thì có! Đã có lần, chính tau nghe mi thủ thỉ kể, rằng hồi ở Đồng Đế, Nha Trang, mi sốt rất nặng, Lâm ngồi bên suốt đêm, hát và ru cho mi ngủ đến sáng?

Mặt Thành chợt chùng xuống, ánh mắt gợn buồn. Nhưng cậu ta làm chủ được tình thế, cười rổn rảng, phân bua:

- Thì... có lúc mình ngộ nhận như rứa! Tưởng rứa là người ta đã thương, đã yêu... Nhưng thôi, chừ xem thư đi, hẵng biết nàng đã từng yêu ai!

Tôi nhìn vẻ mặt, và nghe khẩu khí của Thành, cũng hồi hộp trong lòng. Tim đập rộn lên trong lòng ngực. Nửa tin, nửa ngờ. Nửa mừng, nửa lo. Biết đâu, mình cũng ngộ nhận như Thành? Một lũ đàn ông, kể cả khi đã có tuổi, thường mắc bệnh tưởng bở! Tôi cầm thư, nhưng chưa vội đọc, cứ lờ đi và khẳng định, chẳng bao giờ có chuyện đó xảy ra cả!

Thành sốt ruột bật đèn pin, gí sát lại, và giục:

- Thì mi mở ra! Xem đi! Nó yêu mi, thiệt đó!

Tôi chậm rãi mở thư, lòng chẳng mấy tin lời Thành. Để tránh bị hố, tôi tỏ ra khệnh khạng, coi như một trò đùa vui của lính. Nhưng lạ thay, nghe tim đập tức ngực, lòng dạ cứ bồi hồi bồi hồi. Tay cứ lóng nga lóng ngóng mãi mới mở được phong thư tay, không dán bì. Dù trước đó Thành đã đọc, hắn vẫn hồi hộp theo dõi cử chỉ và nét mặt tôi.

Tôi thở dài, thất vọng. Ôi! Tưởng mấy trang kín đặc chữ, lời lẽ yêu đương nồng nàn. Ai ngờ, bức thư chỉ mảnh giấy gấp tư, xé ra từ trang vở học trò. Nhưng, đập ngay vào mắt tôi, là tấm ảnh đen trắng gửi kèm, phóng to bằng bàn tay. Tấm ảnh chụp ở chiến trường. Phía sau là chiến hào và rừng cao su. Trong ảnh, hai gã lính mặt trẻ măng và khờ dại. Họ đứng khoác vai nhau. Xem thường bom đạn chiến tranh. Tôi nhận ra mình là một trong hai người lính đó.

Nhưng tôi chợt buồn. Ở đó chẳng một nét mảy may liên quan đến Lâm. Càng không mảy may liên quan đến cái gọi là tình yêu của tôi đối với Lâm. Thậm chí tôi thấy khó chịu. Lật vội phía sau tấm ảnh, một dòng chữ cũng bất ngờ như chính tấm ảnh: "*Anh Khởi ơi! Em đã phóng tấm ảnh này to gấp 20 lần, trong đợt bị tai nạn đi viện về 2/2003. Anh ơi, khi đau ốm, bị thương, bỗng nhớ đồng đội vô cùng! Cứ sợ mình chết đi, rồi không còn gặp được ai nữa! Hai người anh đã từng cưu mang, chăm chút em, em hằng kính trọng*".

Ý Lâm là gì đây? Sao những lời của em rối rắm, vòng vo khó hiểu. Tự nhiên tôi bần thần. Lật qua lật lại tấm ảnh. Một chút dỗi hờn vô cớ, chen lẫn những kỷ niệm buồn vui thời trận mạc. Mắt tôi nhòe đi, không còn thấy gì nữa. Tôi mường tượng về Lâm, đứa cháu ruột của Sư trưởng, gắn bó ít nhiều với thời trai trẻ của tôi...

Bỗng Thành giục:

- Đọc tiếp đi! Mi đã đọc đến thư mô?

Thành nói và chỉ vào tờ giấy học trò gấp tư, khi nãy tôi kẹp vào giữa hai ngón tay. Tôi lau vội nước mắt. Khẽ khàng mở tờ thư. Nét chữ con gái khá đẹp, mềm mại và nữ tính: *"Em còn giữ bức ảnh của anh, bằng 2 đốt ngón tay. Như thường lệ, và trở thành thói quen trước lúc đi ngủ, em đưa ra ngắm nhìn. Em còn giữ mấy dòng chữ của anh nữa, coi như báu vật: Lâm em! Đừng rên nữa! Anh sốt ruột lắm! Anh nằm đếm từng giọt Xirum rơi... Trời Khẩn! Em cũng đã nói với con em, xin một khoảnh đất họ Nguyễn, đem hài cốt đồng đội về đấy chôn cất. Sớm hôm hương khói, trò chuyện..."*

Tôi bị sốc, lòng dạ bấn loạn, lảo đảo ngồi bệt xuống bên vệ đường kè sông Nhật Lệ. Người tôi nóng ran. Tự dưng rùng mình, ớn lạnh. Cảm giác khó tả. Nửa cảm động vô hồi, nửa thất thần ma ám. Dồn dập, chồng chéo bao câu hỏi đặt ra trong đầu. Sao Lâm viết thư cho tôi, mà như đang nói với người đã khuất? Mình đã tặng ảnh cho Lâm lúc nào? Và mình viết thư cho Lâm ư? Sao Lâm lại biết rõ cả biệt danh *Trời Khẩn* của mình dùng trong chiến trường, nhỉ? Tôi đưa tay vỗ vỗ vào trán, trách mình chưa già mà đã sớm lú lẩn. Nhiều ký ức chiến trường sâu đậm, đã quên sạch. Giờ nhớ ra, nó khuấy động tận tâm can.

Thái Văn Thành thấy tôi ngồi im như tượng đá, chẳng nói năng chi, nó càng được thể. Đưa tay xoa lên đầu tôi, như thể đã bắt được thóp:

- Thấy chưa! Thấy chưa! Hì hì... Hết chối!..

- Thấy chi? Tau có thấy chi mô? Tôi nói, hơi bực bội, vì Thành cắt đứt niềm cảm động đang dâng lên trong tôi.

- Thì nó yêu mi đứt đuôi rồi, còn chi?

Tôi trợn mắt, gầm lên:

- Yêu yêu cái đéo gì! Nó viết linh tinh lang tang, đem ảnh người này ghép chuyện người kia! Tâm thần! Có chữ mô nói yêu tau?

- Ha ha ha! Thành phá ra cười - Cần chi phải viết rõ chữ yêu, thì mới là yêu? Đêm đêm, thành thói quen, đưa ảnh mi lên ngắm nghía, trước khi ngủ. Nó chỉ viết thiếu, là hôn ảnh mi thăm thiết mà thôi! Mà hôn ảnh, thì khác chi hôn người? Đúng không?

Tôi đang bực, lại nhất thời không tìm được lý lẽ chống lại Thành, đành lấp lửng nói:

- Mình thấy trong người khó ở. Thôi, chúng ta tạm chia tay ở đây!

Đêm Nhật Lệ lung linh huyền ảo, nhưng lòng tôi dào lên nỗi niềm bồi hồi khó tả. Day dứt, thương nhớ đầy vơi...

*

Một thời gian dài, tôi lẩn thẩn không tài nào ngủ đươc. Sao Lâm gửi ảnh của ai cho mình? Nhưng tấm ảnh gợi nhắc một thời sâu đậm của đời người đã qua. Có nhiều đêm thao thức ngồi một mình, nhìn lên Trường Sơn thăm thẳm. Nhớ một khoảng trời, nhớ chiến trường đạn bom. Đau đáu, xót xa với hơn 22.000 đồng đội của sư đoàn mình vĩnh viễn nằm lại, hóa thân vào đât nơi đó...

Phải vài tháng sau tôi mới lấy lại hồn vía. Và cố lục lọi tìm tòi trong ký ức, những điều gì có liên quan dính dáng đến bức ảnh và những dòng thư của Thanh Lâm. Tôi bấm máy.

- Alô! Thành đâu? Mi có biết, cái cậu đứng phía trái, đang khoác vai tau, trong bức ảnh mà Lâm gửi đó, là ai không?

Thành cười, nói :

- Rứa mi không biết thiệt à? Chưa già mà đã lẩn rồi chăng?

- Không! Tau chẳng biết! Chẳng nhớ!..

Thành bảo:

- Thằng Đức, bên Ban văn thư Sư đoàn, ở cùng tổ với cái Lâm đó! Thành ngừng một giây, chậm rãi kể thêm - Hai chúng nó yêu nhau tha thiết lắm! Sau đó, Đức bị buộc phải đổi về đơn vị chiến đấu. Và trong một trận đánh ác liệt, Đức đã hy sinh...

À!.. Tính tôi lửa rơm, và có chút đồng bóng. Rất dễ cảm động, cũng rất chóng quên. Rồi sau chiến tranh, lo học đại học, lo chuyện công tác, chuyện vợ con, mọi cái chìm khuất. Kỷ niệm chiến trường, như hòn than ủ dưới tro nóng. Khi gạt lớp tro, nó bùng lên thành ngọn lửa. Giờ nhớ ra rồi!..

Có một lần, tôi về đơn vị, vội sang chỗ Lâm văn thư, nhờ cô nàng đánh máy bài thơ vừa viết. Chợt thấy một nhóm người, đang đứng túm năm tụm ba chụp ảnh. Lâm kéo tay tôi, ấn vào đứng cùng với một cậu cao dong dỏng, trắng trẻo thư sinh. Như khẩn khoản bắt chúng tôi chụp chung với cậu ấy. Lúc đó, tôi cũng chưa biết tên cậu ta, càng không biết quan hệ của họ. Giờ nghe Thành nói, lòng có chút dỗi hờn, thủ phận: Cũng đúng thôi! Cuộc đời của lính trinh sát tụi mình nay đây mai đó, có trở về đơn vị cũng vội vàng, chẳng kịp nuốt trọn miếng cơm, và nhìn rõ mặt ai đâu! Nhưng Lâm trong tôi đâu có nguôi thức? Tôi đã cùng Hoàng vác cô nàng trong đêm tối, chạy khỏi vùng địch, đưa về Sư đoàn bộ kia mà!

Như vậy, đã lý giải được những dòng thư rối rắm, hết sức khó hiểu của Lâm. Về bức ảnh và lời chú giải. Về Đức, người yêu đã chết, và tôi, người còn sống. Giờ thì tôi lờ mờ hiểu ra, Lâm muốn xin một miếng đất họ

Nguyễn, là để đưa hài cốt của Đức về an táng đó, gần gũi hương khói...

Còn tờ thư, liên quan đến một kỷ niệm, mà giờ tôi đã nhớ ra. Tôi bị thương tại ngã ba Xuân Lộc, được chuyển ra Quân y viện 15 Nha Trang. Một buổi trưa, tôi thấy các y tá, hộ lý xồng xộc đẩy một bệnh nhân vào phòng, cách chỗ tôi nằm ba giường. Người đó rên hừ hừ không ngớt. Tiếng rên làm tôi bức bối, khó chịu vô cùng. Có lẽ do tôi bị thương khi trận đánh cuối cùng vào giải phóng thành phố Sài Gòn lịch sử không được tham gia, trong người đã sẵn chuyện không vui. Nên giờ nghe tiếng rên to, càng thêm sốt ruột. Mặc dầu bị bó bột bất động toàn thân, nhưng tôi gắng gỏi cất đầu lên nhìn. Tôi chợt giật mình. Ủa! Ai giống cái Lâm, cháu ruột Tư lệnh Huỳnh Hữu Anh vậy?

Tuy giữa tôi và Lâm chẳng hợp tính hợp nết nhau mấy, nhưng thấy được người trong đơn vị, là mừng lắm rồi! Tôi vẫy cô y tá lại:

- Nhờ cô xem giùm, bệnh nhân vừa vào tên gì? Ở đơn vị nào?

Cô ta đi một lúc rồi quay lại, nói khẽ vào tai tôi:

- Nguyễn Thị Thanh Lâm, Sư đoàn 3!

Tôi đánh liều viết gửi Lâm mấy chữ: "*Lâm em! Anh sốt ruột lắm rồi! Em đừng rên nữa! Anh nằm đếm từng giọt xirum rơi...*" Cuối thư, tôi viết hai chữ lái tên tôi "Trời Khẩn", cốt để xem Lâm có nhận ra tôi không. Một lúc sau, tôi thấy Lâm cất cao đầu nhìn sang phía tôi. Và cũng từ đó đến chiều, cô ta nằm im re, không rên nữa. Tôi vắt tay lên trán, nghĩ, có lẽ cô ta truyền thuốc mệt, hay giận dỗi gì mình chăng? Hay cô bị thương quá nặng? Hoặc những dòng chữ ngắn ngủi của mình, làm cô ta sốc? Hôm sau, người ta chuyển Lâm đi đâu, tôi chẳng biết nữa! Sau đó tôi được chuyển ra Bắc điều trị vết thương, cũng từ đó, tôi và Lâm không gặp lại nhau lần nào nữa...

Tôi nghĩ, không thể có một tình yêu nào, nỗi nhớ nào cao cả, chân thành, thiết tha bằng tình yêu đồng đội! Tôi đã lờ mờ nhận ra như thế, trong trái tim của Thanh Lâm, đứa cháu gái Tư lệnh Huỳnh Hữu Anh, cha nuôi của tôi. Quả thế, không hiểu lý do gì, và sức viết tiềm tàng ở đâu ra, mà sau lần gửi thư này, trong vòng ba tháng, Thanh Lâm còn viết cho tôi đến 12 lá thư. Có bức dài đến 8 trang. Mà thư nào cũng hay, cũng có sức cuốn hút người đọc. Vô tình, nó trở thành những áng văn chương viết về nỗi đau, sự mất mát của người lính sau chiến tranh...

Cuối một bức thư, Thanh Lâm dặn tôi: "*Anh đừng đem thư em, đọc cho mọi người nghe nhé? Bởi cuộc sống bây giờ, kinh tế thị trường bon chen nghiệt ngã lắm. Chẳng mấy ai nghĩ đến người lính, hiểu tâm trạng người lính chúng ta nữa đâu! Đôi khi, họ còn cho chúng ta hâm, mát. Thậm chí, hiểu sai cả những tình cảm tốt đẹp của người lính...*"

Tôi đã không nghe lời Lâm, và đã trả giá. Những bức thư của Lâm cứ rạo rực, thôi thúc trong lòng. Tôi không thể giấu mãi để tự hưởng một mình cái tình cảm thiêng liêng người lính trận, thời đi đánh giặc. Và sướng lên, tôi đã đem đọc những bức thư ấy cho bạn bè văn chương, cho bà con nội ngoại, cho bà con xóm giềng, cả bà con xóm chợ nơi vợ tôi buôn bán. Ai cũng lặng đi, ngậm ngùi xúc động. Thương bao số phận trai thanh gái lịch cầm súng ra trận, đã vĩnh viễn vùi thây trong đất, nằm lại với trập trùng rừng xa...

Nhưng, sau sự cảm động ấy, là sự tò mò. Con người thời nay lạ thế. Rồi những câu hỏi, những lời cật vấn lôgic đời thường ùa đến, khiến tôi không kịp trở tay: "Tui hỏi anh, một phụ nữ có chồng với 3 đứa con, lại viết cho một người đàn ông cũng có vợ và 3 đứa con, những 12 lá thư trong ba tháng, có lá dài 8 trang. Lời lẽ rất chi thắm thiết, gan ruột. Thì đó là tình cảm chi, không yêu đương răng được?" Đây nữa: "*Như thường lệ, và thành thói quen, trước lúc đi ngủ, lại đem ảnh anh ra ngắm nghía*. Rứa có lạ không? Yêu đến nước nớ rồi, còn nói chi nữa, hỉ?"

Cả cậu Thành, bạn thân của tôi, cùng trở về sau cuộc chiến, cũng cả quyết hệt như bà con xóm giềng. Cứ một mực, là chúng tôi đã yêu nhau!..

Tôi không đủ lý lẽ để bác lại ý nghĩ mọi người, nhưng tôi tự thấy phần nào hiểu được lòng dạ, hồn vía Thanh Lâm lúc này. Với em, choán hết cả tâm hồn, choán hết mọi ý nghĩ, choán hết mọi tình yêu, là tình cảm đồng đội, tình yêu đồng đội thời máu lửa! Tình yêu ấy, vượt lên rất xa, rất cao cả. Cao gấp ngàn lần thứ tình yêu trai gái tầm thường của người đời...

Và, mặc kệ người đời suy đoán, lòng riêng tôi lại thắc thỏm, khát khao có một ngày Thanh Lâm ghé thăm. Hai đứa ngồi bên dòng Kiến Giang thơ mộng, lặng im nhìn lên dãy Trường Sơn thăm thẳm xa xanh kia. Ở đó, bao nhiêu đồng đội chúng tôi đang hướng nhìn. Và tôi sẽ đọc cho Thanh Lâm nghe bài thơ "*Bên sông Kiến*", viết sẵn tặng nàng, cùng đồng đội đã mất, trong một ngày gặp gỡ không xa:

BÊN SÔNG KIẾN

Gặp nhau bên sông Kiến
Bâng khuâng chuyện đời mình
Dòng sông quê òa khóc
Đôi mắt chiều rưng rưng

Dòng sông đôi bờ mộng
Thao thức muốn tìm về
Nhìn Trường Sơn thăm thẳm
Hoa lau trắng lời thề

Thôi đừng khóc nữa em
Rừng đang yên giấc ngủ
Mây trắng bay cuối trời
Chỉ mình - ta nỗi nhớ...

HẠNH PHÚC ĐỊNH MỆNH

Tháng 5 năm 1967, ông cụ nhà tôi dẫn Tiểu đoàn 31 Công binh của ông thuộc Binh trạm 32 Đoàn 559, về an dưỡng tại xã Quảng Hòa, huyện Quảng Trạch, tỉnh Quảng Bình. Lúc này, ông là Chính trị viên Tiểu đoàn, còn ông Chu Xuân Diện làm Tiểu đoàn trưởng.

Chú ruột tôi là ông Trần Dụ, đang công tác ở Tỉnh đoàn Quảng Bình. Sớm biết tin, trên đường ra công tác tại Trung ương Đoàn, chú Trần Dụ có ghé lên Quảng Hòa, Quảng Trạch thăm ba tôi.

Được chú tôi chỉ đường, tôi mò mẫm ra thăm ông. Cả đời chưa đi đâu xa một mình cả, lại nghe chú tôi dặn: "Nhớ đi Đường 15 an toàn hơn. Không được đi đường Quốc lộ 1. Và khi đi qua các trọng điểm máy bay địch đánh phá, phải chạy thật nhanh", tôi càng sợ, càng lo hơn.

Mượn được chiếc xe đạp cà tàng của ông chú thúc bá, đạp một mạch lên đường Sơn Thủy, phi thẳng theo đường 15, sau đó đi theo đường rừng ra Bố Trạch và

Quảng Trạch. Xe bị bẹp lốp. Mặc, cứ ngồi trên xe mà đạp. Vì dừng lại sợ máy bay đến đánh, vả lại có thợ đâu sửa xe giữa đường bom đạn? Khi ra đến nơi, thì 2 bánh xe thành vành số 8. Đến sáng hôm sau, tôi theo anh công vụ của ba tôi sang chợ Quảng Hòa thuê sửa. Ông thợ loay hoay mất cả buổi sáng mà vành chẳng lành lặn như trước.

Đang đói, lại thấy thịt hộp lạ miệng, tôi xơi luôn một lúc 2 hộp, còn thấy thòm thèm. Cũng đúng thôi! Cả đời đã thấy thịt hộp khi mô? Nghe ông Diện báo tin: "Ba Khôi cậu đã sang ở nhà mẹ nuôi, chỗ Cồn Nâm, Quảng Minh, Quảng Trạch". Tôi chợt buồn, có hơi hụt hững.

Tối đó, ông Diện kể hết lai lịch về bà mẹ nuôi của bố tôi, và cả lý do tại sao ông lại qua ở bên ấy non tháng rồi. Câu chuyện khá ly kỳ và rất hấp dẫn...

Bà mẹ đó tên là Phùng Thị Nhiệm. Người dân thường gọi tên con là mẹ Hiếu. Bà làm chủ tịch Hội Phụ nữ xã Quảng Minh. Quê của bà ở Thanh Sơn, xã Quảng Thanh, huyện Quảng Trạch. Bà sang lấy chồng ở Cồn Nâm, Quảng Minh, Quảng Trạch. Bên ngoại của bà là gia đình Nho học. Ông thân sinh bà là Phùng Kỳ, một danh y nổi tiếng của Ba Đồn cũng như tỉnh Quảng Bình thời đó. Ông được vua Khải Định vời vào Hoàng cung Huế chữa bịnh. Trong đó, ông có biệt tài chữa bệnh ngoài da, và đặc biệt là làm đẹp da cho Hoàng hậu, Thái hậu và các cung tần mỹ nữ trong cung khuyết. Ông rất được lòng vua, đặc biệt là được lòng bà Thái hậu Từ Dũ. Một số bệnh ngoài da, làm đẹp da, ngoài ông, không một ngự y nào của triều đình làm được. Kinh đô Huế là một thung lũng rộng lớn, một vùng đất khí hậu khá ẩm ướt, dễ sinh các bệnh ngoài da. Rất khó chữa. Nhất là để giữ được nhan sắc tươi ngời cho phụ nữ của các bậc đế vương, cần có phương thuốc bí truyền. Phương thuốc ấy, nằm trong tay ông Phùng Kỳ. Và ông được hết thảy vua quan triều đình Huế và các bậc mệnh phụ phu nhân, cùng các người đẹp trong cung thời Khải Định quý mến. Ông được vời vào Huế chữa từng đợt, rồi ra quê.

Một lần, trong giờ phút chia tay Hoàng triều để về quê, vua sai đưa nhiều vàng bạc, ngọc ngà châu báu, tặng thưởng cho ông. Nhưng danh y Phùng Kỳ lắc đầu từ chối. Bà Thái hậu Từ Dũ áy náy, nói: “Thầy đã giúp triều đình rất nhiều trong việc chữa bịnh cho Hoàng tộc. Trong cung quý hóa chỉ vàng bạc châu báu, mà thầy không ưng. Rứa thầy ưng thứ chi, cứ nói ra, để triều đình lo giúp lại?” Ông Kỳ như mở cờ trong bụng, nhưng lấy vẻ ngẫm nghĩ một lúc, rồi rập đầu lễ phép thưa: “Bẩm Thái hậu, con ở quê xa ngái, ơn nhà vua và Thái hậu, được vào đây cung phụng triều đình. Việc dài lâu, cơm niêu nước lọ bất tiện. Chừ con muốn có một chỗ để nghỉ ngơi sau công việc vất vả...” Bà Thái Hậu khẽ cười, nói: “Rứa thầy nói rõ ra, ta coi nầu?”

Ông Kỳ đánh bạo thưa: “Bẩm Thái hậu, con muốn... được người cho phép công chúa Trần Thị Liên, chắt của người, về nâng khăn sửa túi mỗi ngày...” Bà Từ Dũ nghe thế, lặng đi một lúc. Có lẽ đề nghị này của ông Phùng Kỳ, ngoài suy nghĩ của bà. Suy nghĩ một lúc, rồi bà nói: “Ta biết, thầy đã có vợ con, yên bề gia thất ngoài tê. Nhưng việc của thầy trong ni cũng không có niên hạn. Với nữa, công lao của thầy đối với triều đình không kể hết...” Bà Thái hậu Từ Dũ chỉ nói đến thế, rồi im lặng bỏ đi. Ông Kỳ hiểu, chuyện hệ trọng này, bà Từ Dũ phải bàn bạc với nhà vua...

Ông Kỳ được nhà vua gả công chúa Trần Thị Liên,

cháu gái mình, với điều kiện, ở lại Huế, vì ngoài quê ông đã có vợ chính thất. Đám cưới cũng không tổ chức linh đình. Mãi về sau, khi bà vợ cả ngoài này ốm đau nặng, sợ không qua khỏi, muốn bàn giao cơ ngơi, nên nhà vua đồng ý cho bà Liên ra. Và triều đình Huế, cho đắp một con đường lớn, từ Ba Đồn đi Quảng Thanh, để xe kiệu đưa rước vợ chồng bà công chúa Trần Thị Liên về quê. Đồng thời, cho làm một ngôi nhà gỗ hai tầng rất đẹp, cho vợ chồng công chúa Trần Thị Liên, ở Quảng Thanh. Ngôi nhà cấu trúc theo kiểu nhà quan, trong cung đình Huế. Ngôi nhà mãi đến thời kỳ cải cách ruộng đất vẫn còn. Có lẽ nó bị chia năm sẻ bảy làm quả thực cho bần cố nông sau đó.

Về quê sinh sống cùng hai bà vợ, nhưng ông Kỳ vẫn có vai trò như quan ngự y của triều đình. Thỉnh thoảng ông lại được vời vào kinh chữa bệnh. Nhưng từ đây, mỗi lần vào triều, ông Kỳ được lính tráng phục dịch đi bằng xe ngựa...

Năm đó, ông Phùng Kỳ đã 58 tuổi, còn bà Trần Thị Liên chỉ mới 19 tuổi. Đến cải cách ruộng đất, cả hai bà bị quy địa chủ. Bị đấu tố, đánh đập đến chết. Hiện nay mộ ông Phùng Kỳ nằm ở đồi Thanh Sơn, xã Quảng Thanh, huyện Quảng Trạch. Hai bên tả hữu mộ ông Kỳ, là mộ bà cả và bà hai Trần Thị Liên (tên tục là bà Chồn). Bà Liên gọi quan thượng thư Trần Đình Tùy là bác ruột. Trần Đình Tùy là một vị quan giỏi và thanh liêm, được nhà vua tin trọng, nhưng mất sớm. Bà Trần Thị Liên là bậc cháu, nhưng được vua Khải Định nhận làm con nuôi, nên được thương yêu chiều chuộng mọi bề. Là cành vàng lá ngọc của bậc đế vương.

Bà Liên cũng là trâm anh thế phiệt của họ Trần

Đình. Dòng họ có đến 12 đời làm quan Thượng thư: Thượng thư Trần Đình Túc, thượng thư Trần Đình Tùy, Thượng thư Trần Đình Ân...

Lại nói thêm thầy Phùng Kỳ, sinh hạ được 7 người con (hai đời vợ). Bà Nhiệm là con thứ 2 của ông Phùng Kỳ và bà Trần Thị Liên) được ông Kỳ hết sức chiều chuộng. Nghe nói đi đâu dù gần hay xa, ông đều đưa bà Nhiệm đi theo. Sau này, ông cũng truyền cho bà Nhiệm nhiều bài thuốc đông y gia truyền hết sức quý hiếm, trong đó có phương thuốc bí truyền dưỡng da, làm đẹp da...

Bà Phùng Thị Nhiệm mang dòng dõi quý tộc và tính cách gốc gác người Huế. Đẹp đẽ, thông minh, dịu dàng, nhân hậu mà rất cương quyết với những thói hư tật xấu trong xã hội. Dạo mới về nhà chồng ở Cồn Nâm, Quảng Minh, Quảng Trạch, thấy cảnh các hào lý xã đến cướp không ruộng đất của các gia đình. Bà đã dám bồng cả con vào kinh thành Huế khiếu kiện, làm cho bọn hào lý xã này phải bị cách chức và ruộng đất được trả lại cho người dân.

Trong giai đoạn Cải cách ruộng đất, gia đình bà cũng bị quy sai địa chủ. Một mình nuôi 7 người con, lúc ngược nguồn lên Troóc đi tìm mua khoai sắn, lúc vào tận xứ Đại Phong, huyện Lệ Thủy, mua lác theo thuyền về Nhật Lệ, xuôi theo biển ra Quảng Trạch để làm chiếu bán. Đến thời sửa sai, bà được trả lại thành phần, và còn được làm trong Ban Tòa án huyện Quảng Trạch. Trong hoàn cảnh chồng mất sớm, nhưng nuôi nổi cả một bầy con, đứa nào cũng có học hàm học vị, có của ăn của để, quả là một người phụ nữ tài giỏi…

Chồng bà Nhiệm là ông Nguyễn Thảo, một cán bộ tiền khởi nghĩa. Ông bị giặc Pháp bắt và xử bắn ở núi Hốc Chọ, bên bờ sông Son. Hai anh của chồng là Nguyễn Thiêm, Nguyễn Huệ, cũng là cán bộ tiền khởi, bị địch bắt dìm chết trên sông. Bà Nhiệm có 7 người con, tất cả đều đảng viên, và đều là cán bộ nhà nước. Người con cả là Nguyễn Khắc Hiếu, đang làm Chủ tịch Ủy ban xã Quảng Minh. Đứa con út là Nguyễn Thị Bảy, vừa học hết cấp 3, đang có giấy báo nhập học Đại học Dược Hà Nội. Như thế, Nguyễn Thị Bảy cũng thuộc dòng Tôn thất triều đình Huế xưa...

Ông Diện kể tiếp, bà Nhiệm vẫn giữ phong thái, nói năng của dòng Tôn thất xưa, nhưng lại nhanh chóng đi theo cách mạng, hòa nhập công nông. Bà vận động bà con trong làng, gom góp thực phẩm gạo cơm, tiếp tế cho đơn vị bộ đội đang đóng quân ở đây. Tháng trước, bà cụ sang đây, khi ba Khôi của cháu, sau một đợt sốt rét dài, người suy sụp, xanh xao gầy yếu. Thấy thế, bà trình bày với các đồng chí trong Ban chỉ huy, xin được đưa ba cháu về bên nhà bà, để có điều kiện điều trị, chăm sóc bồi dưỡng, phục hồi sức khỏe. Hình như bà thừa kế được những phương thuốc bí truyền của người cha xưa, bằng cây lá bản địa, chữa bệnh và phục sức có hiệu quả. Nhờ thế, ba Khôi của cháu nhanh chóng khỏe lại...

Cuối cùng ông Diện gật gù kết luận. Đây là một gia đình yêu nước, cách mạng có truyền thống. Năm 1954, Hiệp định Giơnevơ lập lại hòa bình ở Đông Dương, nước ta tạm thời chia cắt hai miền bởi con sông Bến Hải. Có một cuộc di cư diễn ra trên đất nước ta, giữa hai miền Nam - Bắc. Hầu hết đồng bào công giáo thôn Cồn Nâm và Quảng Minh, đều bỏ nhà thờ theo Chúa chạy vào Nam. Nhưng gia đình bà Nhiệm quyết ở lại, bám trụ quê hương, vận động bà con xây dựng cuộc sống mới. Chiến tranh phá hoại bằng không quân của đế quốc Mỹ trên miền Bắc, gia đình bà và làng xóm ở đây không nao núng...

*

Sáng hôm sau, ông bố tôi từ nhà bà Nhiệm quay về. Cha con gặp nhau mừng mừng tủi tủi. Tôi khoe với ông:

- Con có đến 3 giấy gọi vào trường. Giấy thứ nhất gọi đi học đại học nước ngoài (khoa Sân khấu Điện Ảnh). Giấy thứ hai là Đoàn Văn công Bình Trị Thiên tại Hà Nội. Giấy thứ ba là của Trường Trung cấp Mỹ thuật Công nghiệp Hà Nội.

Tôi thông báo xong, hí hửng chờ ông có ý kiến. Nghĩ là ông sẽ rất mừng, và khuyên đi ngành nào. Nhưng không, ông im lặng mãi. Dường như ông chẳng mặn mà lắm. Lại còn nghe cậu Lương, công vụ của ông, nói nửa đùa nửa thật:

- Đi lính thích hơn, Khởi ơi!..

Chiều hôm đó, thấy một bà đứng tuổi, tóc bạc trắng như mây, khuôn mặt phúc hậu, nhanh nhẹn và hoạt bát, đi vào. Đi theo bà, là cô con gái rất trẻ, khoảng 17, 18 tuổi là cùng. Cô đứng khép nép ở hồi nhà. Hai mẹ con mang theo một lô nào bầu, bí, có cả ngao, sò, hàu, và cả bánh tráng nữa. Ba tôi đon đả ra tiếp đón và giới thiệu với tôi:

- Đây là mẹ Hiếu, người đang phục thuốc cho ba. Và đây là cô Bảy, con gái út của mẹ, vừa có giấy báo của Trường Đại học Dược Hà Nội...

Rồi ông nghiêng sang tôi, giới thiệu với hai mẹ con người khách:

- Còn đây là thằng Khởi, con trai tui. Nó cũng vừa

học xong phổ thông. Đã có giấy báo đi học nước ngoài, và cũng có mấy trường trong nước gọi...

Chiều hôm đó, hai cha con tôi tay xách nách mang, dắt dìu nhau theo mẹ con bà Nhiệm sang Cồn Nâm, Quảng Minh. Tôi và Bảy lẽo đẽo theo sau. Hai đứa còn ngây ngô chẳng biết nói chuyện chi cả .

Đường sang nhà bà Nhiệm, phải đi qua bến đò Chợ Mới. Cồn Nâm như một hòn đảo giữa sông Gianh. Nhà bà nằm vào địa thế đẹp, không khí trong lành, mát mẻ. Một cồn đất phù sa màu mỡ, bốn bề, xung quanh nước sông trong xanh bao bọc. Ở đây vừa có nước mặn, nước lợ, nên tôm cá nhiều và ngon. Gia đình bà lại có cất lưới vó, nên lúc nào cũng có thức ăn tươi. Thấy cha con tôi sang, bà con lối xóm mừng vui khôn xiết. Rộn ràng như người nhà đi lâu ngày mới về. Người đem biếu con cua, con cá, người trái bắp, củ khoai... Của quê chân thật và đầm ấm tình nghĩa. Nhà bà Nhiệm giờ chỉ có hai mẹ con. Mấy anh chị đi hoạt động cách mạng xa, lâu thay mới về.

Chiều đó, nhìn ra đằng sau hồi nhà, thấy Bảy đang theo bò bừa đất. Thấy lạ, tôi chạy ra xem, và xin được cô nàng hướng dẫn cho cách bừa. Nhưng khốn nỗi, khi vào bừa, tôi hô đi trái thì bò đi phía phải. Khiến cho người chông chênh nghiêng ngả đến xấu hổ.

Đấy là lần đầu tiên chúng tôi chạm mặt. Và không nghĩ gì xa xôi. Tôi chia tay, lòng chẳng thể nguôi ngoai với những con người giàu lòng yêu thương, sống chân thật như đất đai, như củ sắn, ngọn rau bên bờ sông Gianh ấy.

Tháng 8/1967, bỏ mặc giấy gọi đi học đại học nước ngoài, bỏ mặc giấy gọi của các trường đại học trong nước, nơi yên hàn hơn và hứa hẹn tương lai mai sau, ông cụ lại về dẫn tôi vào lính, khi chưa có lấy nửa ngày huấn luyện quân ngũ. Ông cụ trầm lắng, nhưng tôi hồ hởi ra đi. Đó là định mệnh chăng?

Năm 1971, khi đang trực chiến trên chốt Đá Giang, thuộc chiến trường Hoài Ân, Bình Định, tôi nhận một lúc 10 lá thư từ miền Bắc gửi vào. Có lá viết từ năm 1968. Như vậy, sau 4 năm, những lá thư phải vòng vèo qua các nẻo đường giao liên máu lửa, mới đến được với tôi trên chốt Đá Giang.

Tôi cầm thư lòng dạ bồi hồi, ngổn ngang vui buồn lẫn lộn. Tay run run lật qua lật lại bức thư có đề tên người gửi Nguyễn Thị Bảy với dòng địa chỉ "Quảng Minh, Quảng Trạch, Quảng Bình" Và thư nàng có dòng: *"Anh còn nhớ bà mẹ tóc bạc như mây, sớm chiều sang Quảng Hòa để mang thực phẩm cho bộ đội? Ba anh thường về thăm mẹ. Mẹ thường nhắc đến anh, lo cho anh. Ba anh vừa gửi cho em võng dù và cái bi đông đựng nước. Ba đã nói chi với anh chưa? Em nay là sinh viên trường Đại học Dược rồi. Nếu ngày mai anh lỡ may bị thương, về đã có em chăm lo, nhé..."*. Tôi bồi hồi xúc động. Khấp khởi mừng. Khấp khởi lo. Giữa ba tôi và mẹ của Bảy đã có hứa hẹn gì về hai chúng tôi chăng? Những lời thư của Bảy, đã manh nha về một điều chi đó, mà tôi chưa biết...

Đang xem thư, thằng Tĩnh và mấy đứa chạy đến giằng lấy. Lính tráng trên chốt là vậy. Ai có thư, nhất là thư tình, là xúm đến tranh nhau đọc. Mãi giằng lộn nhau dưới hầm địa đạo, thằng Chiên chụp lấy thư chạy lên trên chốt, vô tình để cho ánh sáng chiếc đèn pin chiếu thẳng lên trời, khiến cho tụi địch bên đồi 32 chộp lấy, tương sang mấy loạt đại liên. Chiên chết ngay tại chỗ. Hai tay đang cầm chặt lá thư cô ấy, máu thấm đẫm bức thư. Tôi gỡ mãi mới lấy được. Giây lát, các trận địa pháo của địch dồn dập chụp lên đầu chúng tôi. Những tia chớp nhoắng nhoằng, xanh lè xanh lét, ma quái. Đạn pháo làm thằng Thủy, thằng Hưng lại hy sinh. Ôi, một bức thư của Bảy, bức thư tình đầu tiên trong đời trai của tôi, đã vô tình cướp đi ba sinh mạng đồng đội! Một cái gì mạng tính định mệnh chăng?

Tối đó, trong hầm địa đạo chốt Đá Giang, tôi viết vội trong đầu mấy câu thơ thế này:

Trên chốt Đá Giang nhận thư em
Lá thư bốn năm ròng mới tới
Thư của lòng thủy chung chờ đợi
Đồng đội giằng nhau xem...
Đá Giang mây trắng bay
Gió chiều như bàn tay ve vuốt
"... Nay em đi học Dược
Mai anh về có em..."
Người ấy có đẹp không?
Chiến tranh chẳng còn nhớ mặt
Chỉ nhớ một lần gặp
Bừa đồng súng khoác trên vai
Bảo họ gửi ảnh vào coi
Làm chi để người ta khổ
Chiến tranh như rứa
Chết rày sống mai
Mấy loạt bom rơi
Năm thằng còn một
Nó còn đọc nốt
Những dòng tình thư
Đồi núi lắc lư
Bàn tay vẫy vẫy
Nhìn ra ngoài ấy
Rồi nhắm mắt xuôi tay

Sáng hôm sau, tôi được về cứ để nhận thực phẩm. Gặp được bố nuôi tôi – ông Huỳnh Hữu Anh - Tư lệnh Sư đoàn 3 Sao Vàng. Tôi đem khoe thư người con gái đó với ông. Xem xong ông giục: "Con viết thư cho cô ấy đi. Và bảo cô ấy gửi ảnh vào xem".

Tôi nói với ông: "Người ta gửi vào mất 4 năm, mình gửi ra 4 năm nữa. Liệu còn sống mà đọc thư không, hả ba? Thôi, đừng làm người ta khổ nữa, ba ạ". Ông cười: "Chết sống cũng có số đó, con ơi!"

Tôi bị thương tại ngã ba Xuân Lộc, gãy xương đùi, phải chuyển đến Quân y viện 15, Nha trang. Bị bó bột, như cứng đơ toàn thân. Thấy anh em thương binh viết thư cho gia đình họ, mình cũng nóng ruột, chỉ tội phải nằm ngửa người, kê vở lên đùi mà viết. Không hiểu trời xui đất khiến thế nào, lại nhớ đến cô ấy. Lại nghĩ, mình không viết thư cho ba mẹ mình, mà cả gan lại viết thư cho người ta, mới lạ chớ! Chẳng biết viết chi, tôi cứ nói lung tung, lộn đầu lộn cuối, giấu đầu hở đuôi: "Bảy em, anh sắp sửa được ra Bắc. Lần này anh chưa thể ghé thăm gia đình và em được. Chắc ba mẹ nhớ anh nhiều lắm. Em nhớ năng lên động viên ba mẹ với nhé..."

Tháng 8/1976, sau gần 10 năm xa cách, tôi từ Trại an dưỡng Nghĩa Đàn (Nghệ An), được trở về nhà. Lúc này, ông cụ nhà tôi đã về hưu. Tôi mang về một đôi nạng gỗ và cả bộ quân phục lấm lem khói đạn, nhiều chỗ vết đạn xuyên thủng. Không ngờ được. Cả hai cha con quăng thân vào chốn đạn lửa, không biết sống chết, nhất là khi tôi chưa một ngày huấn luyện. Thế mà trời đất, thần phật bưng hộ, cả hai đều được trở về. Quả là phúc nhà tôi quá lớn...

Hai cha con gặp nhau, biết bao điều muốn nói,

nhưng không thể nói ra ngay. Hình như cả hai đã hiểu cả rồi, và cứ dồn nén trong lòng. Một hôm, ông đột ngột nói với tôi:

- Cái Bảy, con mẹ Nhiệm ở ngoài nớ, đã ra trường. Đang công tác tại Công ty Dược phẩm Quảng Bình, đóng ở dưới Cộn. Để ba nhắn nó lên chơi...

Có một chút trùng hợp lạ kỳ, như thể có ai sắp xếp. Cũng ngay chiều đó, có anh Xuân, bạn lính ngoài trại thương binh Nghĩa Đàn, ghé lên nhà chơi. Và anh ta bảo, có chị gái làm ở chỗ cơ quan với Bảy. Ông cụ mừng quá, lại giục tôi viết thư mời cô ấy lên chơi. Tôi liền viết mấy dòng, gửi anh Xuân mang về cho Bảy. Thư chỉ vài câu ngắn ngủi: "Bảy em! Anh đã về nhà. Em rảnh thì ghé lên chơi, nhé..?"

Nhận được thư, chiều hôm sau Bảy đã có mặt tại nhà tôi, tại xã Phong Thủy, Lệ Thủy. Nàng đi bằng xe đạp từ Đồng Hới lên. Đây là lần đầu tiên Bảy mới có dịp đến Lệ thủy và biết đến dòng Kiến Giang thơ mộng quê tôi mà bấy lâu nay nàng cũng hằng mơ tưởng.

Nói vậy, nhưng làm sao khỏi phải bỡ ngỡ. Nàng chỉ im ỉm ngồi một góc giường, tay đan len và nói chuyện với bà cụ mình. Ai hỏi chi mới nói, chốc chốc lại liếc mắt qua phía tôi. Tôi biết ý, nhưng lòng bâng khuâng, rộn rạo khó tả. Chẳng biết nói chi, cứ ngồi đánh đàn miết. Hình như tôi cố lấp đi cảm xúc choáng ngợp, trước người con gái lần đầu đến nhà, bằng âm nhạc. Nhớ bài nào gảy bài ấy, gặp toàn những bản nhạc buồn. Với tôi, sự có mặt của nàng ở nhà mình lúc này, cứ như một giấc mơ. Như thể chuyện này đã có đấng cao xanh nào đó sắp đặt từ trước. Và hình như mình cũng đã chờ đợi từ lâu. Trái tim yếu đuối của tôi thốt đập rộn ràng, ngốt ngát trong ngực.

Như chưa hề có thời gian dài xa cách dằng dặc ở chiến trường. Một cảm giác gia đình ập đến, tràn ngập niềm vui và rất ấm cúng. Lòng tôi sống lại kỷ niệm những phút giây ngắn ngủi, nhưng thấm đẫm nghĩa tình quân dân thắm thiết, ở nhà bà mẹ của Bảy ngày ấy. Giờ đây, khi thấy Bảy, tôi càng yên tâm và yêu quý nàng hơn, và coi nàng như người nhà vậy.

Hôm sau, hai đứa đèo nhau xuống thị xã Đồng Hới. Và hẳn nhiên, tôi không quên mang theo hai chiếc nạng gỗ, vật bất ly thân, của hồi môn của người lính trận có được sau chiến tranh. Dĩ nhiên, con đường dài 50 cây số nham nhở ổ gà ổ trâu, nàng buộc phải chở tôi như chở đứa con. Mùi hương con gái ngược gió, phả vào mặt tôi thơm nức. Tôi bất giác, muốn đưa hai tay, ôm quàng tấm lưng thon của nàng. Như bao chàng lính khát khao sau trận mạc. Nhưng thấy nàng còng lưng cong cổ đạp đến tội nghiệp, nên nén nhịn. Biết không thể giúp gì được cho nàng, tôi đành kể chuyện chiến trường, chuyện đánh đấm lung tung, cho nàng quên mệt...

Xe chở đến Công ty Dược phẩm Quảng Bình, đóng tại đồi Mỹ Cương. Phòng riêng của Bảy nhỏ nhoi, lại ở cùng một chị cùng quê Lệ Thủy với tôi. Tôi gọi chị bằng o, nghĩa là người lớn tuổi hơn mình rất nhiều. Chồng chị hy sinh ở chiến trường.

Đêm đến, Bảy ngủ chung với chị, còn để dành một giường riêng cho tôi. Khuya, thao thức không tài nào chợp mắt được. Phần thì lạ nhà lạ cửa, lạ hơi người. Phần thì tôi cứ bồi hồi nhớ đến cảnh đã ròng rã 10 năm còng lưng nằm võng, ngủ hầm, nằm bờ nằm bụi, phơi đất nằm sương ở chiến trường…

Sáng hôm sau, ông cụ và cả cô em gái của tôi,

từ Lệ Thủy vọt về Đồng Hới, bàn tính chuyện ra Côn Nâm, Quảng Minh, Quảng Trạch, để thăm gia đình Bảy. Đường xa, qua ba đò bảy giang, tôi đau chân do vết thương chưa lành, người đang gây gây sốt, sợ giữa đường sinh chuyện, thì khó khăn thêm. Bảy đành gửi tôi lại cho chị đồng hương dược sỹ chăm lo giúp. Còn mình ông cụ và Bảy, đèo nhau dưới cơn mưa rét cắt da cắt thịt, lầm lũi vượt sông Gianh, qua chặng đường đê, qua bến đò Quảng Văn, để về nhà.

Tôi ở lại trong căn phòng bé nhỏ của Bảy, vô tình có dịp biết thêm về nàng. Chị dược tá cùng phòng, đắn đo mãi, cuối cùng cũng bộc bệch. Rằng Bảy người yếu, và thường ốm đau. Hôm trước vừa đi viện về, nghe bảo bị sỏi thận nữa. Tôi nín lặng nghe. Một lúc sau, chị kể tiếp. Có cậu bộ đội cùng quê yêu Bảy lắm. Say Bảy như điếu đổ. Thư từ viết thường xuyên. Nghe nói, hai người bạn bè thân thiết từ thuở cắp sách đến trường. Hai gia đình cũng thường qua lại, coi như mặc nhiên về tình cảm của đôi lứa. Thậm chí, nghe nói bên nhà trai đã có cái lễ *bỏ nhánh nè trước ngõ* nhà gái rồi. Tuần trước Bảy còn khoe, cậu ấy đẹp trai và giỏi thơ văn lắm. Thế mà, không hiểu sao, lại trở chứng...

Trưa chị ấy đi chợ, tôi một mình ngồi buồn, tọc mạch lục tìm mấy quyển truyện để đọc, giết thời gian. Tình cờ, bắt được một tập thư. Tôi táy máy giở ra xem. Đúng thư của cậu ta rồi! Chữ đẹp, văn hay, còn làm thơ nữa. Đúng rồi, Bảy và cậu ta cùng học từ thời cấp 3. Nhà cậu ta ở Quảng Trường, gần bến đò Phú Trịch. Cậu vào Đại học tổng hợp văn Hà Nội, sau đi lính ở biên giới phía Bắc. Thư cũng kể nhiều lần cậu ấy lên Trường Đại học Dược chơi, và ăn cơm lại đó. Đọc thư, có đoạn tôi cũng cay cay mũi. Cơn ghen tuông chợt đến. Tôi muốn vò xé, muốn đốt cháy tập thư này. Cho nó thành tro than, vĩnh viễn không có ở trên đời. Giờ nghĩ lại, hóa ra, lúc đó tôi đã yêu Bảy thật rồi. Có thể tình yêu đã manh nha khi bức thư của nàng sau 4 năm, mới đến được với tôi trân chốt Đá Giang, và vì nó, tôi mất ba đồng đội. Bỗng nhiên, tôi thấy mình cao cả, bao dung, và độ lượng hơn. Thậm chí, tôi hãnh diện rằng, nàng có thế nào thì mới có người đắm say như thế! Tôi chặc lưỡi, thôi kệ, cho qua tất cả. Miễn là ở trận sau cùng, ai là người chiến thắng!

Đêm đó, trời rét cắt da cắt thịt. Mở mồm là sương khói bay ra mù mịt. Một mình một chăn, lạnh chịu không thấu. Giường bên, nghe bà chị rên hừ hử, rồi gọi với sang phòng bên cạnh: "Thắm ơi! Sang nằm với tau cho ấm! Lạnh quá trời! Mi ơi!.. Sang đây nằm 3 người một giường cho vui... Cho eng lính nằm giữa, 2 đứa miềng hai bên?" Phòng bên vẫn im ắng, không lời đáp lại, dường như họ đã ngủ say cả rồi.

Tưởng đùa, ai ngờ hóa ra thật. Chị ấy lần sang rúc vào chăn, và ôm chặt cứng lấy tôi, thầm thào: "Lạnh chết mất! Chết mất!.." Dù chị ấy lớn hơn tôi đến 10 tuổi, và tôi đã gọi bằng o. Nghĩa là ngôi thứ đã phân chia rạch ròi. Thế mà tôi thẹn đến chết được. Nằm quay mặt vào tường, người co quắp, tôi khum lại như con tôm. Hơi thở chị nóng ấm phả vào gáy tôi. Hai chiếc chăn phủ kín hết toàn thân hai người. Hơi nóng hòm lại không thoát ra được. Nóng đến nỗi, một lúc sau, mồ hôi vã ra như tắm…

Chợt nghe tiếng gõ cửa lốc cốc, dồn dập. Như bừng tỉnh, chị ấy nhanh chóng vung chăn, ngồi dậy, bật đèn. Tưởng ai! Hóa ra nàng Bảy đội mưa đội rét về trong đêm đúng lúc. Đã cứu cho tôi một bàn thua trông thấy. Tôi được giải phóng, nhìn Bảy đầy biết ơn và thương cảm. Ui chao, nhìn nàng run cầm cập mà thương đáo để! Ui chao! May mà chưa lỡ làm chuyện gì dại dột.

Thật may! Tôi cứ nghĩ mãi, không hiểu sao, Bảy vừa mới ra nhà lúc chiều, đêm đã quay vọt trở vô lại? Hay Bảy đã nhớ tôi, đến nỗi vượt mưa rét đùng đùng, để vào với tôi? Hay là có sự xui khiến nào đó của các bậc tiên tổ hai bên? Hay chính linh hồn của mấy cậu Chiên, Thủy, Hưng hy sinh trên chốt Đá Giang năm ấy, đã sắp đặt cho Bảy vào gấp trong đêm. Ôi, việc nên vợ nên chồng hai chúng tôi, mang chất định mệnh như thế!

Tôi trố mắt, hỏi Bảy: "Ông cụ đâu?" Bảy cười: "Rét mướt thế nớ, ông cụ đi chi được! Mẹ em mời ông ở lại, chơi vài hôm. À! Ba viết thư cho anh đây!" Nàng trao thư cho tôi, rồi nhìn tôi cười tủm tỉm. Không biết nàng cười vì lời lẽ bố tôi viết trong thư, hay vì nhìn cái chăn bừa bộn trên giường nằm, hình dung ra cơn khổ sở của tôi trong đêm?

Tôi lướt qua lướt lại bức thư, mắt như nhòa đi. Có thể hơi sương trong người phả ra trong đêm lạnh giá. Cũng có thể do lời lẽ bức thư gây cho tôi cảm động. Thứ tình cảm cha con, chỉ khi xa nhau mới bộc lộ sâu sắc: "Khởi con, ba và Bảy đã ra nhà, sức khỏe vẫn bình thường. Đây là chuyến đi, đã đi vào lịch sử của 2 gia đình. Mẹ và bà con ngoài này rất phấn khởi và vô cùng cảm động với hình ảnh của 2 cha con. Đêm nay bên bếp lửa hồng, cả hai gia đình đã ôn lại lịch sử, tình cảm, những kỷ niệm khó quên của hai gia đình. Những năm tháng ân tình, thắm nghĩa tình quân dân ấy, và cũng đêm nay, cả hai gia đình đã chính thức làm lễ ăn hỏi cho hai con. Lễ hỏi thiêng liêng và trang trọng. Chẳng mâm cao cỗ đầy, chỉ một nồi bắp luộc, mà chuyện trò rôm rả suốt đêm. Ba ở lại chơi vài bữa ba vào. Chúc 2 con vui khỏe, hạnh phúc!

Quảng Minh, Quảng Trạch

Ba của con

Đọc thư, tôi không khỏi phân vân và lo lắng. Biết bao câu hỏi cứ lởn vởn trong đầu, không dám bật ra cửa miệng. Sao ông cụ làm lẹ thế? Mà chẳng bàn bạc chi với miềng cả? Tôi bị thương đã hồi phục đâu? Nghề nghiệp cũng chưa có! Làm thằng đàn ông, chưa nghề ngỗng kiếm ra đồng tiền, thì sao gọi đàn ông? Lấy vợ rồi có con, lấy chi mà ăn đây?

Nhưng mọi sự được ông quyết cả rồi, nói chi được nữa? Có hơi phật lòng với ông, nhưng tôi biết, với ông "Quân lệnh như sơn!" Ông là thủ trưởng, mình là lính mà. Mặt khác, thấy tình thương của ông đối với con cái bao la như trời biển, tôi im luôn. Hơn thế, tình thương yêu chân thành, cao cả, của gia đình Bảy và Bảy đối với tôi, hết sức to lớn và cảm động. Tôi nhận ra, cả hai phía gia đình, đặt niềm tin mãnh liệt vào hạnh phúc chúng tôi. Nó xuất phát từ niềm tin vào ba tôi, vào tôi, những người lính Cụ Hồ đi qua cuộc chiến tranh máu lửa trở về, sẵn sàng chấp nhận, bỏ qua những thủ tục rườm rà. Sau này, mỗi khi nghĩ đến ông, nghĩ đến gia đình ngoài đó, tôi ngậm ngùi trào nước mắt...

Hình như, hiểu được nỗi lo của tôi, cả về sức khỏe, tiền đồ, tương lai, sự nghiệp, ông nhanh chóng ra Bộ Tổng Tham mưu, và Bộ Giáo Dục, tìm lại hồ sơ giấy gọi đi học nước ngoài của tôi năm đó. Vậy là tôi được vào thẳng đại học, khỏi phải thi đầu vào. Bộ gọi tôi ra Hà Nội khám lại sức khỏe, để có thể tuyển sinh đi đại học nước ngoài lần tới. Nhưng tôi bị thương, không đủ sức khỏe, họ chuyển mình về Đại học Sư phạm Vinh, cho gần nhà.

Còn đang loay hoay ở Nghĩa Đàn, Nghệ An, để làm chế độ chính sách thương tật, thì ba tôi đột ngột xuất hiện. Nhìn ông tiều tụy, hốc hác đến thương. Ông bảo đi đường đau bụng rất dữ dội, có lẽ bị ngộ độc thức ăn, cũng may nhờ có bà dân tộc đi cùng xe, thương cho một tý thuốc phiện, nhai vô là cầm ngay.

Hôm sau, ông lên Ban Chỉ huy xin cho tôi về phép. Tưởng làm gì, hóa ra là chuyện cưới vợ của tôi. Ông nghiêm trang, bảo: "Đã sắp đặt, ấn định thời gian cả rồi. Không thể chậm trễ nữa!"

Nghe ông nói, tôi buồn vui lẫn lộn. Vui vì sắp cưới được Bảy, người con gái giỏi giang dễ thương trời ban cho tôi. Buồn vì mình sắp làm sinh viên, cưới vợ khi còn đi học, bạn bè cười chết! Tôi ấp úng nói xa gần với ông, nhưng ông kiên quyết lắc đầu. Cuối cùng, tôi nói rõ ý, là muốn thư thả vài năm, vì tôi với Bảy còn quá trẻ, hai bàn tay trắng. Ông điên tiết, làm mặt giận tôi khủng khiếp. Hình như ngày giờ đã chọn, với ông là bất di bất dịch! Sau lời qua tiếng lại, cuối cùng, tôi bị ông khuất phục, bởi vẫn "Quân lệnh như sơn!". Cha con dắt díu nhau về quê để tổ chức lễ cưới.

Hôn lễ của hai chúng tôi, được tổ chức tại nhà trai ở Lệ Thủy, không thể tổ chức ở nhà gái theo tục lệ được. Vì ngoài ấy, bác của Bảy mới mất, chưa qua ngày mãn tang. Một số thủ tục cũng phải cắt bỏ bớt. Ngay thủ tục đưa dâu, rước dâu cũng hủy luôn. Nói vậy, nhưng ông già tôi phần thương con, phần muốn tỏ ra một gia đình bề thế, phần muốn đón tiếp gia đình bên ngoại cho đường hoàng chu tất. Vì đây gia đình ân nhân, hết lòng thương yêu ông và cả con trai ông, nên lễ ra mắt tổ chức rất lớn. So với thời điểm ấy, thì đám cưới của tôi to nhất làng. Theo cách nói bây giờ, thì có thể gọi là đám cưới của bậc đại gia rồi. Có đến 60 mâm cỗ, nhà tự làm thịt lợn. Bà con nội ngoại, bạn bè đông đúc. Ngoài nhà gái vào dự cũng khá đông đúc. Những anh chị và các cháu từ Hòn Gai cũng vào đầy đủ. Cưới xong, ba cha con dắt dìu nhau ra nhà, ra mắt họ hàng và bà con lối xóm ngoài đó, theo phong tục...

*

Thế là cả đi học, cả sinh con đẻ cái. Tất cả mọi vất vả, đều trên vai một mình Bảy. Tính tôi ham chơi, lông bông với đàn ca sáo hát và thơ phú, chưa biết chi trụ cột gia đình. Có lẽ do mình lúc đó còn là sinh viên, vẫn thuộc lớp người ăn chưa no lo chưa tới chăng? Đến nỗi ngày vợ đẻ, vẫn ở lại trường theo việc chung, không chạy về vài hôm, xem mặt con thế nào. Nói của đáng tội, lúc đó tôi là nhân vật chủ chốt các tiết mục văn nghệ của lớp, là đội phó văn nghệ, đang sắp xếp chương trình Nghệ thuật Kỷ niệm 20 năm trường Sư phạm Vinh. Cũng thời gia này, vợ tôi đã mua nhà riêng tại Huế, tìm mọi cách để tôi chuyển vào học Đại học Huế nhưng tôi vẫn không chịu. Tôi bận bịu túi bụi, không thể bỏ về lúc vợ sinh con đầu lòng. Giờ nhớ lại, thấy mình quá ấu trĩ và vô tâm, chưa biết chi chuyện làm cha...

Hai đứa cũng gặp may. Tôi ra trường lại được về quê dạy học. Làm anh giáo dạy văn trường huyện, cách nhà dăm ba cây số xe đạp. Bảy cũng được chuyển về làm công tác kiểm nghiệm, tại Công ty Dược phẩm Lệ Thủy gần nhà. Thời đó, vợ chồng được nấu nồi cơm chung ăn đi làm, quả là diễm phúc hiếm có. Đa phần các gia đình cán bộ nhà nước, bị xé lẻ mỗi người mỗi nơi, ai cũng cơm niêu nước lọ, thêm con cái, đồng lương thiếu hụt trăm bề. Tôi và Bảy hàng ngày có nhau, ăn cơm nhà đi làm, quả là thuận lợi trời cho.

Thời gian đầu về dạy học, lương giáo viên ba cọc ba đồng, cuộc sống èo uột, bấn túng. Phần lớn giáo viên vùng này, sau giờ dạy phải đi đánh chài kéo lưới, hoặc làm ruộng tự túc lương thực. Những năm sau giải phóng, khó khăn chồng chất khó khăn. Sống bao cấp tem phiếu, gạo hẩm sắn mốc, dầu củi khan hiếm. Ai cũng tranh thủ ngày nghỉ, tìm cách làm thêm để lo lót cuộc sống. Vợ chồng tôi ngày chủ nhật lên rừng hái củi, hoặc xuống tận Hồng Thủy, xuống phá Hạc Hải làm ruộng tự túc. Thấy gia đình tôi vất vả, bà ngoại thường ra vào tiếp tế lương thực, thực phẩm. Ai cho đồng nào, bà cũng cắp nắp dành dụm, mang vào cho vợ chồng tôi.

Bảy của tôi rất giỏi. Có thể trong gjen của nàng, mang dòng máu chịu khó của bà mẹ, tìm trong thị trường lối ra cho cuộc sống bế tắc của gia đình. Ngày xưa, khi chồng mất sớm, một mình bà với bảy đứa con, bà đã lên rừng xuống biển, mua qua bán về, để có đồng dư dật nuôi con. Kể cả việc bươn chải vào tận Lệ Thủy để mua lác về dệt chiếu bán. Giờ đây Bảy cũng thế, cái khó ló cái khôn. Nghe nói thời còn sinh viên Đại học Dược phẩm ở Hà Nội, nàng đã biết chuyện kinh doanh buôn bán lặt vặt, để có thêm đồng tiền ăn học. Mỗi lần nghỉ học từ Hà Nội về, nàng đã biết mua lưới đèn măngsông, áo quần, giày dép, về bán trong quê. Ngược lại, sau khi nghỉ, từ quê đi ra, nàng mua cá khô, khuyếc khô, mực khô, nước mắn ra bán ngoài kia. Cũng kiếm được khá tiền. Thời ấy đi học mà nàng tậu được chiếc xe đạp *Thống Nhất* nữ, là coi như nhà giàu rồi.

Giờ đây, nàng luôn suy nghĩ bàn bạc, nghiên cứu tính chuyện làm ăn, trong khi tôi ngô nghê, chẳng biết chi, lại còn ngại, bàn lùi nữa. Lúc đó, đất nước vừa chủ trương mở cửa. Với câu cửa miệng: "Tự cứu mình trước khi trời cứu" Nhà nhà mở dịch vụ. Nhu cầu uống bia rất lớn, trong khi thị trường chưa có bia ngoại nhập về. Bảy dày công nghiên cứu, làm ra loại *bia khổ*. Tức loại bia làm thủ công, bằng men hoa *húp - long* của công nghệ nước Đức. Bia khổ có vị nồng nồng, chua chua, uống giải khát rất hay. Không có bia sản xuất trên dây chuyền công nghiệp hiện đại, thì bia khổ là sự lựa chọn của người dân ít tiền. Vốn là kiểm nghiệm dược lâu năm, lại học thêm khoa chế biến dược liệu, tay nghề giỏi, nên quá trình sản xuất bia khổ của Bảy hết sức nghiêm ngặt. Vì thế, được khách hàng ưa chuộng và tin tưởng.

Xưởng bia của nhà chúng tôi, chẳng mấy chốc, đã đông kín người. Các nhà hàng ăn uống chen chúc nhau đặt bia. Bia làm ra không kịp nhu cầu. Từ 4 giờ sáng, gia đình tôi phải dậy sớm xuất bia. Công việc tối mặt tối mũi. Bảy còn còn sản xuất nước ngọt có ga nữa. Ngày ấy sản xuất và buôn bán cũng bị kiểm tra, cấm đoán đủ điều. Nhưng hãng bia của nhà tôi chẳng ai hỏi đến. Có lẽ đây là hãng bia đầu tiên của huyện nhà, theo dõi thấy có chất lượng tốt, nên người ta đang khuyến khích. Mặt khác, họ thấy tôi là thương binh, giáo viên, con gia đình cách mạng nòi, nên lơ đi cho chăng? Đã thế Công ty Dược phẩm Lệ thủy còn hợp đồng với Bảy, để liên doanh sản xuất Bia, nước ngọt, rượu B1 và cả cao Khỉ, cao Hổ cốt nữa chứ...

Một thời gian sau, thằng bạn lính, nhà thơ Đào

Quang Thắng từ Bắc Ninh vào thăm gia đình tôi, bày cho cách làm pháo Tết. Tôi liền ra ngoài ấy học vài hôm, là vào làm được ngay. Pháo tôi làm nổ tưng bừng, giòn giã, còn hơn cả pháo Bình Đà và Hà - Sơn - Bình thời đó. Vừa làm, vừa thu thu giấu giấu. Ngại nhất là ông cụ nhà mình. Ông mà thấy được, chỉ có mà chết! Trong đầu ông chỉ có xã hội chủ nghĩa, với kinh tế nhà nước và kinh tế tập thể. Không có thứ kinh tế tư nhân chui lủi như chúng tôi đang làm. Cũng may, dạo đó gia đình tôi đã ra ở riêng, nhà gần trường, ông già tôi không hay biết. Khách đặt hàng mua bia, mua pháo tới tấp, làm chẳng còn kịp...

Sau đó tôi vào Đà Nẵng, thấy loại chữ trên các bảng hiệu hơi lạ. Chữ đẹp, trơn, láng, màu tươi rói, khác xa với chữ viết bằng sơn mình thường làm. Mà loại này, ngoài mình chưa từng thấy. Hỏi ra mới biết, đây là giấy đề-can, bóc dán rất tiện. Tôi đánh liều mua ra một mớ, về mở "*Trung tâm Quảng Cáo Trần Khởi*", ở ngay chợ Tréo, huyện Lệ Thủy. Ngày ấy toàn huyện và nhiều huyện khác chưa có máy cắt, và Đà Nẵng cũng chỉ có một cái loại nhỏ. Tôi tự cầm dao loay hoay trổ chữ. Có loại chữ nhỏ 2 đến 3cm. Trổ cả hình người, trổ cả chữ lồng nhiều màu săc. Vừa học vừa làm, vừa làm vừa rút kinh nghiệm. Hồi ấy hầu hết các trường học trong huyện nhà, đều đặt cho tôi trang trí. Mỗi trường vài chục câu khẩu hiệu, 5 điều Bác Hồ dạy cho mỗi lớp, là một khối lượng rất lớn. Tôi làm chẳng kịp, phải thuê và đào tạo thêm người để giúp việc. Tôi làm công khai ngay ở cửa chợ, khách khứa qua lại xem đầy. Có người ghé tai nói: "Ông không sợ họ cướp nghề sao?" Tôi bảo, ai làm được thì cứ làm! Nói vậy, nhưng hơn 10 năm trời cũng chẳng ai học và làm được. Vì đây là nghề thủ công, đòi hỏi phải có hoa tay. Đến khi có máy cắt tràn về, thì vợ chồng mình lại chuyển sang nghề khác. Giờ nghĩ lại ngày ấy, cái việc làm ấy, thật quả diệu kỳ. Tôi là người đầu tiên đưa giấy đề-can về, và làm bảng hiệu đề-can đầu tiên của huyện và cả tỉnh nhà. Và có lẽ nói không ngoa, cũng là người đầu tiên của nước Việt, trổ chữ trên giấy đề-can nhỏ bằng tay với số lượng lớn như thế này.

Từ đó, kinh tế gia đình ngày một khấm khá. Cuộc sống gia đình không thua kém bạn bè, lại còn có cái để dành...

Cảm ơn trời đất, cảm ơn ông bà tiên tổ. Cảm ơn phúc đức ba, mẹ của hai gia đình. Cảm ơn bức thư linh thiêng mầu nhiệm của Bảy, mà tôi nhận được ở trên chốt Đá Giang năm ấy. Bức thư như một định mệnh, rằng: "*Em nay đã là dược sỹ... Nếu lỡ may, ngày mai anh bị thương, đã có em chăm lo...*". Và tôi may mắn có được em, người vợ như trời ban cho, đầy thông minh và đảm lược trong cuộc sống. Chăm lam chăm làm, chịu thương chịu khó, yêu chồng thương con hết mực...

Nhiều lúc tôi nghĩ, phải chăng đây là hạnh phúc định mệnh, cơ duyên trời đất sắp đặt? Là của cải mà Thượng đế ban tặng cho người lính trận trở về?

HƯƠNG QUẾ TRÀ BỒNG

Tôi dừng lại, để mắt khá lâu trên trang mạng của một người con gái có cái nick "Hương Quế" dễ thương! Cái tên như thoảng bay ra mùi hương thơm gợi nhớ. Cái tên làm tôi bồi hồi, nhớ thương day dứt về một kỷ niệm ngọt ngào và cay đắng với người con gái nơi miền tây Trà Xanh, Trà Bồng năm xưa ấy. Lòng ưng rưng, vỡ ra những dòng cảm xúc tuôn trào, kết thành vần điệu. Tôi dè dặt comment mấy câu thơ vào trang mạng cô ấy:

Ta nghe Hương Quế thơm lừng
Nôn nao lại nhớ Trà Bồng, Trà My
Cái đêm bom đạn dầm dề
Quế đắp mồ bạn người đi không đành
Ta về mang khoảng trời xanh
Mang theo Hương Quế ngọt lành đó em...

Tôi bần thần với câu hỏi lởn vởn trong đầu. Hương Quế trong trang mạng ấy là ai, mà gợi nhớ da diết, đau đớn về một Hương Quế đã chết trên vai tôi? Mà sao mình gàn gàn, cả gan làm thơ cho cô ấy vậy? Có phải mình thấy người sang bắt quàng làm họ không? Hay đấy là một cái gì thuộc về tâm linh, không lý giải được, do ám ảnh với Hương Quế Trà Bồng năm xưa? Không biết nữa! Và cuối cùng cũng biết, đó chính là thượng tá, nghệ sĩ nhân dân, ngôi sao điện ảnh Thu Quế nổi tiếng.

Chỉ một lúc sau, tôi lại nhận được những lời hồi âm có cánh của Thu Quế qua tin nhắn thế này: "Cảm ơn nhà thơ - người lính Trần Khởi, đã tặng Quế bài thơ hay! Vốn xuất thân từ một người lính, nên Quế rất hiểu và rất trân trọng những bài thơ của lính. Hẳn anh đã có những kỷ niệm đẹp với đồng đội, với ai đó nơi chiến trường Trà Bồng máu lửa năm xưa? Em rất muốn được gặp anh một ngày gần nhất ở thủ đô Hà Nội, để nghe anh kể về câu chuyện "Hương Quế Trà Bồng" mà anh cứ day dứt đeo đẳng mãi hoài ấy..." Cuối thư, Thu Quế còn cho tôi cả địa chỉ và số điện thoại của cô ấy nữa.

Tôi xúc động thật sự, bởi có người đã hiểu cặn kẽ thơ mình. Đúng hơn là đã chạm đến, và sẻ chia ẩn ức sâu kín trong cuộc đời người lính trận xưa. Có phải có chút gì tâm linh ở đây? Hay Hương Quế xứ Trà Bồng xưa, với Thu Quế đoàn kịch quân đội này, đã nhập hồn vào nhau? Hay trong tôi qúa sâu đậm về hình ảnh cô gái có tên Hương Quế xứa Trà Bồng, đến nỗi, bây giờ có ai tên Quế, cũng nhầm tưởng? Tôi vốn yếu bóng vía, hay gặp đồng đội nằm lại chiến trường trong những cơn ngủ mê, nên đồ như vậy...

Niềm tin mơ hồ và có chút linh thiêng ấy, khiến tôi xếp ba lô vọt đi ngay, dù dạo đó nắng như thiêu như đốt, có ngày lên đến 38 - 40 độ. Ra đến Hà Nội, về nhà thằng bạn lính Thái Văn Thành. Tôi điện thoại cho Thu Quế ngay, và hẹn cô đến nhà cậu Thành.

Tôi đón được Thu Quế ở đầu đường. Ôi! Tôi sững sờ, không thốt nên lời! Là em đấy ư, Hương Quế Trà Bồng? Em sống lại đây sao? Vẫn dáng người cao ráo, thân hình cân đối, da dẻ trắng trẻo. Vẫn mái tóc dài quyến rũ. Vẫn đôi mắt đen trong veo. Chỉ khác Quế Trà Bồng vận bà ba đen, còn Quế này mặc váy. Thu Quế mừng vui, đon đả bắt tay tôi, như người thân lâu ngày gặp lại. Tôi rơi vào cõi thực hư, không phân biệt được thời gian xưa, nay nữa. Bởi trước mặt tôi, hai cô gái tên Quế, đã nhập làm một trong nhau...

Thái Văn Thành hình như không biết điều đó, cứ đứng ngẩn tò te, trố mắt nhìn người đẹp như bị thôi miên. Đúng thôi, vì chuyến tìm đường đó, không có Thành, làm sao cậu ta biết Quế Trà Bồng?

Chúng tôi ngồi vào hai phía bàn trà, uống nước. Cậu Thành vẫn bị mê đắm trước vẻ đẹp quý phái của Thu Quế. Trong khi cô vừa nhấp môi, vừa kín đáo nhìn tôi. Đôi mắt và cái nhìn thân thiết, có phần đắm đuối của Quế Trà Bồng xưa, khiến tôi chột dạ, hỏi:

- Nhìn chi rứa hè? Mình tra hung lắm à..?

Tôi nói như thể nói với Quế Trà Bồng, vì lúc gặp Hương Quế ở đó, tôi mới 22 tuổi. Còn em khoảng 20. Giờ tôi đã ngoài 60 xa. Nói xong, tôi chợt giật mình. Cô Thu Quế này đã gặp tôi bao giờ đâu, sao tôi lại hỏi mình già hung lắm à? Mà đặc sệt giọng trong ấy nữa. Nhưng lạ thay, Thu Quế chỉ đầu cười, nói:

- Nói thật cùng hai anh, mỗi ngày em có đến vài ba cú điện thoại mời của các ông lớn, tướng tá, các sếp nhưng em không đến được, vì công việc quá bận rộn. Thế mà hôm nay, dù chưa biết mặt hai anh, em lại nhận lời. Không biết vì sao nữa!

- Răng nói như linh cảm rứa, em ơi!.. Tôi cười để thêm.

- Thiệt đó anh, em chẳng đùa đâu! Em phải cố tìm đến với người lính. Chỉ mấy câu thơ ấy, mà đêm qua làm em trằn trọc, chẳng tài nào ngủ được. Rạng sáng vừa chợp mắt, bỗng thấy một người lính hao hao giống anh trong ảnh, đang cõng một người con gái máu me bê bết, đi lên một quảng đồi toàn là cây quế rồi mất hút... Mở mắt ra, chẳng thấy ai cả. Người vã mồ hôi, và rồi một trận cuồng phong ào ào ập đến...

Tôi và Thành trố mắt, bởi giấc mơ của Quế như thật. Thu Quế nói tiếp:

- Không hiểu có phải linh hồn đồng đội anh ở trong bài thơ, dẫn em đến đây gặp anh hay không? Và đến đây, ước muốn của em là nghe anh kể chuyện về cô gái có tên Hương Quế, xứ Trà Bồng, nơi một mảnh hồn anh còn gửi lại...

Nghe Thu Quế nói, chúng tôi nổi cả gai ốc. Lạnh buốt sống lưng. Đầu óc chăng lâng, chao đảo như bập bềnh bay vào chốn không gian xưa xa xôi. Và rồi, hình ảnh người con gái giao liên có tên Trần Thị Hương Quế nơi chiến trường Trà Bồng, Quảng Ngãi, lại hiện về như những thước phim quay chậm...

*

Mùa hè năm 1968, đoàn chúng tôi trong đó có Tư lệnh Sư đoàn 3 Sao vàng Huỳnh Hữu Anh (ông còn các biệt danh khác: Tám, Tài, Quang), anh Phong y sỹ, anh Thực, anh Lâm và tôi, sau mấy tháng vượt núi băng rừng thì chân chạm được đất Quảng Ngãi. Từ huyện Trà My, lần qua Trà Hiệp, đoàn vượt qua sông Trà Bồng thì đến xã Trà Lâm thuộc huyện Trà Bồng. Ở khu vực này, thuộc miền núi, phía tây của huyện Trà Bồng, nơi mà sáng nay địch vừa đổ quân càn quyét, còn sặc mùi bom đạn.

Khốn nỗi, lúc lội ngang sông Trà Bồng, đoàn bị bọn Mỹ phục kích. Đồng chí Quang, đại úy trạm trưởng Binh trạm 38 phía bắc, dẫn đoàn đi vào, đã hy sinh tại đó. Nên bây giờ, đoàn tôi như gà lạc mẹ, chẳng biết đâu mà lần. Phải lần mò đi tìm trạm tiếp theo. Mà bốn bề bọn địch đổ quân, chúng chặn đầu chặn đuôi, súng nổ râm ran. Thật nan giải...

Trời xẩm tối, xung quanh bốn bề mênh mông hiu quạnh. Không một xóm làng. Hình như có địch, vì chốc chốc có vài phát pháo sáng bay lên không trung. Chúng tôi đang tìm đường mò lên một nương rẫy của đồng bào dân tộc, thì cậu Lâm không may giẫm phải chông. Anh Thực phải gò lưng để cõng Lâm. Anh Phong phải bám sát Tư lệnh, sợ ông cũng giẫm phải chông nữa thì khổ. Còn tôi thay Thực đi đầu dò đường. Sợ nhất là những bẫy thò của dân, hết sức nguy hiểm. Nếu vướng vào dây, là cùng một lúc nó phóng ra hàng loạt mũi tên.. Mũi thò đâm xuyên từ bên này sang bên kia. Ai không may vấp phải thò, khó lòng sống sót.

Đang loay hoay, chợt gặp một ông già, người mảnh khảnh, có bộ râu rất dài, nước da trắng trẻo, nhìn chẳng phải là dân miền núi. Tội vội vàng hỏi ông đường về trạm. Ông thở dài rồi bảo:

- Lúc sáng bọn Mỹ vừa càn và tập kích vào trạm. Anh em mình hình như chết nhiều lắm... Họ chạy đâu hết... Từ sáng đến giờ, mình tìm mãi chẳng được.

Cuối cùng, ông dẫn anh em mình về chỗ nhà ông

nghỉ, bọn mình đi theo ông nhưng ai cũng tỏ ra cẩn trọng, thăm dò, tìm hiểu. Ông bảo, cứ nghỉ đây, chắc một vài ngày nữa sẽ có người đến đón...

Nhà ông ta nằm bên rìa núi có con suối nhỏ chảy qua sau hồi nhà. Phía trong có hang đá sâu. Bao quanh toàn rừng núi. Có rất nhiều cây quế. Cả một rừng quế chen chúc nhau mọc, tỏa hương thơm ngào ngạt. Ở đây chẳng thấy dân cư đâu. Tôi hỏi, ông ta bảo:

- Năm ngoái lũ giặc càn lên, xúc dân đi hết rồi!..

Mình hơi ngờ ngợ, buột miệng hỏi:

- Sao chúng chừa ông lại?

Nghĩ ngợi một lúc, rồi ông bảo:

- Bọn tui được du kích hướng dẫn, trốn về trong đêm, nên thoát...

Bước vào trong thấy căn nhà tềnh toàng, chỉ lợp vài tấm lá tranh đã dột nát. Một tấm ván gỗ dùng bàn sinh hoạt. Phía trong chất đầy những bó vỏ quế khô, phía bên trái có một người con gái xinh đẹp, còn trẻ măng, khoảng chừng mười tám đôi mươi, như độ tuổi của tôi. Cô đang ngồi ở bàn khâu vá, đưa mắt lên nhìn và chào bọn tôi. Bọn tôi niềm nở chào đáp lại.

Tư lệnh hỏi ông già:

- Đây con gái của Bác à ?"

Ông ta ậm ờ:

- Ừa!..

Rồi bỗng ông đột ngột đổi giọng:

- Là... bà xã tui đó!..

Bọn tôi ồ lên đồng loạt, xuýt xoa:

- Bác có vợ trẻ, đẹp thế!

Tư lệnh Quang lại hỏi tiếp:

- Năm nay bác bao tuổi rồi?

Ông ta gãi gãi đầu, cười cười hỏi lại:

- Các ông đoán xem, tui bao nhiêu nào?

Người con gái ngước mặt lên nhìn bọn tôi rồi cũng cười. Không hiểu cô ta cười chuyện gì. Quả thực, bọn tôi cũng có thể đoán được, nhưng lúc này cũng thật khó nói. Nói tuổi quá lớn cũng không được, nói tuổi bé cũng không xong. Thấy bọn tôi đang phân vân, ông ta nói luôn:

- Thú thật các chú, tui năm nay đúng 80 tuổi rồi! Còn vợ tui năm nay 20 tuổi tròn...

Người con gái lại ngước lên nhìn, và theo dõi thái độ chúng tôi. Bọn tôi lại ồ lên lần nữa. Tiếng ồ lần sau này, có thể ẩn chứa cả sự khâm phục lẫn ngạc nhiên. Anh Phong cười, nói với ông già:

- Chú thật gặp phúc, lấy được vợ trẻ lại đẹp nữa!..

Anh Phong đã khéo léo chuyển từ gọi "ông", sang gọi "chú". Cô gái chẳng nói gì, chỉ cười tủm tỉm. Lâu lâu, liếc con mắt sắc nhìn tôi. Tôi được đặc ân đó, có lẽ vì trong đoàn tôi là đứa trẻ nhất. Độ tuổi ngang tầm tuổi cô ấy. Hay cô ta tìm ra ở tôi nét dễ hòa đồng chăng? Nhưng chẳng ai để tâm chuyện đó làm gì!

Tư lệnh Huỳnh Hữu Anh nói vui:

- Có lẽ bác vừa có của lại có tài, để các cô theo...

Hình như câu nói vô tình của thủ trưởng, ít nhiêu chạm đến lòng tự ái. Cô ta bỉu môi rồi cúi mặt xuống. Ông già cắt lời:

- Không! Chẳng có gì cả!.. Bố mẹ anh em tôi bị tụi Mỹ giết hết trong trận càn Eo Tà Mã. Còn gia đình cô ấy chúng giết tại thôn Trà Xanh này.

Không nói ra, chúng tôi ai cũng kỳ lạ cho mối tình tuổi ông cháu này. Ông ta kể tiếp:

- Chúng tôi đều cùng là giao liên của huyện. Thế là mấy ông cán bộ lãnh đạo thấy chúng tôi đều có hoàn cảnh, liền ghép lại với nhau. Thế rồi trời xui đất khiến, chúng tôi đến với nhau thật!..

Ông cũng thổ lộ, đã 3 năm rồi mà đến nay vẫn chưa có mụn con nào. Bọn tôi nghe chuyện, có chút ngậm ngùi, cảm động...

Chiều đó, hai vợ chồng họ đãi cho anh em tôi bữa ăn đường hoàng. Cũng có sẵn cõng cơm. Có cá suối ông già đánh bắt về. Có măng rừng nấu canh cá. Đang đói mấy ngày, lại thấy có cơm, anh em tôi sà vào như vớ được của quý. Vừa ăn Tư lệnh Huỳnh Hữu Anh vừa bàn với ông Khang, chồng của Quế:

- Không thể đợi người trạm giao liên đến đón được! Các trạm bây giờ cũng lo chạy giặc. Chi bằng, mình phải vừa tìm đường, vừa đánh địch mà đi. Không thể chậm trễ được nữa!

Tư lệnh nói chưa hết câu, thì ông già Khang nói ngay:

- Tui thì không thể đi theo các anh được! Sáng mai sẽ cử Quế, vợ tôi, đi theo đoàn. Quế nó nhanh nhẹn, biết đường sá hơn tui. Mà vì tui còn phải ở nhà, lỡ anh em mình bị thất lạc, còn phải đón họ nữa...

Coi như việc đã bàn xong, Tư lệnh Quang lên võng nằm. Anh Phong tiêm cho ông mũi thuốc trợ lực B12, lại tiêm thuốc sốt rét cho Lâm. Lâm đang lên cơn sốt rét dữ dội. Đắp đến hai chăn vẫn rên hừ hừ. Quế đến cho tay lên trán Lâm, xem nóng sốt thế nào. Rồi cầm một bó lạt chẻ mỏng, loay hoay đan cái gì đó. Tôi nhìn kỹ, giống cái lừ đơm cá ngoài mình, nhưng cái này nó chỉ to hơn bắp tay một chút.

Bọn tôi xúm lại xem. Mới thấy hết bàn tay tài hoa khéo léo của người đẹp. Hỏi thì Quế bảo:

- Đây là cái lừ đơm lươn...

Mình trố mắt hỏi:

- Ở rừng núi, cũng có lươn à?

Quế cười dễ thương, nói:

- Nhiều! Nhiều lắm anh ơi! Có một bãi lầy nằm dưới chân dốc, lươn nhiều vô kể! Quế nhìn tôi rồi rủ - Anh đi bắt lươn cùng em nhé?

Tôi trong lòng rất muốn đi, nhưng lại bảo:

- Anh có biết chi bắt lươn mô tê!

Ông Khang từ đâu đến, vỗ vào vai tôi, bảo:

- Đi là biết liền! Mai có thức ăn mang theo...

Thấy thế, anh Phong giục:

- Cậu nên đi với cô Quế. Để mình và cậu Thực ở nhà còn trực thủ trưởng và cậu Lâm. Đang nhiều người đau ốm thế này, có thức ăn tươi là chúa đấy!..

Tôi ái ngại, vì chưa bao giờ đi riêng với đàn bà con gái, mà Quế đã có chồng rồi càng ngại hơn. Tiến lại gần ông Khang, tôi khẩn khoản:

- Chú đi với Khởi nhé..?

Ông Khang gạt đi, cương quyết:

- Tui mà đi, nếu lỡ địch tập kích vô đây, thì các em biết đường mô mà chạy?

Hai đứa tôi trên đường đi bắt lươn. Trong bóng tối, hai đứa mừng vui xúng xính như thời trẻ nhỏ. Như không hề có chiến tranh. Quế lăng xăng chạy qua chạy lại nói cười tíu tít. Mấy cái lồng đơm lươn cứ lủng lẳng bên hông. Nói vậy, nhưng tôi vẫn khư khư cầm khẩu AK trên tay, đề phòng trường hợp bất trắc xảy ra. Dầu lúc trưa Quế nói đã xuống tận đây quan sát, tình hình vô sự, không có địch. Quế bẻ một nắm hoa mua rừng giúi vào tay tôi, nói:

- Em xin tặng anh lính Giải phóng bảnh trai nhất!..

Tôi hơi ngẩn người vì quá bất ngờ, rồi trấn tĩnh ấp úng nói:

- Tôi cảm ơn cô Quế nhé!..

Thế rồi nàng tự nhiên khoác chặt tay tôi, vừa đi vừa xởi lởi hỏi:

- Anh ơi! Anh tên chi rứa..?

Tôi trả lời cụt lủn:

- Tên Khởi!

Quế lặp lại:

- Khởi nghĩa à?

Tôi gật đầu. Quế hỏi tiếp:

- Quê *eng* ở mô rứa hè..?

Tôi thừa hiểu cái giọng Quảng Ngãi không phải rứa. Nàng đang nhái giọng Quảng Bình quê tôi. Tôi tủm tỉm cười vui, rồi mạnh dạn:

- Quê tui ở Quảng Bình o nờ..?

Đi một quãng, nàng lại đột ngột hỏi:

- Eng Khởi ơi! Eng có vợ chưa rứa?...

Tôi ngập ngừng, rồi nói:

- Có rồi! Có hai con nữa!..

Quế cười ngặt nghẽo, rồi véo vào tai tôi đau điếng:

- Có hai con mắt ấy! Mặt còn bấm ra sữa vậy, mà bảo có vợ là không tin!..

Đi xuống hết dốc, tự nhiên nàng đổi tính lại, hỏi như trẻ con, nghe đến buồn cười:

- Anh ơi! Anh nhìn em có đẹp không..?

Tôi bấm bụng cười và nói:

- Đẹp!.. Đẹp lắm!.. Rất giống hoàng hậu!..

Được đà nàng tấn tiếp:

- Nếu giả dụ... em chưa có chồng... anh... có yêu em không..?

Tôi ngượng ngùng, yên lặng hồi lâu. Quế lại quắc tay vào tay tôi, và giục:

- Nói đi! Em giả dụ thôi mà!..

Buộc lòng tôi nói đại:

- Yêu chơ! Em đẹp như hoa như ngọc rứa, ai mà không ưa cho đặng...

Đi một quãng nữa, nàng lại bảo:

- Em ước... có một ngày, em được ra Quảng Bình thăm quê anh cùng gia đình...

Tôi bảo:

- Cảm ơn Quế nhé, nếu anh và em còn sống sót...

Đêm đó thật may mắn, hai đứa đơm được đầy một rổ lươn. Con mô con nấy to đùng, vàng hươm. Thủ trưởng Quang rất mừng, ông ngồi bật dậy và khen:

- Tụi ni làm ăn giỏi thiệt!..

Dường như mọi người đều tập trung nỗi vui mừng vào rổ lươn, mà chẳng ai để ý gì đến khuôn mặt lầm lì của hai kẻ tưởng chừng như phạm tội. Tôi chẳng dám nhìn thẳng vào mặt ông Khanh, lại càng không dám nhìn Quế nữa. Mỗi khi nàng chuyện trò cười nói rôm rả, tôi tảng lờ và kiếm cớ tránh xa xa...

Mọi người lại lao vào làm lươn. Xắt xắt, bằm bằm, cắt khúc kho, còn nấu một nồi cháo lớn. Tội cho cậu Lâm đang lên cơn sốt, chẳng ăn được tý gì. Đang ngồi nhóm bếp với anh Thực, anh Phong, Quế làm tôi đến hết hồn. Nàng cho tay vào sau mông mình, véo một cái đau điếng cả người. Tôi giật thột, kêu lên oai oái.

Anh Phong giật mình bảo:

- Gì vậy?

Tôi đang ngọng lưỡi, thì nàng đã đỡ đòn:

- Ui cha! Con rết!..

Mọi người đổ đi tìm, loay hoay mãi chẳng thấy rết đâu.

Tối ấy tôi ra suối tắm. Không ngờ, nàng lại mò ra ngồi bên tảng đá khi nào. Bất ngờ nghịch ngợm, đưa tay vốc nước khoát lên người tôi, làm tôi hết hồn. Rồi nàng còn lấy cả cục đá liệng sang nữa. Tôi định nhân thời cơ này, tâm sự khéo với cô ta, rằng, chẳng lẽ các anh đi chiến đấu, để bảo vệ hạnh phúc cho nhân dân, mà lại cố tình đi cướp hạnh phúc của họ ư? May mà tôi chỉ mới nghĩ, chưa kịp nói ra. Lỡ mình ngộ nhận thì sao? Cô ấy cười cho thối mặt. Chợt nhớ lúc chiều, tôi cũng nghe cô ấy bất chợt tâm sự: "Nhìn mấy anh lính ngoài Bắc vào, em thương lắm! Anh nào cũng xinh cũng đẹp và thông minh. Chao ơi, rồi một ngày họ chết cả! Em làm giao liên huyện, biết và thân nhiều anh ở Sư đoàn 3 Sao vàng, nhưng giờ đây có còn ai lại nữa đâu! Họ bỏ em về đất cả rồi!.."

Sáng hôm sau, cậu Lâm công vụ ngồi lên vật xuống đến tội nghiệp. Cơn sốt rét vẫn chưa buông tha cậu tạ. Anh Phong lại tiêm thuốc sốt và cả B12 cho cậu ấy, và gửi anh ta lại cho ông Khang, nhờ ông chăm sóc cho Lâm. Anh Phong còn gửi lại một bọc thuốc và hướng dẫn ông Khang cho Lâm uống mỗi ngày. Và hẹn ông ấy khoảng mấy ngày nữa có người ra đón cậu Lâm.

Đoàn chia tay ông Khang tiếp tục lên đường. Ai cũng lưu luyến cảm động và biết ơn vô hạn về sự giúp đỡ của vợ chồng ông lúc khó khăn...

Đoàn đi giờ có thêm cả cô Hương Quế, mà giờ đây ai cũng cảm thấy yên tâm vì có người bản địa dẫn đường. Với Quế, đường ở đây cô thuộc như lòng bàn tay. Hơn nữa, Quế tuổi trẻ, lại nhanh nhẹn, vui tính, khiến không khi thêm ấm cúng. Cách đón tiếp, lo lắng cái ăn cho đoàn, đặc biệt đêm hôm đi đơm lươn, cho chúng tôi một bữa cháo ngon ra trò, còn làm thức ăn mang theo, Hương Quế đã gieo vào chúng tôi tình cảm sâu đậm...

Quế bao giờ cũng xăm xăm đi trước đoàn, khoảng 10 - 15m. Đó là kinh nghiệm của người giao liên nhiều năm. Có động tĩnh gì thì cô ấy làm hiệu cho anh em ngồi xuống. Cô ta thoắt ẩn thoát hiện, đi tới đi lui, để hướng dẫn đoàn. Bởi thế, Tư lệnh Quang thường gọi là "Cô sóc nhỏ".

Hương Quế mang khẩu carbin và hai quả lựu đạn. Nhưng sau đó, lại xin đổi khẩu súng AK cho anh Thực. Lâu thay lại thụt lại cười nói cùng tôi. Ông Quang thấy hai đứa thân nhau, ông cũng vui lây. Leo lên đỉnh dốc, ông bảo anh Phong lấy mấy thỏi Socola phát cho hai đứa tôi. Quế rất vui, bất ngờ hỏi ông Quang:

- Thủ trưởng ơi! Khi mô cho em ra Bắc với nhé?

Tư lệnh Quang cười, bảo:

- Dám vất chồng lại mà đi à?

Quế cười. Chúng tôi cũng cười theo.

Lại xuống một vạt ruộng, rồi lại leo lên một rừng quế. Xứ Trà Bồng, quế mênh mông điệp trùng xanh thẳm. Hương quế đang tỏa hương thơm ngào ngạt. Vừa qua suối Cà Đú, chuẩn bị vượt dốc Quế, bỗng phía trước có tiếng nổ long trời và cả tiếng AR15 nổ râm ran trời đất. Ôi, đụng phải địch phục kích rồi! Có tiếng của Quế hô đủ nghe:

- Tất cả nằm xuống!.. Nằm xuống!..

Tôi nằm ở gò đất, ngước mắt thấy Quế tung hai quả lưu đạn lên chỗ có ánh chớp từ khẩu đại liên của địch đang khạc lửa. Rồi cô ấy cầm khẩu AK, vừa chạy ào lên vừa bắn. Tôi cũng xông lên, quạt mấy loạt AK giòn giã, yểm trợ cho Quế. Hình như chỉ có mấy thằng lính Bảo an phục kích. Quế diệt 3 thằng, còn mấy thằng bỏ chạy xuống đồi. Anh Phong và Thực vội dẫn Thủ trưởng xuống khe cạn. Tư lệnh Quang và anh Phong cũng rút khẩu K59 ra khỏi bao, lên đạn răng rắc.

Tiếng súng râm ran một lúc nữa rồi lặng hẳn. Đợi mãi chẳng thấy Quế. Ông Quang giục tôi:

- Chú em ơi! Chạy lên xem cô ấy ở đâu?

Tôi căng mắt, mò mẫm hết mọi nơi. Cuối cùng, thấy Quế nằm trong bụi cây rậm ven đường. Quế bị thương rất nặng. Bị gãy đùi phải, máu ra đầm đìa. Chắc vì hứng phải mìn Claymo. Còn bị dính mảnh đạn ở bả vai và cả ở ngực nữa, máu chảy thấm ướt cả lần áo. Quế rên và nói thều thào:

- Anh Khởi ơi!.. Em chết mất thôi!..

- Em đừng nói gở! Không sao đâu! Để anh cõng em đi...

Tôi nói cứng, nhưng nước mắt đã trào lên nghẹn ngào. Nhanh chóng vực cô ấy dậy, xốc lên vai, tôi chạy băng băng về mạn suối, nơi thủ trưởng cùng các anh đang ngồi chờ. Anh Phong tiêm cầm máu và băng bó vết thương cho Quế. Nán lại đây lâu cũng nguy hiểm, vì địch có thời gian điều hỏa lực, hoặc bao vây. Các anh bàn nên cắt rừng đi ngay!

Lúc này, anh Phong và cậu Thực đang lên cơn sốt. Cả hai run cầm cập. Hai hàm răng anh Thực đánh vào nhau cầm cập. Thủ trưởng động viên:

- Các em cố lên! Sang bên kia dốc là địa phận của ta rồi!..

Như vậy, lúc này chỉ còn mình tôi, phải ráng hết sức mình cõng Quế leo dốc. Quế vẫn còn tỉnh. Đi lên một quãng, cô ấy thì thào:

- Anh Khởi ơi!.. Anh để em nằm lại đây thôi! Các anh đi đi!.. Em chẳng còn sống được mô!..

- Không! Em phải sống! Hãy cố gắng lên!..

Tôi gào lên trong cổ họng, vì phải giữ bí mật. Thủ trưởng Huỳnh Hữu Anh đặt tay lên ngực cô ta an ủi:

- Em đừng nói dại!.. Em không chết được mô!..

Có thể lời động viên của chúng tôi có hiệu quả, Hương Quế không nói chuyện chết nữa. Tôi cảm nhận được Quế đang yếu dần trên vai tôi. Một lúc sau, cô ấy thở dốc, rồi bảo:

- Khi mô, anh cho em ra Quảng Bình, thăm quê anh với nghen!

Tôi hiểu là Quế đã bước vào ranh giới của thực và ảo, của sống và chết. Cô không còn cảm giác đau đớn nữa. Không một chút rên la. Chỉ có tiếng lời thầm thì của quán tính từ cõi sống vương lại. Quả thế, tôi nghe tiếng Quế thì thào trong cơn mê sảng:

- Anh Khởi ơi!.. Anh yêu em không..?

Cơn mê sảng của Quế càng ngày càng sâu thêm, đến độ mê loạn. Đôi mắt sáng quắc, long lanh, hoang dại. Ngọn đèn trước khi tắt ngốt, thường sáng lên khắc giây. Chắc sự sống trong Quế giờ cũng vậy. Lời của Quế, là lời của người đã đặt chân vào thế giới bên kia.

- Cho em hôn anh một cái, được không, nào?

Người Quế mềm luội dần đi trên vai tôi. Giọng Quế nhỏ dần, yếu dần như giao động tắt dần. Những tiếng cuối cùng nghe như hơi gió:

- Được không anh..? Sao anh im lặng vậy..?

Và tôi thấy đầu nàng ngoẹo xuống vai mình, áp vào má mình. Không biết nàng có làm chi không? Nhưng thực tình, tôi nghe trong người nóng bừng, và rồi bỗng dưng âm âm, lạnh ngắt đến rợn người. Tôi linh cảm điều chẳng lành, khi thấy thân hình nàng phía sau như nặng hơn. Lại nghiêng ngả mất thăng bằng, và rung lên mấy cái. Tôi lấy tay vỗ vỗ vào mông Quế mấy cái, nhưng chẳng thấy động tĩnh gì. Tôi thảng thốt gọi:

- Quế!.. Quế ơ... ơi!

Quế đã tắt thở. Tôi nhẹ nhàng và cẩn thận, đặt cô ấy nằm xuống bên vệ cỏ. Và gào lên trong nước mắt.

- Quế ơ... ơi!..

Tôi vuốt mắt cho em. Khép bầu trời ngát xanh rừng quế, cho em mang theo về thế giới của em. Mọi người xúm lại vây quanh.

Mãi sau, tôi thổn thức nói với Tư lệnh Huỳnh Hữu Anh:

- Quế mất thật rồi, thủ trưởng ạ!..

Anh Phong vội cúi người, đưa tay banh mắt Quế nhìn, rồi lắc đầu. Bỗng dưng, tôi chết lặng rồi khóc òa lên. Tôi khóc vì uất hận những tên giặc đã sát hại Quế. Tôi khóc vì thương xót người con gái còn quá trẻ, lại xinh đẹp, khao khát hạnh phúc thật sự, mà vẫn chưa được.

Mọi người đều cũng khóc theo. Thủ trưởng Quang ngậm ngùi lau nước mắt. Tôi lấy khăn lau bọt máu đang trào ra nơi miệng Quế.

Đang rối bời chưa biết tính thế nào khi Quế đã mất, thì có một người ở đâu chạy xồng xộc đến báo tin:

- Địch đánh bom vào thôn Trà Xanh rất dữ dội! Ông Khang cũng hy sinh rồi!

Như cơn sét đánh ngang tai. Mọi người bủn rủn, thất thần. Ai nấy đưa mắt nhìn nhau, lo lắng, rồi thở dài, ngồi bệt xuống đất. Mấy anh em bàn bạc, cuối cùng đành buộc lòng gửi Quế lại nơi đỉnh dốc đồi quế Trà Bồng.

Tôi nói với thủ trưởng:

- Hay chúng ta khiêng cô ấy đi luôn?

Tư lệnh Quang ngẫm nghĩ một hồi, rồi lắc đầu nhìn tôi, bảo:

- Không thể được! Kẻ địch đang đổ quân chặn tứ phía. Chú Phong, chú Thực đang lên cơn sốt. Còn cậu giao liên phải quay về gấp báo cho trạm giao liên ngoài đó...

Ông lại nhìn tôi ra chiều thông cảm, đoạn an ủi:

- Thôi, cứ để em lại với Trà Bông quê hương. Ngày mai vào trạm 39, sẽ cho người và cả chú em, quay ra đào huyệt mộ, chôn cất cô ấy cho đường hoàng!..

Bọn chúng tôi lấy mấy bi đông nước để dùng uống đi đường, rửa ráy làm vệ sinh sạch sẽ cho Quế. Rồi lấy bộ áo quần lính của tôi mới mang từ Bắc vào, thay mặc cho em. Chẳng ai có xẻng cuốc. Mấy anh em nhặt đá hòn, đặt vây quanh, xây thành cái quách ngôi mộ đá, rồi thận trọng bế em nằm vào giữa. Tôi bẻ mấy nhành Quế đắp lên làm mộ cho nàng. Ông Quang bảo anh Phong lấy mấy thỏi lương khô, mấy nhúm gạo và muối rắc lên đó.

Mọi người đứng nghiêm một dãy bên ngôi mộ Quế. Tiếc thương vô hạn người con gái xinh đẹp, tươi trẻ, hồn nhiên. Nghẹn ngào đưa tay chào kiểu nhà binh, tiễn biệt một nữ chiến sĩ giao liên Trà My dũng cảm...

Chúng tôi lại lên đường vào trận, nhưng vẫn nghe thoang thoảng đâu đây hương thơm dịu ngọt, cay nồng của xứ quế Trà Bồng. Tôi còn nghe cả tiếng Quế vọng về thảng thốt: "Anh Khởi ơi!.. Mai mốt cho em ra Quảng Bình với, anh nhé..?"

*

Thu Quế lau nước mắt, bàn tay áp vào ngực mình. Cô loạng choạng đứng dậy, sấp mặt và chống tay vào tường như người thất thần rồi thở dài nói:

- Em thấy chóng mặt quá anh ạ!.. Chuyện hay, xúc động và thương cảm quá, anh Khởi ơi!.. Em đang khóc đây nè!.. Khi nào anh vào trong ấy viếng mộ cô ấy, cho em theo đi cùng, nhé..?

MÁI TRƯỜNG BÊN DÒNG SÔNG KIẾN

(*Thân tặng nhà thơ Lâm Thị Mỹ Dạ)*

Hồi ấy ở chiến trường, một đêm mùa đông trên Hòn Bà, mặt trận Quảng Nam, anh Nguyễn Trung Thành (Nguyên Ngọc) khấp khởi báo với tôi: "Lâm Thị Mỹ Dạ trúng giải nhất cuộc thi báo Văn nghệ 1972 - 1973 đấy". Tôi ngây người, rồi sướng rân lên. Bao kỷ niệm một thời cắp sách đến trường cứ ùa đến dào dạt như nước sông Côn. Vài ngày sau, nhà thơ Đào Quang Thắng trao cho tôi bài thơ "*Khoảng trời bom*" của Lâm Thị Mỹ Dạ, được viết nhì nhằng trên vỏ bao Tam Đảo nhàu nát, bám đầy bụi đất. Tôi và mấy anh bạn trong đơn vị trinh sát kỹ thuật, nhấm nháp bài thơ trong tiếng bom gầm, càng thấy yêu quý hơn mảnh đất chiến trường mình đang sống và chiến đấu.

Đêm trên chốt Đá Giang mưa như trút. "Hầm kèo nước rỉ hai bên/Hầm vuông đất rơi xuống ngực". Trong tiếng bom xé trời, chúng tôi oằn mình múc từng mũ nước hất lên, vừa ngâm thơ Dạ. "*Em nằm dưới đất sâu/ như khoảng trời nằm yên trong đất/ đêm đêm ngời sáng lung linh...*". Và tôi mường tượng cô gái làng Tuy có mái tóc dài, khuôn mặt và giọng nói tròn trịa dễ thương, thầm mong ngày gặp lại...

Ra quân, tôi về dạy trường làng. Mái trường mà ngày xưa tôi và Dạ cùng học. Mái trường đã chắp cánh văn chương cho bao bạn bè cùng thời cùng lớp, bay cao bay xa như Lâm thị Mỹ Dạ, Ngô Minh, Phương Hà, Thai Sắc, Đỗ Hoàng, Lê Đình Ty, Nguyễn Thế Tường, Phạm Hữu Xướng, Trần Khởi, Đỗ Quý Dũng... Vẫn biết Dạ ở Huế, cũng gần, nhưng tôi chưa tiện đến. Cứ nghĩ, giờ thi nhân sớm chiều giao tiếp bao tao nhân mặc khách bốn phương, còn mình chỉ là ông giáo trường làng...

Lần kỷ niệm 40 năm thành lập trường Phổ thông trung học Lệ Thủy, vừa bước xuống xe, Dạ đã vội hỏi ai đó: "Thằng Khởi ở mô chẳng thấy? Bảo nó chiều ni về Tuy Lộc, chở tau lên trường với!" Tôi đứng khuất phía sau, nghe buồn cười với cách xưng hô mộc mạc thuở học trò của nữ nhà thơ. Nhưng nghe lòng ấm áp, thân thiết lạ...

Chiều tím dần trên lối đi. Hai bên đường, phượng cuối mùa còn thắp lửa. Xác phượng rơi bồng bềnh dan díu trên mái tóc thi nhân. Dọc đường đi, hai đứa tuổi đã lục tuần, tóc hoa râm, mà tung tẩy tí toe như hồi còn cắp sách đến lớp. "Mi còn nhớ, mi đóng vở kịch chi với tau không?" Dạ hỏi. "Có! *Chiếc va ly khủng khiếp* của Xuân Giao", tôi đáp. "Tau đóng nữ phóng viên, oách ra phết! Còn mi, chỉ đóng thằng lính quèn, mà làm tau sợ hết cả hồn!" "À... còn đóng vở múa rối "*Gấu dữ Nùng Phai*" và vở "*Ruồi và Kiến*", do nhà hát rối kịch Việt Nam dàn dựng. Dạ nói thêm: "Mi đóng *Ruồi,* tao và con *Yểng,* con Tý, con Mọng đóng *Kiến*. Tụi Kiến tao bu cắn cho

Ruồi mi đến chết thẳng cẳng!" Dạ không chịu lép về, nói: "Tụi nữ tau còn diễn vở "*Trống Cơm*" tuyệt vời! Bọn mình đi mua những chiếc khăn lông trắng, cắt thành hình con thỏ khâu lại..." Tôi gật gù: "Ừ, những nàng thỏ dễ thương, được những bàn tay tài hoa mềm dẻo của nữ sinh trường ta thể hiện..."

Ngày ấy, chỉ có đèn *Măng sông*, lại phải cảnh giới máy bay giặc Mỹ nữa! Vậy mà đêm diễn ấy, dân tình và học sinh lặn lội đua nhau đi xem, rộn ràng và đông vui như ngày hội. Ngồi sau xe, Dạ vắt tay qua vai tôi, ngón tay trỏ như đầu thỏ gật lên gật xuống, và ngón cái cùng ngón ba, vắt qua vắt lại như chân thỏ đang múa nhịp nhàng, theo nhịp nhạc bài hát "*Trống Cơm*". Cả hai đứa ngây ngô cùng hát vang đường, như phát rồ: "*Tình bằng có cái trống cơm/Khen ai khéo vỗ ấy mấy bông nên bông...*". Mọi người đi đường chẳng hiểu chuyện chi, cứ trố mắt nhìn theo hai người già hát bài trẻ con...

Lên đến cầu huyện, Dạ bảo dừng xe. Nữ thi nhân buồn buồn nhìn dòng Kiến Giang trôi xuôi khi sương chiều bảng lảng. Hai tay bám lấy vai cầu, Dạ nói: "Chính trên dòng sông này, máy bay giặc Mỹ giết mấy học sinh vô tội của trường ta. Mi còn nhớ con Bàng không? Tụi học sinh miền Nam học giỏi, hôm nớ bọn chúng đi đò xuống Đồng Hới, thì bị Rốckét Mỹ!" Gọng ngậm ngùi, Dạ vô quán ven đường, mua mấy bó nhang, thắp thả xuống sông...

Thấy Dạ buồn, tôi chỉ tay lên Mũi Viết. Mũi Viết chiều sậm lại. Doi đất nhô ra mềm mại, nhọn sắc, như ngọn bút của các thi nhân, viết lên dòng Kiến Giang xanh muôn thuở. Mũi Viết cũng vô tình đưa dòng sông chảy về hai ngả, hai bờ xanh quê kiểng thanh bình. Nơi lũ trẻ nghịch ngợm chúng tôi xếp sau quỷ và ma. Tôi buột miệng thú nhận với Dạ: "Ngày ấy, tau và thằng Hải, trộm một rá trứng vịt lộn của mạ mi, đem ra đây ngồi xơi" Dạ cười, rồi đấm thùm thụp vào lưng tôi: "Mấy thằng yêu nọc! À, tau còn nhớ tụi bay bơi sang sông, đánh lộn với lũ trẻ choai bên nớ. Lại còn trộm đu đủ nhà họ, về làm xụm ruốc ớt, cho tụi nữ tau ăn ngon ghê! Đến chừ, tau vẫn thèm hương vị nớ!"

Chúng tôi rơi vào bâng khuâng. Dạ chợt hỏi: "Răng ngày ấy khổ cực, ác liệt rứa, mà tụi mình vẫn học giỏi và làm thơ được, hỉ?" Tôi ậm ừ, khó lý giải, đành nói bừa: "Chủ nghĩa lạc quan cách mạng mà! Ngày ấy không khí đi lính sôi động hào hùng lắm! Nhiều học sinh trường ta viết đơn tình nguyện bằng máu". Dạ nối theo: "Tau còn nhớ, trước lúc lên đường, mi viết tặng tụi nữ lớp tau mấy câu thơ rực lửa: *Anh đã xếp những bài văn bài toán/ để lên đường soạn đủ chiến công/Hướng pháo quay nòng nhớ bài vật lý/ Đạp xác quân thù thay thế điểm 5..."* Tôi cười hì hì, thấy sến súa cho những dòng thơ tuổi trẻ thời ấy của mình. Nhưng Dạ hình như không chú ý đến điều đó, đột ngột hỏi: "Nè! Thằng Hải, thằng Giang Nhỏ ở mô?" Tôi ngậm ngùi nói: "Hải, Giang Nhỏ, Trốn, Lam, Lê... hy sinh tại chiến trường Quảng Trị, vẫn chưa tìm được xác. Còn Tùy hy sinh bởi sự cố bom mìn". Mắt nữ thi nhân chợt ngấn nước lưng tròng, hai bờ mi rợp cong chớp chớp nhìn lên phía trời xa. Có lẽ Dạ muốn tìm hình ảnh những người bạn ấy ở chốn cao xanh, trong buổi chiều tà đỏ áy...

Chúng tôi đi theo bờ sông đầy ắp kỷ niệm. Dạ chỉ tay về xa: "Xưa đó, là bến đò ông Vần, người đưa đò một chân. Còn không?" Tôi lắc đầu. Dạ bảo: "Ngày nớ khổ thiệt! Đi học chẳng mấy đứa có dép. Tau trượt ngã bến đò ni hoài. Mi còn nhớ, lần mi xô tau rơi tõm xuống sông, ông Vần lôi tau lên. Bọn bay cứ đứng trố mắt mà cười ngặt nghẽo!" Tôi ôm bụng cười, nghĩ tuổi trẻ rồ dại một thuở. Bất giác, chợt nhớ đến bài thơ "*Chuyện cũ tuổi thơ*" của Dạ, viết tặng tôi được in trên báo Thanh niên năm 1978.

Ngày ấy, có lần tôi kể với Dạ rằng: "Nhà tau có ổ trứng gà. Một hôm, nghe tiếng chiêm chiếp phát ra từ trong vỏ trứng, tau khấp khởi bóc lớp vỏ đi. Chẳng ngờ, được một lúc mấy chú gà lăn quay ra chết. Tau buồn, khóc rấm rứt đến mấy ngày mới thôi..."

Hơn 1/3 thế kỷ, không ngờ chuyện ấy Dạ vẫn nhớ như in. Và bài thơ của Dạ ra đời, đầy chất triết học và nhân sinh cao cả:

" ... Mẹ tôi về không lời mắng chửi
Nhìn đàn gà mắt trách móc nhìn tôi
Rồi mẹ nói con ơi chưa đến lúc
Đàn gà đây ngày nữa mới ra đời

Sông cuộn dòng năm tháng dần trôi
Hoa cải vàng ơi tôi đâu còn bé
Và mỗi khi nghe tiếng gà gọi mẹ
Tôi bồi hồi nhớ chuyện cũ xa xôi..."

*

Đêm hôm ấy, cô học sinh cũ, nữ nhà thơ Lâm Thị Mỹ Dạ, đươc Ban giám hiệu nhà trường mời lên sân khấu giao lưu. Hàng trăm cặp mắt đổ dồn lên khán đài, để được nhìn tận mắt nhà thơ nữ nổi tiếng của trường, của quê hương Lệ Thủy, của nền thi ca hiện đại Việt Nam.

- Khởi mô rồi, lên tặng hoa đi!.. Một anh bạn giục tôi.

- Nhà tau... đang ngồi tê tề!..

Tôi nói đùa lại. Vợ tôi cũng đang say mê nhìn lên sân khấu. Phải bối rối mất một chặp, rồi vớ được một bông hoa ai đó giúi cho, tôi chạy ào lên sân khấu, như chú nhóc học trò nghịch ngợm xưa, đưa bông hoa cho Lâm Thị Mỹ Dạ, trong tiếng vỗ tay như sấm, nổ tung cả sân trường...

KHẨU KHÍ LÍNH TRẬN

Chu Lai

Không hiểu có phải do mình vốn là lính chiến không mà chỉ cần cầm trên tay cuốn truyện ký của một tác giả không chuyên - một chiến binh " Trăm phần dầu" của sư đoàn 3 Sao Vàng anh hùng có cái tên CHA VÀ CON-LÍNH TRẬN là tôi tò mò xen lẫn chút thiện cảm ngay.

Lính bao giờ cũng có năm, bảy loại lính: Lính hậu phương, lính văn phòng, lính hậu cứ, lính cảnh vệ... nhưng có lẽ chỉ lính trận mới mang rõ nhất nét hình hài, đặc thù, hơi hướng, mùi vị của lính nhất. Loại lính chỉ có làm không có nói, chỉ có xông lên chứ không có bàn lùi. Lặng lẽ nghĩ suy, lặng lẽ hiến dâng và lặng lẽ nằm xuống như đất đai cây cỏ, như sông suối, triền đồi.

Trần Khởi là một người như vậy. Mang dáng dấp một cuốn tự truyện nhưng anh không kể sâu về chuyện mình mà trang trải cảm xúc, nỗi niềm ra bốn phía đồng đội thân yêu. Anh lặn vào đồng đội, lặn vào các trận đánh và các trận đánh cũng lặn vào anh, vào các đồng đội của anh, cả những người còn sống lẫn những người đã chết.

Bẵng đi gần nửa thế kỷ nhọc nhằn, anh mới kể lại những năm tháng bão giông của dân tộc như kể lại một chặng đường đi hào hùng nhất, đau thương nhất và phẩm hạnh con người cũng sáng rỡ nhất. Có thể vì thế mà giọng kể có hao hụt đi phần nào sức nóng nhưng lại được cái trầm tĩnh, kiệm lời, kết tủa bù vào nên những trang viết rất sâu, cái độ sâu của sự chiêm nghiệm và trải nghiệm.

Có một nguyên lý sáng tạo bất thành văn nhưng bao giờ cũng đúng, đó là anh chỉ viết hay viết sâu được những gì chính anh đã trải qua, đã sống qua. Trần Khởi đã sống một cuộc đời trận mạc dày dặn, dữ dội nên cảm xúc trong anh cứ thế tuôn trào một cách tự nhiên và mặc nhiên như không cần phải đắn đo quá nhiều đến thi pháp, đến bố cục, đến tính điển hình rắc rối nọ kia mà nó vẫn đạt được độ điển hình, cái điển hình của sự thật trần trụi mà không trải qua không thể viết được, cái điển hình của một thời cả nước băng mình vào trận làm nghĩa cả. Một lối viết rõ ràng là không phải để làm văn, để khoe vốn sống, mà chỉ là thấy gì viết thế, nghĩ gì viết ấy, viết như thể không viết, viết để trả nợ đồng đội, trả nợ cuộc đời.

Thế mạnh của anh là ký, nóng rãy sự kiện, nóng rãy tình huống nhưng không vì thế mà mất đi tính văn học, tính khát quát và phá cách, bạo dạn trong các truyện ngắn với những miêu tả tính cách, lời thoại, tâm hồn lính rất bất ngờ và tinh tế. Hồi ức về một em bé gái trong vùng địch khi bị địch bắt phải khai ra chỗ giấu Việt Cộng, hồi ức về một thôn nữ làm thày thuốc có chồng phía bên kia đi cải tạo lại đem lòng si mê một người lính phía bên này, về một chàng lính đào hoa đi đâu cũng được gái phải lòng...là những trang văn khá sinh động, giàu tính kịch như là có chút hư cấu nhưng lại không phải là hư cấu, thật đến từng hơi thở, giọng nói, mắt nhìn. Đó chính là cái tâm và cái giỏi của người cầm bút.

Chính vì đã trải qua nên anh không tránh né miêu tả những mất mát tận cùng mà ai đọc cũng không nén được xúc động Một bộ xương khô nằm trên chiếc võng cứ cao dần theo tuổi cây, một người lính cắn vào sọ người lính kia để giúp bạn chống cơn đau do mảnh đạn đang phá phách bên trong, một cánh rừng la liệt những tử thi không toàn thây sau một trận B52 dội xuống…Xúc động, đau xót nhưng không ghê sợ, rợn mình bởi bên cạnh những cái đó là những đoạn tả rất thơ về một ánh trăng rừng, về những dáng hình con gái trong binh trạm, giữa lòng ấp chiến lược…Những dáng hình làm mềm đi bom đạn, làm tươi xanh lại cây cối, làm đầy lên những hố bom đau thương mùa cạn nước.

Và lại không thể không kể đến những câu chữ đã được tác giả dụng công khá đắt nữa. "*Lưỡi mưa như lưỡi xẻng, liếm không thôi vào ta luy đường...*" Nếu không trải qua lính binh trạm mùa mưa, làm sao có thể có thể viết được câu ví von vạm vỡ này? Lại nữa, hãy nghe câu nói rút ruột của người lính đã về già giờ gặp lại nhau chỉ khóc hu hu như trẻ con:

"*Chúng mày ơi... Mấy đứa bay ơi... Bay đi mô hết rồi? ...Chúng bay để tao ngồi một mình ri hả? Mấy trăm thằng mà bây chừ chỉ còn mấy đứa thôi. Ăn sao nổi bay ơi*"

Chiến tranh qua cảm nhận của tác giả là chân thực và chân cảm. Tô hồng lên, nó không thích và bôi đen đi càng không chịu được. Chiến tranh phải được mô tả như vốn nó có. Đó là trách nhiệm và cũng là đạo lý của người cầm bút trước lịch sử và trước nhân dân.

26 mẩu truyện ký trải dài chỉ trên có 164 trang thật là khiêm nhường. Đó là 26 lát cắt về cuộc sống, về trận mạc, về tình yêu, tình cha con, vợ chồng. 26 bản tráng ca và cũng là 26 bản tình ca trong chiến trận được tác giả chiết ra từ tim óc. Khiêm nhường về số chữ nhưng lại không khiêm nhường về bút lực. Trong cuộc sống hối hả hôm nay, đây chính là những tiếng chuông thiền định giúp cho con người được lui trở về cõi tĩnh để chiêm nghiệm lại tất cả, đặng thấy cái giá phải trả cho những tháng ngày hoà bình thơ thới hôm nay là núi xương sông máu, để thấy dòng đời tuy còn sôi sủi, mịt mù nhưng dòng đời vẫn đáng yêu đáng quý biết dường nào.

Và đó cũng là sự chứng minh sức mạnh tinh thần vô địch cho người lính đã biết đứng kiêu hãnh giữa sinh tử cuộc đời. Sức mạnh bắt nguồn từ ngọn gió lịch sử thổi dào dạt suốt bốn ngàn năm, từ tình yêu tổ quốc, hậu phương gia đình và tình đồng đội thiêng liêng.

Đây không chỉ là những con chữ đơn thuần mà còn là khẩu khí người lính, là những nén tâm nhang thắp lên cho đồng đội sau gần nửa thế kỷ không còn tiếng súng.

Và vì thế nó là luôn luôn mới. Chiến tranh là một đề tài không bao giờ cũ. Cùng là lính trận, xin cám ơn người lính trận Trần Khởi đã bổ sung thêm một giai điệu trầm hùng trong bản hùng ca quật khởi của non sông./.

Hà Nội, mùa Đông 2018

Nhà Văn: **Chu Lai**

VỚI CHA VÀ CON LÍNH TRẬN
CỦA TRẦN KHỞI

Ngô Minh

Tôi đọc từng trang tập truyện ký " *Cha và con lính trận*" của nhà văn Trần Khởi mà lòng miên man nhớ. Nhớ thời lính trận, tôi cũng như Trần Khởi đi dọc bom đạn miền Nam cho đến ngày sống sót trở về. Nhớ những người bạn thơ tài hoa cùng trường xưa Lệ Thủy của chúng tôi: Hải Kỳ, Lê Đình Ty đã rời cõi tạm. Nhớ lắm…

Những câu chuyện của Khởi cho tôi thêm những chi tiết mới về cuộc đời sóng gió của anh, dù là bạn bè thân thiết mấy chục năm nay. Tập truyện ký là những hồi ức thấm đẫm cuộc đời của Khởi. Đó là chuyện mới 18 tuổi, có giấy báo đi học nước ngoài, vẫn nằng nặc xin ông chủ tịch Ủy ban xã ra trận. Xã không cho vì gia đình đã có cha, chú ở mặt trận, nhưng Khởi vẫn nằng nặc xin đi. Đi là đi, không khám tuyển, không cần giấy báo. Lần đầu tiên tôi biết ba anh là Phó chủ nhiệm chịnh trị Binh trạm

32 thuộc Binh đoàn 559 Trường Sơn, người đã nhận anh vào bộ đội. Ở với người ba lãnh đạo, anh vẫn không tựa vào ông như một sự chở che, đùm bọc, mà luôn đòi ra trực tiếp cầm súng chiến đấu tại cánh cửa thép Văng Mu, " yết hầu của con đường Hồ Chí Minh". Ở Binh trạm 32, anh trực tiếp phá bom mở đường cho xe ra trận và tham gia văn nghệ đơn vị. Có lần anh được đơn vị bố trí vào đội văn nghệ tuyên truyền, tức không trực tiếp chiến đấu. Nhưng Trần Khởi không chịu! Thế rồi ngày 27/8/1968, Trần Khởi viết là thư ngắn ngủi mấy dòng cho ba và "trốn" vào Nam đánh giặc.

Trần Khởi hành quân một mình dọc Trường Sơn, nhưng không phải "đào ngũ" đi ra, mà tiến vào mặt trận khói lửa ngút trời. Dọc Trường Sơn nhiều lãnh đạo Binh trạm nhận ra, điện thoại cho ba anh để trả anh về Binh trạm 32 . Nhưng anh không chịu, vẫn quyết chí ra trận. Anh đi đến tận Khu 5 ác liệt nhất. Đi đến tận Tổ Trinh sát kỹ thuật Sư đoàn 3 Sao Vàng, đánh giặc trên địa bàn Bình Định, Phú Yên, Quảng Ngãi...Đi đến chỗ đối đầu với những thằng Mỹ trên trực thăng dùng loa kêu gọi Việt Cộng ra hàng. Và anh đã tiêu diệt gần tiểu đội lính Mỹ bằng súng AK, B40 và được tặng bằng "*Dũng sỹ diệt Mỹ*" hai lần. Đi cho đến khi bị thương giập gãy xương đùi ở Ngã ba Xuân Lộc, phải đi viện đóng đinh nội tủy . Đi cho đến lúc *" Mùa hè năm 1976, với đôi nạng gỗ và bộ quân phục lấm len khói đạn, tôi lê bước về nhà*"!

Những câu chuyện trong tập truyện ký *Cha và con lính trận* như: *Bài thơ "lấp hố bom" nơi ngã ba Đồng Lộc; Đ*ón giao thừa trên đình Văng Mu; Bẻ chân mảnh hổ trên đồi Hòn Chè; Đêm tháng 7 dưới chân Đèo Nhông; Gò Loi bi tráng; Nhớ mãi hang Chùa*; Đi tim hương quế Trà Bồng; Người con gái ở ngã ba Xuân Lộc.v.v.*.cho ta hiểu thêm người lính Trần Khởi dù giữa bom đạn ác liệt vẫn sống quyết liệt, say mê với lý tưởng, sống chan chứa tình đồng đội. Điều bất ngờ nhất, rất xúc động, bây giờ tôi mới biết là chuyện nên duyên của vợ chồng Trần Khởi. Truyện ký *Cha và con* kể, ba của Trần Khởi, vị Phó chỉnh ủy Binh trạm 32, Binh đoàn 559 ấy, lần bị thương đã được một người con gái Quảng Minh, Quảng Trạch chăm sóc, chữa bệnh. Có lần ông giục Khởi viết thư cho người con gái nuôi của người đã chữa vết thương cho ông. Và cô gái đã viết thư trả lời. " *Và có lẽ định mệnh của lá thư hôm nào cô viết gửi cho tôi ở chốt Đá Giang đã gắn bó hai chúng tôi. T*ôi không nhắc chuyện vì lá thư của nàng, *ba đồng đội tôi đã ngã xuống. Nhưng tôi đồ rằng, họ đã góp phần xui chúng tôi nên vợ nên chồng…*". Đó là chuyện nên duyên của Trần Khơi Lệ Thủy và Nguyễn Thị Bảy tận Quảng Minh, Quảng Trạch!

Bài ký cuối cùng của tập sách *Mái trường bên dòng sông Kiến*, làm tôi bồi hồi nhớ lại những kỷ niệm học trò. Trần Khởi và Lâm Thị Mỹ Dạ đóng kịch " *Chiếc va ly khủng khiếp*", cùng hát *Tình bằng có cái trống cơm…* những buổi diễn văn nghệ của Trường. Lúc đó Lâm Thị Mỹ Dạ xinh đẹp luôn mặc áo quần lụa đen lên sân khấu nghiên nón chào, giới thiệu chương trình. Kỷ niệm vui nhất của tuổi thơ Trần Khởi là thấy ổ gà sắp nở, có con đã chui mỏ ra khởi vỏ, Khởi liền bóc vỏ trứng ra để cho gà nhanh thoát ra. Chẳng ngờ những quả trứng bị Khởi bóc bỏ, gà con một lúc lay quay ra chết. Thế mà thành thơ đằm trong ký ức: *Sông cuộn dòng năm tháng dần trôi / hoa cải vàng ơi tôi đâu còn bé/ Và mỗi khi nghe tiếng gà gọi mẹ/ tôi bồi hồi nhớ chuyện cũ xa xôi…*

Ở các vùng quê Lệ Thủy, ai cũng gọi Trần Khởi là *thầy Khởi*, vì sau khi ra khỏi cuộc chiến, Trần Khởi đã dạy văn cho nhiều thế hệ học trò ở Trường Cấp ba Lệ Thủy. Nghỉ hưu thì giúp vợ canh của hàng thuốc tây, đúc bía mộ, in áo số cho học trò và viết văn làm thơ. Anh là Hội viên Hội Văn học Nghệ Thuật Quảng Bình. Lướt mạng ,gặp người con gái có tên là Hương Quế, anh xúc động nhớ ngày mình đánh giặc ở Trà Bồng, Trà My, rồi comment thành thơ chan chứa:

Ta nghe Hương Quế thơm lừng
Nôn nao lại nhớ Trà Bồng, Trà My
Cái đêm bom đạn dầm dề
Quế đắp mồ bạn người đi không đành
Ta về mang khoảng trời xanh
Mang theo hương quế ngọt lành đó em

Trần Khởi là thế, luôn luôn sống với từng li ti kỷ niệm và sống nhiệt thành với bạn với văn chương cuộc sống!

Huế, tháng 11/1918

Nhà thơ **Ngô Minh**

CHA VÀ CON LÍNH TRẬN
KHÚC TRÁNG CA CỦA MỘT THỜI ĐẠN BOM

Hoàng Thị Thu Thủy

Sau hơn 40 năm, chiến tranh đã lùi xa, cuốn sách "Cha và con lính trận" của Người lính, Thầy giáo dạy văn, Hội viên Hội Văn học Nghệ thuật Quảng Bình Trần Khởi mới ra mắt bạn đọc. Cuốn sách với 289 trang sách của 26 câu chuyện kể theo thể loại truyện và ký. Ký thì xác thực từ tên người, tên đất, thời gian, địa điểm, sự kiện. Ký có ngả sang tùy bút khi có vài chuyện xen vào bài thơ hay đoạn thơ của người lính – thầy giáo dạy văn Trần Khởi. Truyện thì hư cấu từ cách nhìn về đồng đội, về bản thân, đến các sự kiện. Nói như nhà văn Sôlôkhốp: đi qua ký ức xưa như đi qua cánh đồng sương mù. Nếu không có phần hư cấu, tập truyện sẽ khô khan, bởi chiến tranh đã lùi xa hơn 40 năm, bạn đọc bây giờ mang tư duy của thời đại mới, nếu chỉ khư khư thiên về ký, văn của anh sẽ kém hấp dẫn ngay. Đây chính là điểm ưu trội của nhà văn Trần Khởi.

26 câu chuyện kể về cuộc chiến tranh chống Mỹ khốc liệt nhất, giai đoạn từ 1968 đến 1975 và những ký ức sau hòa bình. Mỗi câu chuyện là một vùng ký ức, mà nhân vật tôi là người tham gia chiến trận, là người trong cuộc, là người chứng kiến và trải qua tất cả những gian nan, hiểm nguy, kề cận giữa sinh tử… cho nên dẫu là truyện ký thì hình tượng nhân vật tôi vẫn ngời sáng trong từng trang văn. Và khi đọc xong tập truyện, tôi nhận ra, hình tượng nhân vật tôi là người lính đa năng nhất trong thời kì đánh Mĩ, cái thời mà "mỗi gié lúa đều muốn thêm nhiều hạt" (Chế Lan Viên). Anh là lính công binh, anh là lính trinh sát, là lính làm về công tác chính trị, hay anh là lính điện đàm? Nghĩa là càng tham gia sâu vào cuộc chiến, thì người lính Trần Khởi càng đảm trách thêm vị trí mới, công việc mới; cũng chưa hẳn là công việc nào cũng toàn bích, cũng có lúc "đứng ngẩn tò te", "đứng như trời trồng", "khóc như mưa"… thử thách là không ít, sai lầm có thể xảy ra, nhưng với tinh thần quyết đánh quyết thắng thì anh chính là hình tượng anh hùng trong chiến tranh vệ quốc; bởi anh chưa một lần kể lể về cái khổ, cái đói, cái sợ, kể cả lúc bị thương… mà anh chỉ kể về đồng đội, về đồng chí đã hi sinh, rồi thương xót và tiếc nuối. Con người biết lo cho người khác sẽ sống tốt nhất cho bản thân mình. Tôi đã từng gặp anh ở quê hương anh cách đây 2 năm, tôi đã chứng kiến nhiệt tâm của anh khi hướng dẫn chúng tôi thăm chùa Hoằng Phúc, rồi nghe hò khoan Lệ Thủy… nghĩa là con người đã từng dạn dày với bom đạn, linh hoạt trong cuộc sống hiện tại, nhiệt tình với bạn bè trong mọi lúc, mọi nơi.

Ấn tượng sâu lắng nhất là tên đất, tên người trong toàn tập truyện. Những nơi mà người lính Trần Khởi đã tham gia chiến trận, bắt đầu từ đồi Mỹ Cương ở Quảng

Bình, đến các địa danh ở tỉnh Bình Định, như Hoài Nhơn, Hoài Ân… Rồi các cứ địa ác liệt: Gò Loi, chốt Đây En, Đồi Đá, Gò Dê, Gò Thị… Dường như, mỗi nơi người lính Trần Khởi đóng quân và chiến đấu đều thấm mồ hôi, máu và nước mắt của anh cùng đồng đội. Các anh đã kiên cường trong từng trận đấu, nhưng không thể nén xúc động khi đồng chí, đồng bào của mình hi sinh. Những nơi này có được tập truyện "Cha và con chiến trận" của nhà văn Trần Khởi đưa vào nhà Bảo tàng thì thật quý hóa, vì đây chính là lịch sử hào hùng nhất của những vùng đất, những con người "quyết tử để Tổ quốc quyết sinh". Khi dạy văn học, về phần thơ ca chiến tranh chống Mỹ, tôi vẫn nói rằng, ngọn cờ đầu của thơ ca Việt Nam lúc này là thơ ca của những người lính viết trên chiến trường đánh Mỹ. Chỉ những nhà thơ, nhà văn mang áo lính cầm bút thì văn thơ của họ mới mang hơi thở chiến trường: "Bài thơ về tiểu đội xe không kính", "Tiếng bom ở Siêng Phan"… (Phạm Tiến Duật)…

Ở câu chuyện thứ nhất: Cha và con. Lý tưởng của Trần Khởi là bằng bất cứ giá nào phải lên đường nhập ngũ. Vào quân đội rồi thì bằng tất cả nhiệt tình, kể cả sự xốc nổi của nhiệt huyết yêu nước, anh nằng nặc xin ra chiến trường, đối đầu với mũi tên hòn đạn. Câu chuyện hai cha con cùng chung chiến hào, cùng lo lắng, trao gửi cho nhau những kinh nghiệm của người lính già và trái tim của người lính trẻ được kể thật xúc động. Người đọc vừa cười vừa rơm rớm nước mắt trước hình ảnh đồng chí giữa lớp cha trước, lớp con sau, tình cha con hòa quyện trong tình yêu Tổ Quốc. Đọc xong câu chuyện này, tôi tiếc ngẩn ngơ, sao đây không hình thành thành một cuốn tiểu thuyết. Anh vào lính đã có cái bóng của cha che chở, nhưng anh không dựa vào cái bóng đó mà nằng nặc xin ra trận, lại còn trốn cha, để được ra nơi tuyến đầu, để được đối mặt với quân thù. Càng đọc tôi càng quý mến anh, thương cảm cho cả hai bố con, những tấm gương yêu nước tuyệt vời. Đâu cần khi người lính ngã xuống, mới có tấm biển đề: Anh hùng. Hai cha con cùng ra trận "Lớp cha trước, lớp con sau/ đã thành đồng chí chung câu quân hành" (Tố Hữu).

Hình ảnh người lính Trần Khởi vừa gan dạ, vừa thông minh, vừa dũng cảm, vừa xông xáo tham gia biết bao nhiêu trận đánh, vượt qua biết bao nhiêu trận vây ráp của kẻ thù, chứng kiến sự hi sinh của đồng đội, của những người lính trẻ với tấm lòng thương cảm mà không yếu mềm bởi niềm tin chiến thắng.

Người lính Trần Khởi dám gửi thư lại cho cha mình để một mình đi vào vùng trọng điểm lại đã khóc khi mình phạm lỗi lầm...; lại tủi hờn khi cha gọi điện chúc Tết cho đơn vị mà không dặn riêng cho con trai câu nào. Tôi càng đọc văn của anh, tôi càng nhận ra trái tim anh thật bỏng cháy trước tình bạn, tình đồng chí, tình cha con. Trên chiến trường anh đã đối mặt với tất cả, từ bom đạn ác liệt nhất, đến lúc bị giặc đánh phá, càn quét đói rét nhất, kể cả lúc phải đứng trong máu của đồng đội mình sau trận bom kẻ thù giội xuống để kịp thông đường cho xe qua… anh đã kể với giọng văn thật ấn tượng, không thể nào quên được khi đọc văn của anh. Tôi đọc truyện thường có kĩ thuật đọc nhanh, vậy mà với cuốn truyện này, tôi không thể đọc bằng kĩ thuật, mà phải đọc chậm, đọc kĩ, bởi mỗi câu chuyện kể là "một lát cắt về cuộc sống" (Chu Lai).

Lợi thế của anh ở thể ký là nhờ vào trí nhớ tuyệt vời của anh về thời gian, địa điểm, không gian và cả các cuộc chiến ác liệt nhất. Từ anh lính công binh, anh trở thành một thông tín viên rất giỏi trong chuyện kể "Đêm sinh nhật Bác trên đồi 282", giọng kể của anh dí dỏm, cách hành xử của anh có cái liều lĩnh, dường như sự liều lĩnh trong anh cộng với trí tuệ đã làm nên chiến công. Ngay từ những ngày đầu tham gia chiến trận, trong anh đã có tư chất đó, nên anh đã liên tiếp lập nên thành tích chiến trận; và với tư chất đó, thì anh mắc những sai lầm là không tránh khỏi, câu chuyện "Hai lần dại dột làm phiền cha nuôi" cho thấy anh vừa thẳng thắn, vừa thật thà không che đậy những lỗi lầm, dù thời gian đã lùi xa.

Viết văn, quan trọng là tìm ra được cái giọng, và nếu người đọc nhận ra thì đó là tri âm. Trong vài truyện ký anh xen vào vài bài thơ, vài đoạn thơ, thơ anh viết ra vội vàng nhưng nó rất thật, mang hơi thở thời đại. Vì thế nhiều truyện ký của anh có xu hướng nghiêng sang thể loại tùy bút, đó cũng là nét tài hoa của nhà văn. Nhờ thế mà kết cấu của cả tập truyện trở nên đa dạng, dễ đọc, người đọc thay đổi các cung bậc cảm xúc khi kết thúc chuyện này, đọc sang chuyện khác. Viết văn đã khó, tìm bố cục cho tập truyện càng khó, nếu bố cục chặt chẽ thì sẽ làm nên hiệu ứng của nghệ thuật kết cấu. Tập truyện này đã đạt đến độ đó. Khi đọc chuyện "Tổ quân báo trinh sát kỹ thuật trong chiến dịch Bắc Bình Định 1972", bất giác tôi nhớ đến nhịp điệu hùng văn trong "Bình Ngô đại cáo" của Nguyễn Trãi. Giọng văn, nhịp điệu hùng tráng tuôn chảy trong 8 trang văn với các tín hiệu thẩm mĩ mang đậm chất ký: thời gian, địa điểm, trận đánh, thắng lợi của ta, thất bại của quân thù…

Câu chuyện "Anh ơi, mày đã về chưa", đọc mà trào nước mắt. Bút lực của anh thật thâm hậu, ngắn gọn mà kể về những chiến tích và sự hy sinh của đồng đội thật hay. Người lính Nguyễn Văn Anh đã hi sinh ngày đó, nay vẫn chưa tìm được xác, và hôm nay trong giấc ngủ của anh giấc mơ về đồng đội hi sinh vẫn ám ảnh và giày vò anh. Hình ảnh người lính can trường trong những trang sử được bổ sung thêm những trang văn của anh Trần Khởi sẽ sinh động, hấp dẫn và không còn khô khan, nhàm chán để học sinh không còn nỗi sợ về môn lịch sử trong nhà trường. Hình ảnh bé Út Giang (Út Giang) vừa thông minh, vừa dũng cảm bảo vệ những người lính bằng cả tính mạng bé nhỏ của mình, thật đau đớn không chịu nổi. Trái tim can trường của anh đã bao lần đau khổ, bao lần lo lắng, bao lần vượt qua những lằn ranh giữa sự sống, cái chết, sự hy sinh… Tôi gặp anh rất ít, nhưng tôi biết anh rất nhiệt tình. Trong đám tang của nhà văn Ngô Minh, chỉ một câu nói của một đồng nghiệp, khiến tôi và anh đều chạnh buồn, nhưng không sao, người lính Trần Khởi, người anh hùng Trần khởi, nhà văn Trần Khởi, thầy giáo Trần Khởi quá từng trải, quá dạn dày với bom đạn, sao có thể để tâm đến những chuyện nhỏ nhặt, vụn vặt như thế. Người lính là vậy, họ xuề xòa, họ nhiệt tình, họ lăn xả trong mọi chuyện bởi khi phơi lưng với bom đạn họ đã nhận ra giá trị của cuộc sống, họ đã vượt lên cái tủn mủn hàng ngày, họ bỗ bã bởi họ đã từng lấy núi rừng làm nhà, chiến trường là cuộc sống, có sá gì chỗ này chỗ kia. Câu chuyện đón giao thừa trong truyện ký "Mùa xuân trên đỉnh Hòn Chè", càng đọc càng trân quý hôm nay. Khi ngày xuân ta thung thăng đón giao thừa, ta ngắm pháo hoa trên trời, đó cũng là nhờ sự hi sinh của các anh trên chiến trường. Cành đào cắm vội trên miệng hầm là một ký ức không thể nào quên của người lính năm xưa. Đón giao thừa trong bom đạn gầm réo, trong cuộc chiến giành giật từng tấc đường để thông xe ra chiến trường thật cảm động. Trong cuốn sách của anh, các tầng lớp tham gia đánh giặc đầy đủ, hùng hậu, từ bố anh – thế hệ đi trước, đến đội quân tóc dài, trẻ em, thiếu nhi (Đội thiếu niên quân giải phóng) đều có mặt đầy đủ.

Rất nhiều chi tiết lịch sử được làm sống lại dưới trang văn của anh Trần Khởi: "Bài thơ xin nước", "Trao trả tù binh năm 1973"... Người ta từng nói rằng: Mọi cuộc chiến tranh lớn nhỏ khi kết thúc thì hậu quả của nó vô cùng ghê gớm với những người vợ góa, những người mẹ già và những đứa con thơ. Với hai mẩu chuyện này chúng ta thấy rằng dù cuộc chiến đang ở hồi gay cấn, thì quân đội hai bên vẫn phải nhân đạo với nhau khi lấy chung một giếng nước (Bài thơ xin nước); hoặc có hiệp định ký kết hòa bình, nhưng việc trao trả tù binh chưa xong thì tiếng súng đã vang rền trở lại, và trong đoàn người trao trả người ta vẫn nhận ra những kẻ đớn hèn, bán đứng đồng đội, nhân dân. Đọc những mẩu chuyện này thật hay, người thật, việc thật và người chứng kiến kể lại nên độ tin cậy khá cao, cũng cho chúng tôi thật nhiều suy ngẫm.

"Người lính đào hoa" là câu chuyện đời thường trong thời chiến, đọc rất xúc động. người lính ra trận, họ mang theo cả tài năng và khát vọng, khát vọng tình yêu đã đưa người lính đến gần với nhân dân, và rồi sự nuối tiếc, sự gặp gỡ vẫn kéo dài cho đến hôm nay. Đó là gì vậy, là tình yêu là tình người, là vẻ đẹp nhân văn của con người, chứ người lính không chỉ có bắn, không chỉ có hành quân... mà lúc tạm ngưng tiếng súng họ vẫn có những rung động và cảm xúc đẹp như hình tượng "đầu súng trăng treo" trong thơ ca kháng chiến. Có những bóng hồng đi qua cuộc đời người lính trận Trần Khởi, ấn tượng sâu đậm và những rung động rất đời thường được anh kể lại thật thú vị "Người con gái ở ngã ba Xuân Lộc"; duyên tình với người vợ tào khang với Cô Bảy đến bây giờ cũng được anh kể chân thành và bộc trực.

Câu chuyện "Mái trường bên dòng sông Kiến" gợi liên tưởng trong tôi về một thế hệ của những con người tài hoa, dũng cảm, sống hết mình vì lý tưởng, tình yêu và cuộc sống. Thế hệ các anh vừa biết trân trọng những ký ức, những kỷ niệm, vừa biết ơn những người thầy, người bạn, người cha, đã dạy dỗ, cưu mang, giúp đỡ mình. Và ba tôi cũng thật vinh dự khi đã dạy văn cho những thế hệ như thế. Mỗi khi nghĩ về các anh, chúng ta tin tưởng rằng sự trường tồn của một nền độc lập của dân tộc, sự phồn vinh của một dân tộc là phải nhờ vào tinh thần, tâm hồn, tình yêu và lý tưởng của những con người chân chính như họ. Tôi nghĩ rằng cuốn truyện ký "Cha và con chiến trận" còn nhiều giá trị thẩm mĩ người đọc sẽ tiếp tục khai thác, tìm kiếm nét đẹp tiềm ẩn trong những trang sách và trong cả chính nhà văn Trần Khởi – một ông đồ viết chữ, một nghệ nhân trồng hoa, một nhà thơ… Và hơn tất cả là một con người chân chính.

Huế ngày 18/2/2019

TS. **Hoàng Thị Thu Thủy**
0914020511
253/3/15 Điện Biên Phủ

Mục lục

CHA VÀ CON LÍNH TRẬN

*****

Liên lạc Tác giả
Trần Khởi
tranvankhoi1946@gmail.com

Liên lạc Nhà xuất bản
Nhân Ảnh
han.le3359@gmail.com
(408) 722-5626

www.ingramcontent.com/pod-product-compliance
Lightning Source LLC
LaVergne TN
LVHW040603061026
849523LV00001B/49
9781989705438